வரம் தரும் விநாயகர்

பாலமுருகன்

செந்தமிழ் பதிப்பகம்
15/21, டீச்சர்ஸ் கில்டு காலனி,
இராஜாஜி நகர் விரிவு,
வில்லிவாக்கம், சென்னை-600 049.
தொலைபேசி: 26502086

வரம் தரும் விநாயகர்

பாலமுருகன்

முதல் பதிப்பு : 2021

பதிப்பாளர் முகவரி : செந்தமிழ் பதிப்பகம்,
15/21, டீச்சர்ஸ் கில்டு காலனி, 2வது தெரு,
இராஜாஜி நகர் விரிவு,
வில்லிவாக்கம், சென்னை-49.
தொலைபேசி: 26502086

மொத்தப் பக்கங்கள் : 240

ஒளி அச்சு மற்றும் முன் அட்டை வடிவமைப்பு : சு. அசோக்குமார்

முன்னுரை

பிரணவ வடிவமான 'ஓம்' என்பதனைத் தம் திருவுருவ மாகக் கொண்ட விநாயகப் பெருமான் தேவர்களுக்கு எல்லாம் தேவராய், கணங்களுக்கு எல்லாம் அதிபதியாய், பக்தர்களுக் கெல்லாம் அருள் பாலிக்கும் வள்ளலாய் விளங்குகின்றார்.

பிரணவ சொரூபியான இப்பெருமானின் புராணத்தையும், அவரது திருவுருவத் தத்துவத்தையும், அவரது பெருமையையும் நாம் அறிந்து வாழ்வில் மேன்மையடைய வேண்டியது அவசியமாகும். விக்கினங்களை எல்லாம் விலக்கி மங்களம் தரும் பெருமான் இவரே.

இவரைப் பற்றி அனைவரும் அறிந்து கொள்ளும் வகையில் எளிய நடையில் தொகுக்கப் பெற்றதுதான் இந்நூல். பெருமானைப் பற்றி அறிஞர் பெருமக்கள் பலரும் எழுதிய நூல்களே இந்நூலினை எழுதப் பெரிதும் உதவியாக இருந்தது. அவர்கட்கெல்லாம் நன்றி தெரிவிப்பது என் கடமையாகும்.

இந்நூலில் திருவாவடுதுறை ஆதீனத்தார் வெளியிட்ட "கணபதி" நூலின் படங்கள் சேர்க்கப்பட்டுள்ளன. அவர்கட்கு என் நன்றியினைத் தெரிவித்துக் கொள்கிறேன்.

இந்நூலை அன்பர்கள் வாங்கிப் பயன்பெறுமாறு அன்புடன் வேண்டுகிறேன்.

— ஆசிரியர்

பொருளடக்கம்

○

கடவுள் வாழ்த்து

ஐந்து கரத்தனை யானை முகத்தனை
இந்தின் இளம்பிறை போலும் எயிற்றனை
நந்தி மகன்தனை ஞானக் கொழுந்தினைப்
புந்தியில் வைத்தடி போற்றுகின் றேனே! -திருமந்திரம்

வினாயகனே வெவ்வினையை வேரறுக்க வல்லான்
வினாயகனே வேட்கை தணிவிப்பான்-வினாயகனே
விண்ணிற்கும் மண்ணுக்கும் நாதனு மாந்தன்மையினால்
கண்ணிற் பணிமின் கனிந்து.

– மூத்த நாயனார் இரட்டை மணிமாலை

பாலும் தெளிதேனும் பாகும் பருப்புமிவை
நாலுங் கலந்துனக்கு நான்தருவேன்-கோலம்செய்
துங்கக் கரிமுகத்துத் தூமணியே நீயெனக்குச்
சங்கத் தமிழ் மூன்றுந்தா

– நல்வழி–ஔவையார்

வாக்குண்டாம் நல்ல மனமுண்டாம் மாமலராள்
நோக்குண்டாம் மேனி நுடங்காது-பூக்கொண்டு
துப்பார் திருமேனித் தும்பிக்கையான் பாதம்
தப்பாமற் சார்வார் தமக்கு

— மூதுரை—ஔவையார்

கைத்தல நிறைகனி அப்பமொ டவல்பொரி
கப்பிய கரிமுகன் அடிபேணிக்
கற்றிடும் அடியவர் புத்தியில் உறைபவ
கற்பகம் எனவினை கடிதேகும்

மத்தமு மதியமும் வைத்திடும் அரன்மகன்
மற்பொரு திரள்புய மதயானை
மத்தள வயிறனை உத்தமி புதல்வனை
மட்டவிழ் மலர்கொடு பணிவேனே

முத்தமிழ் அடைவினை முற்படு கிரிதனில்
முற்பட எழுதிய முதல்வோனே
முப்புரம் எரிசெய்த அச்சிவன் உறைரதம்
அச்சது பொடிசெய்த அதிதீரா

அத்துய ரதுகொடு சுப்ர மணிபடும்
அப்புன மதனிடை இபமாகி
அக்குற மகளுடன் அச்சிறு முருகனை
அக்கண மணமருள் பெருமானே!

— திருப்புகழ்

கஜானனம் பூதகணாதிஸே விதம்
கபித்த ஜம்பூ பல ஸாரபக்ஷிதம்!
உமாஸுதம் ரோகவினாச காரணம்
நமாமி விக்னேச்வர பாத பங்கஜம்!!

(யானை முகத்தானை, உயிர்க்கூட்டங்களால் வணங்கப் பெறுபவனை, விளாம்பழ, நாவற்பழ ரசத்தை அருந்துபவனை, உமையின் மைந்தனை, துயரத்தை அழிக்க ஏதுவாய் இருப்பவனை, விக்கினங்களை எல்லாம் அழிப்பவனை, அவனுடைய தாமரைத் திருவடிகளில் வணங்குகின்றேன்)

1. வரம் தரும் விநாயகர்

இந்துக்களாகிய நாம் தெய்வ நம்பிக்கை உடையவர்கள். இறைவனை நாம் முழு மனதுடன் வழிபட்டால் நினைத்தவை கைகூடி வாழ்க்கை சிறப்படையும். நம் முன்னோர்கள் தெய்வ வழிபாட்டிற்குப் பல விதிமுறைகளை, வழிமுறைகளை சாத்திரங்கள் புராணங்கள் வழி நமக்கு விளக்கியுள்ளனர்.

ஒவ்வொரு இறைவனுக்கும் ஒவ்வொரு வகையான வழிபாட்டு முறைகள் நம் சாத்திரங்களில் சொல்லப்பட்டுள்ளன. அம்முறைகளை நாம் நன்கு அறிந்து அதன்படி நடந்தால் நம் வாழ்வில் வளம் பல பெருகும்; துன்பங்கள் அகலும்; துயரங்கள் நீங்கும்.

வேண்டுவார் வேண்டியதை அருளும் வீறுடைய நாயகன்; 'ஓம்' என்னும் பிரணவத்தைத் தம் திருவுருவாய் கொண்டவர்; தேவகணங்களுக்கெல்லாம் தலைவரான கணபதி ஆவார். இடையூறுகளை உண்டாக்கவும், அதனை விலக்கவும் கூடிய விக்னேஸ்வரரான விநாயகப் பெருமானைப் பற்றியும், அவரது தத்துவங்கள், வழிபாட்டு முறைகள் பற்றியும் நாம் அறிய வேண்டியது மிகவும் அவசியமாகும்.

திருக்கோயில் இல்லாத ஊர் இல்லை; பிள்ளையார் இல்லாத திருக்கோயில் இல்லை. திருக்கோயில்களில் மட்டுமின்றி பொய்கைக்கரை, மரத்தடி, சிறிய தெரு, பெரிய தெரு, நடுத்தெரு, நடுவீடு எனவும், ஆறு, குளம் முச்சந்திகளிலும் விநாயகப் பெருமான் காட்சிக்கு எளியராய் காட்சி தரு கின்றார். கல், மண், சாணம், மஞ்சள், வெல்லம், பஞ்சலோகம்,

பொன், வெள்ளி போன்ற எதிலும் தம் திருவுருவினை ஏற்றுக் காட்சி தருவது விநாயகர் வியாகபத்தின் அறிகுறியாகும்.

பஞ்ச மூர்த்திகளிலும் மேம் பட்ட (அருவம், உருவம், அரு வுருவம் என்னும் நவ நிலையும் கொண்ட) துரிய சிவத்தின் அபேத அவதாரத்தை "விநாயகர்" என்னும் நாமம் சூட்டிப் போற்று கின்றது வைதிக சமயம். வைஷ்ண வம் இவரையே விஷ்வக்ஸேநர், சேனை நாயகர் என்று போற்றுகின்றது.

ஸ்ரீரங்கத்தில் விக்னபதி
திருவல்லிக்கேணி பார்த்தசாரதி கோயிலில்
வெண்ணெய் விநாயகர்
கள்ளழகர் கோயில் தும்பிக்கையாழ்வார்
காஞ்சி வரதராஜ பெருமாள் கோயிலில் விஸ்வக் ஸேநர்

புத்த மதம் "புத்த நாயகர்" என்றும், ஜைன மதம் "அருக நாயகர்" என்றும் போற்றுகின்றது. நம் நாட்டில் மட்டுமின்றி உலகமெங்கும் வியாபித்து போற்றி வணங்கப் பெறுபவர் வித்தக விநாயகப் பெருமானாவார்.

சைவ, வைணவ, பௌத்த, சமண மதத்தவர்களிடம் பல்வேறு கருத்து வேறுபாடுகள் காணப்பட்டாலும் வேழ முகத்தானை வழிபடுவதில் பொதுத் தன்மை காணப் பெறுகிறது. இது விநாயகர் வழிபாட்டின் சிறப்பினை நமக்கு உணர்த்துவதாகும்.

காலம்

வடமொழியின் முதல் நூலான ரிக் வேதத்திலும் கணங் களின் தலைவனான கணபதியைப் பற்றிய குறிப்பு காணப் பெறுகின்றது. வேத காலத்திலேயே கணபதி வழிபாடு சிறப்புற

விளங்கியதனையே இது காட்டுகின்றது. பதினென் புராணங் களில் தலைசிறந்த பார்க்கவ புராணத்தின் லீலா காண்டத்தில் விநாயகப் பெருமானின் பன்னிரு அவதாரங்களும், அவரது லீலைகளும் கூறப்பட்டுள்ளன.

இந்தியாவில் தோன்றிய மதங்கள் அனைத்துக்கும் பொதுவானவர் கணபதி. இவரைத் தம் மத வழிபாட்டில் அனைத்து மதத்தினரும் ஏற்றுக் கொண்டுள்ளனர். தெய்வ வழிபாட்டிற்கு இடம் தராத புத்த மதத்திலும் இடம் உள்ளதே இவரது சிறப்புக்கு சிறந்த எடுத்துக்காட்டாகும். பௌத்தர்கள் கோவில்களிலும், ஜைனக் கோவில்களிலும் பெருமானைக் காணலாம்.

வேதத்தில் விநாயக பெருமானை 'ஜ்யேஷ்ட ராஜன்' (முதலில் உதித்தவன்) என்றும், 'பிரம்மணஸ்பதி' (வேதத்தின் நாயகன்) என்றும் குறிப்பிடப்பட்டுள்ளது. நான்கு வேதங்களும் கணபதியைத் துதிக்கின்றன.

விநாயகர் வழிபாடு மிகவும் தொன்மை வாய்ந்ததாகும். மலைமகள் திருமணத்தில் கண்ணுதல் பெருமான் கணபதியை வழிபட்டார் என்ற குறிப்பு காணப்பெறுவது வித்தக விநாயகரின் தொன்மையினை விளக்குவதாகும்.

கி.மு. 6000 ஆண்டுகட்கு முன் தோன்றிய வேதங்களில் பழைமையான ரிக் வேதத்தில் மூன்றாம் மண்டிலம் 23ஆம் செய்யுளில் "காணாணம் த்வாம் கணபதீம் அவாமஹே" என்ற குறிப்பு உள்ளது.

கணபதியை பிரம்மத்துடன் ஒன்றுபடுத்தி 'கணபதி பிரம்மா' என முன்னூல்களில் குறிக்கப் பெற்றுள்ளதாக ஐத்ரேய பிராமணம் கூறுகிறது.

ரிக் வேதம் தைத்திரீய ஆரண்யகத்தில் இறைவனைக் குறிக்கும் சொல்லாக 'தந்தி' என்ற சொல் கையாளப்பட்டுள்ளது. கணபதி-காயத்திரி மந்திரத்தில் 'தந்தோ தந்தி பிரசோதயாத்' என்பதில் 'தந்தி' என்பது விநாயகரைக் குறிப்பதாக அமைந் துள்ளது.

ரிக் வேதத்தில் பிரமணஸ்பதி 11 பாடல்களில் பாடப்பட்டு 170 இடங்களில் குறிப்பிடப்படுகிறார். அக்னியைப் போன்ற தோற்றத்துடன் அவன் தூய்மையானவன்; அழகானவன்; கணங்களின் தலைவனை நான் வழிபடுகிறேன் என்று பிரமணஸ்பதியை ஐத்ரேய பிராமணம் உரைக்கின்றது.

யஜுர் வேதத்துடன் தொடர்புடைய 'மானவ கிருஷ்ய சூத்திரம்' என்னும் நூலில் நான்கு விநாயகர்கள் குறிப்பிடப் பட்டுள்ளது. இடையூற்றை உண்டாக்கும் தெய்வமாக அந்நாளி லேயே விநாயகரைக் குறிப்பிடுகின்றனர்.

வராகமிஹிரர் இயற்றிய பிருகத் ஸம்ஹிதை என்னும் நூலில் விநாயகப் பெருமானின் திருவுருவினை அமைக்கும் இலக்கணம் குறிப்பிடப்பட்டுள்ளது. இந்நூலின் காலம் கி.பி.505 என்பர். யக்ஞவல்கியர் எழுதிய நீதி நூலிலும் விநாயகரை பிரம்மாவாலும் உருத்திரர்களாலும் நியமிக்கப்பட்ட கணநாத ராகக் கூறப்பட்டுள்ளது.

எந்தவொரு நூலை எழுதத் துவங்கினாலும் முதலில் கணபதி காப்பு எழுதியே நூலை எழுதத் தொடங்குவர்; பிள்ளையார் சுழி எழுதியே எதையும் எழுதுவர்; கணபதி வழிபாடு செய்த பின்னரே எல்லாச் சடங்குகளும் தொடங்கும். கோயில்களிலும் விநாயகப் பெருமானுக்கு வழிபாடு செய்த பின்னரே பிற தெய்வங்களுக்கு வழிபாடு செய்வார்கள். இவரே எல்லா வினைகளையும் அகற்றுபவர் ஆதலால், எந்த வினையை (காரியத்தை)த் தொடங்கினாலும் இவரை வழிபட்ட பின்னரே தொடங்குவார்கள். சிவபிரானுக்கு உருத்திர குணம், சாந்த குணம் என இரு குணங்கள் இருப்பது போல விநாயகப் பெருமானுக்கும் வினைகளைத் தோற்றுவிப்பது நீக்குவது என இரு நிலைகள் உள்ளன.

ஆதிசங்கரரின் கணேச புஜங்கமும், கணேச பஞ்ச ரத்தினமும் பக்தர்களால் பாராயணம் செய்யப்படும் சிறந்த வடமொழி சுலோக நூலாகும்.

ஸ்கந்த மகாபுராணம், ஸ்காந்த உபபுராணம், வாமன புராணம், பிரமாண்ட புராணம், கருட புராணம், விஷ்ணுதர்,

மேந்தரம் காலிகா புராணம், மத்ஸ்ய புராணம், சுக்கில புராணம், வராக புராணம், சிவ புராணம், பிரம்ம வைபர்த்த புராணம், லிங்க புராணம், பத்ம புராணம் ஆகியவற்றில் விநாயகர் பற்றிய விவரங்கள் உள்ளன.

கணபதி உபநிடதம்

உபநிடதங்கள் பல உள்ளன. கணபதிப் பெருமானின் பெருமைகளை விளக்கும் இரு உபநிடதங்கள் உள்ளன. அவை கணபதி உபநிடதம், ஏரம்ப உபநிடதம் எனப்படும். இவை அதற்குரிய தேவரிடமிருந்து தோன்றியது என்றும், அவரே அனைத்துமாய் காட்சி அளிப்பவர் என்றும், அவரை வழிபடுவ தால், இம்மை, மறுமை, முக்தி அடையலாம் என்றும் கூறுகின்றன.

தர்ம சாஸ்திரம்

வேதங்களில் குறிப்பிடப்பட்ட அறநெறிகளை மக்கள் எளிதில் கடைப்பிடிக்க வேண்டி, அவற்றையெல்லாம் தொகுத்து தனி நூலாக எழுதப்பட்டதுதான் தர்ம சாஸ்திரம் ஆகும். இதில் சமூக வாழ்க்கை, கட்டுப்பாடு, ஒழுக்கம், இறை வழிபாடு, நாம் கடைப்பிடிக்க வேண்டியவை வரையறுக்கப்பட்டுள்ளன. அதில் ஒவ்வொருவர் வீட்டிலும் வைத்து வழிபட வேண்டிய "பஞ்சாயதன பூஜை" முறையும் விளக்கப்பட்டுள்ளது. பஞ்சாயதன பூஜையில் வழிபட வேண்டிய கடவுளர் என கணபதி, விஷ்ணு, சிவன், பார்வதி, சூரியன் ஆகியோர் பற்றிய குறிப்பு உள்ளது. இதிலும் கணபதியின் பெயர் முதலில் குறிப்பிட்டுள்ளது. விநாயகர் காலத்தால் முந்தையவர் என்பது இதனால் நன்கு விளங்குகிறது.

கணபதியின் வழிபாட்டு முறையை கீழ்கண்ட ஐந்து கணேச உபநிஷத்துக்கள் விளக்குகின்றன. கணபதி யதர்வ சீர்ஷோப நிஷத், ஹேரம்போநிஷத், கணேச பூர்வதாபன் உபநிஷத், வல்லபே சோப நிஷத், கணேச ஸ்தோத்திர தாபினி உபநிஷத் என்னும் 5 உபநிஷத்துக்கள் ஆகும்.

குமார ஸம்ஹிதா தந்திரம், வட்டாமரேச தந்தரம் என்ற இரு தந்திர நூல்களும் கணபதியை வழிபடுவதற்குரிய மந்திரங்கள், யந்திரங்கள் மற்றும் பரிவார தேவதைகள் பற்றிக் குறிப்பிடுகின்றன.

2. காணாபத்தியம்

இந்துக்கள் எல்லாக் கடவுளரையும் பொதுவாக வணங்குவாராயினும் அவரவர்களுக்கு என ஒரு கடவுளை முன்னிருத்தி அவரையே முழுமுதற் கடவுளாக எண்ணி வழிபடுகின்றனர். சிவன், சக்தி, முருகன், விநாயகர், சூரியன் என இவர்களை முழுமுதற் கடவுளாகக் கொண்ட அறு வகைச் சமயங்கள் உருவாயின.

சிவனை முதன்மையாகக் கொண்டு சைவமும், அவரது துணைவியாரான சக்தி தேவியை முதன்மையாகக் கொண்டு சாக்தமும், இளைய மகன் முருகனை முதன்மையாகக் கொண்டு கௌமாரமும், மூத்த பிள்ளையை (பிள்ளையார்) முதன்மையாகக் கொண்டு காணாபத்யமும் தோன்றின.

இறைவன்		**சமயம்**
விநாயகர்	-	காணாபத்தியம்
முருகன்	-	கௌமாரம்
சூரியன்	-	சௌரம்
சிவன்	-	சைவம்
சக்தி	-	சாக்தம்
விஷ்ணு	-	வைணவம்

விநாயகர் பெருமானை முழுமுதற் கடவுளாகக் கொண்டு தோன்றிய காணாபத்திய வழிபாடு 6ஆம் நூற்றாண்டில் தோன்றியது என்பர். கி.பி. 10ஆம் நூற்றாண்டில் தொடங்கியது என திக் விஜயத்தில் ஆனந்த தீர்த்தர் குறிப்பிட்டுள்ளார்.

கணபதியே உலகின் மூல முதலான பரம்பொருள் என்றும், அவரே பரப்பிரமம் என்றும், விநாயக புராணம், முக்கல

புராணம், ஹேரம்ப உபநிஷதம், கணபதி உபநிஷதம் முதலிய நூல்கள் வலியுறுத்துகின்றன.

கணபதியையே பரம் பொருளாகக் கொண்டு வழிபடும் சமயம் காணாபத்தியம் ஆகும்.

ஐந்தொழிலும் செய்பவரும் இவரே. சிவன் முதலான எல்லாக் கடவுளருக்கும் இவரே தலைவர். கணபதியை வணங்குபவர் மறுமையில் கணபதியின் உலகம் செல்வர் என்பது காணாபத்தியர்கள் கருத்தாகும். கணபதி மூலாதார சக்தி உருவினர், பிரணவம் என்ற ஓங்கார வடிவினர். அவரது துதிக்கை ஓங்காரத்தைக் குறிக்கும் என்பர். இவர்கள் வணங்கும் கணபதி சக்தி கணபதியாகும்.

காணாபத்திய மதத்தினர் மஹா கணபதி, ஹரித்ரா கணபதி, உச்சஷ்ட கணபதி, நவநீதி கணபதி, ஸ்வர்ண கணபதி, சந்தான கணபதி என ஆறு திருவுருவங்களாக வகைப்படுத்தி வழிபடுகின்றனர்.

காணாபத்தியம் சாங்கிய சாஸ்திர அடிப்படையில் எழுதப்பட்டுள்ளது. சாங்கிய சாஸ்திரத்திற்குரிய முதல்வர் கபிலர் என்பர். 'சித்தர்களில் கபிலன் யான்' எனப் பகவத் கீதையில் கூறப்பட்டுள்ளது.

காணாபத்யர்களுக்கு ஆதாரமான நூல்கள் 11 ஆகும். அவை: 1. கணபதி உபநிஷதம், 2. ஹேரம்ப உபநிஷதம், 3. கணேச புராணம், 4. ஸ்காந்தத்தில் உள்ள கணேச மான்மியம், 5. பிரம்மகைவர்த்த புராணத்தில் உள்ள கணேச காண்டம். 6. முத்கல புராணம், 7. கணேச கதை, 8. கணேச தந்திரம், 9. கணேச கல்பம், 10. கணேசாச்சார சந்திரிகை, 11. பார்க்கவ புராணம் ஆகும்.

காணாபத்தியத்தில் ஆறு உட்பிரிவுகள் உள்ளன. அப்பிரிவினர் ஒவ்வொருவரும் ஒவ்வொரு வடிவினை முன்னிருத்தி வணங்குவர். அவ்வாறு வணங்கப் பெறும் திருவுருவ வடிவங்கள்.

1. மகா கணபதி, 2. அரித்ர கணபதி, 3. சுவர்ண கணபதி, 4. சந்தான கணபதி, 5. நவநீதி கணபதி, 6. உன்மத்த உச்சிஷ்ட கணபதி.

3. மூர்த்தங்கள்

வித்தக விநாயகருக்குக் கணக்கற்ற மூர்த்தங்கள் உண்டு. இவரின் திருவுருவப் பேதங்களைக் கணக்கிட முடியாது. இருப்பினும் ஐம்பத்தாறு மூர்த்தங்கள் உண்டு என்பர். அவருக்கு 32 வித மூர்த்தங்கள் இருப்பதாக முக்கல புராணம் குறிப்பிடுகின்றது. பொதுவாக அவரின் திருவுருவப் பேதங்கள் 16 என்பர். இதனை 'ஷோடச கணபதிகள்' என்பர்.

ஷோடச கணபதிகள்

1. தருண கணபதி, 2. பக்தி கணபதி, 3. பால கணபதி, 4. வீர கணபதி, 5. சதுர்த்தி கணபதி, 6. பிங்கள கணபதி, 7. துவிஜ கணபதி, 8. உச்சிஷ்ட கணபதி, 9. சம்பிரதாய கணபதி, 10. ஹேரம்ப கணபதி, 11. லெட்சுமி கணபதி, 12. புவன கணபதி, 13. ஊர்த்துவ கணபதி, 14. நர்த்தன கணபதி, 15. மகாகணபதி, 16. வல்லப கணபதி.

அஷ்ட கணபதிகள்

1. அஷ்ட கணபதி, 2. மகா கணபதி, 3. நடன கணபதி, 4. சக்தி கணபதி, 5. வாலை கணபதி, 6. உச்சிஷ்ட கணபதி, 7. உக்கிர கணபதி, 8. மூல கணபதி.

32 வகை விநாயகர்

1. பால விநாயகர், 2. தருண விநாயகர், 3. பக்தி விநாயகர், 4. வீர விநாயகர், 5. சக்தி விநாயகர், 6. துவிஜ விநாயகர், 7. சித்தி விநாயகர், 8. உச்சிஷ்ட விநாயகர்,

9. விக்கின விநாயகர், *10.* க்ஷிப்ர விநாயகர், *11.* ஹேரம்ப விநாயகர், *12.* லெட்சுமி விநாயகர், *13.* மஹா விநாயகர், *14.* விஜய விநாயகர், *15.* நிருத்ய விநாயகர், *16.* ஊர்த்துவ விநாயகர், *17.* ஏகாக்ஷர விநாயகர், *18.* வர விநாயகர், *19.* திரயாட்சர விநாயகர், *20.* க்ஷிப்ரபிரசாத் விநாயகர், *21.* ஹரித்ரா விநாயகர், *22.* ஏக தந்த விநாயகர், *23.* சிருஷ்டி விநாயகர், *24.* உத்தண்ட விநாயகர், *25.* துண்டி விநாயகர், *26.* ரணமோகன விநாயகர், *27.* துவிமுக விநாயகர், *28.* திரிமுக விநாயகர், *29.* சிங்கமுக விநாயகர், *30.* யோக விநாயகர், *31.* துர்க்கா விநாயகர், *32.* சங்கட ஹர விநாயகர்.

56 வகை விநாயகர்

துண்டி விநாயகர், சலாடக விநாயகர், பிரணவ விநாயகர், மோதகப்பிரிய விநாயகர், துர்க்கை விநாயகர், குலப்பிரிய விநாயகர், உபதாப விநாயகர், ஏகோபயப்பிரத விநாயகர், அர்க்க விநாயகர், சதுர்த்தி விநாயகர், வக்கரதுண்ட விநாயகர், சிங்கமுக விநாயகர், பிரசன்ன விநாயகர், பஞ்சமி விநாயகர், ஊகந்த விநாயகர், கர்நிதாக்ஷ விநாயகர், விம விநாயகர், முண்ட விநாயகர், திரிமுக விநாயகர், நிப்பிரசாத விநாயகர், சந்திர விநாயகர், சமுசிக விநாயகர், பஞ்சமுக விநாயகர், சிந்தாமணி விநாயகர், சித்தரூப விநாயகர், விடங்க விநாயகர், ஏரம்ப விநாயகர், தந்தவிக்கிர விநாயகர், லம்போதர விநாயகர், நிச விநாயகர், விக்கினராஜ விநாயகர், அபிசாண்டி விநாயகர், கூபதந்த விநாயகர், இராபுத்திர விநாயகர், வரத விநாயகர், ஊர்த்துவாதமுண்ட விநாயகர், மணிகன விநாயகர், ஆசரசிருஷ்டி விநாயகர், கசகன்ன விநாயகர், கண்டா விநாயகர், சுமங்கள விநாயகர், மந்திர விநாயகர், மோதக விநாயகர், சுமுக விநாயகர், துன்முக விநாயகர், கணப விநாயகர், அபர விநாயகர், ஆக்கினை விநாயகர், துவார விநாயகர், அவிமுத்த விநாயகர், ஆமோத விநாயகர், பாகீரத விநாயகர், அரிச்சந்திர விநாயகர், கார்த்தி விநாயகர், பந்து விநாயகர், கனக விநாயகர்.

வழிபடும் கணபதிகள்

இந்து மதத்தின் பல்வேறு பிரிவினரும் ஒவ்வொரு திருவுருவக் கணபதியை வழிபடுவதனை முதன்மையாகக் கொள்வர்.

1. சைவர்கள் - சிவ கணபதி
2. வைணவர்கள் - விஷ்ணு கணபதி
3. காணாபத்தியர் - சக்தி கணபதி
4. சாங்கியர் - தத்துவ கணபதி
5. பூர்வ மீமாஞ்சகர் - தேவ கணபதி
6. வையாகரணிகள் - சப்த கணபதி
7. ஆயுள் வேதியர் - மூல கணபதி

முக்கிய கணபதியர்

1. சந்தான கணபதி
2. சுவர்ண கணபதி
3. நவநீதி கணபதி
4. ஹரித்ரா கணபதி
5. மகா கணபதி
6. உச்சிஷ்ட கணபதி

இவற்றில் மகா கணபதி, உச்சிஷ்ட கணபதியை அதிக அளவில் மக்கள் வழிபடுகின்றனர்.

4. விநாயகர் புராணம்

பிரதம புராணங்கள் பதினெட்டு ஆகும். அவை: பிரமம், பதுமம், வைணவம், சைவம், பாகவதம், பவிஷயம், நாரதீயம், மார்க்கண்டேயம், ஆக்கினேயம், பிரனாமகை, வர்த்தம், இலிங்கம், வராகம், காந்தம், வாமனம், கூர்மம், மச்சம், காருடம், பிரமாண்டம் ஆகும். இப்புராணங்களைச் சிவபிரான் நந்தி தேவருக்கு அருளினார். நந்திதேவர் சனற்குமார முனிவருக்கு அருளினார். அவரிடமிருந்து வியாச முனிவர் கேட்டு அறிந்து, அவற்றைச் சுலோகங்களாகவும் உருவாக்கி உலகெங்கும் பரப்பினார்.

இப்புராணங்களுக்குப் பல்வேறு உப புராணங்களாகப் பல புராணங்கள் தோன்றின. அவை: சனற்குமார புராணம், சிவதரும புராணம், துருவாச புராணம், நாரத புராணம், காளி புராணம், ஔசன புராணம், சௌமிய புராணம், சௌர புராணம், சாம்பேச புராணம், பார்க்கவ புராணம், நரசிங்க புராணம், நந்தி புராணம், பராசரீய புராணம், மாரீச புராணம் ஆகும்.

பிரும தேவர் கடும் தவம் செய்து சிவபிரானிடம் இவ்விநாயக புராணத்தை உபதேசமாகக் கேட்டார். பின் அதனை விநாயக முனிவருக்கு அருள, அவர் வழி பிருகு முனிவர் அறிந்தார். அவரே இப்புராணத்தை உபாசனா காண்டம், லீலா காண்டம் என இரு காண்டங்களாக்கி, அவ்விரண்டையும் 250 அத்தியாயங்களாக்கி, 12,000 சுலோகங்களில் பாடி ஒரு புராணமாக்கினார். இதனால் இப்புராணம் இவர் பெயரால் 'பார்க்கவ புராணம்' எனப் பெயர் பெற்றது.

எல்லாப் புராணங்களிலும் விநாயகப் பெருமானின் பெருமைகள் கூறப்படினும் விநாயகப் புராணம் முக்கல புராணம் ஆகிய இரண்டு மட்டுமே விநாயகர் தத்துவத்தை விரிவாகவும், விளக்கமாகவும் கூறுகின்றன.

முதல் பாகமான உபாசனா காண்டத்தில் பிரம்மா, விஷ்ணு, சிவன் போன்றோர் விநாயகரை உபாசித்து நன்மை பெற்ற வரலாறுகளும், லீலைகளும் விரிவாகக் குறிக்கப் பட்டுள்ளன.

5. விநாயகப் பெருமானின் திரு அவதாரம்

விநாயகப் பெருமானின் திரு அவதாரத்தைப் பல புராணங்கள் பலவாறாகக் கூறுகின்றன. நம் புராணங்கள் மக்களுக்கு இறைவனிடத்தில் பக்தியையும் ஈடுபாட்டையும் ஏற்படுத்துவதற்காகவே எழுதப்பட்டன. காலத்திற்கேற்பவும், மக்கள் புரிந்து கொள்ளும் பக்குவ நிலைக்கு ஏற்பவும், அக்கால வாழ்வியலுக்கு ஏற்பவும் இவற்றில் இந்து சமய தத்துவங்கள் கூறப்பட்டுள்ளன.

முத்தொழில் புரிய முக்கடவுளர் தோற்றம்

ஒரு பிரமப் பிரளயம் தோன்றியதும், அதனால் வாயு, ஆகாயம், ஆத்மா, பிரம்மா, விஷ்ணு, ருத்திரன், மகேஸ்வரன், சதாசிவம், விந்து, நாதம், சக்தி, சிவசக்தி, பரம் என ஒன்றுக்குள் ஒன்று ஒடுங்கியது. கடைசியில் பரம் பராபரத்தில் ஒடுங்கியது. அந்தப் பராபரம்தான் முற்றும் கடந்த தத்துவ முடிவில் பரப்பிரம்ம சொரூபமாகி நின்றது. அச்சொரூபமே விநாயகப் பெருமானாகும். மீண்டும் ஆக்கல், காத்தல், அழித்தல் என்னும் முத்தொழிலையும் நடத்த முன்வந்து வக்கிர துண்ட விநாயகராகத் தோன்றினார்.

தம் இராக்ஷதம், சாத்துவீகம், தாமதம் என்னும் மூன்று குணங்களில் இருந்து முறையே பிரமன், விஷ்ணு, ருத்திரன் என்னும் மும்மூர்த்திகளையும் உதிக்கச் செய்தார். அவர்கட்கு அருளையும் ஞானத்தையும் அருளினார். மும்மூர்த்திகளும் தம்மைப் படைத்த பரப்பிரம சொரூபத்தைக் காண முயன்றனர்;

முடியவில்லை. 1,000 ஆண்டுகள் அருந்தவம் புரிய, பரப்பிரம்ம சொரூபமான வக்கிர துண்ட விநாயகர் கோடி சூரியப் பிரகாசத்தை விட அதிக ஜோதியுடன் திருவுருவம் எடுத்து, நவரத்தினம், குடம், குண்டலம், தோள்கவசம், சரப்பளி, பதக்கம், பாதச் சிலம்பு ஆகிய ஆபணரங்களை அணிந்து, துதிக்கையும், நீண்ட தந்தங்களும், மதம் பொழியும் முகமும், கத்தி, கேடகம், வேல், வில் என்னும் ஆயுதங்கள் தரித்து, நான்கு திருக்கரங்களும், தாமரை மலரை ஒத்த இரு திருவடிகளும், சந்திரஹாரத்தையும், கொன்றை மாலையையும் அணிந்து, நெற்றிக் கண்ணும் விளங்கக் காட்சி தந்தார்.

தம் ராக்ஷதக் குணவடிவில் இருந்து தோன்றிய பிரம்மா, இராக்ஷத தாமத நிழலில் இருந்து சகல ஜீவராசிகளையும் படைத்து சிருஷ்டித் தொழில் புரிய வேண்டும். தன் தாமச குணத்தில் இருந்து தோன்றிய விஷ்ணு சாத்வீகக் குண வழியிலிருந்து யாவற்றையும் காத்துவரும் ஸ்தித் தொழிலைச் செய்ய வேண்டும். தன் சாத்வீகக் குணத்திலிருந்து தோன்றிய ருத்திரன் சாத்வீக வழியில் இருந்து அனைத்தையும் அழிக்கும் சங்காரத் தொழில் புரிய வேண்டும் என்றும் அருளி, வேதாகம புராணக் கலைகளைக் கொண்டு சகலத்தையும் படைக்கும் சக்தியைப் பிரம்மனுக்கும், யாக சித்திகளைக் கொண்டு அனைத்தையும் காத்தருளும் ஆற்றலை விஷ்ணுவுக்கும், ஏகாட்சரம் (ஓம்) மந்திரத்தையும், சடாட்சரம் (ஆறெழுத்து மந்திரம்) கொண்டு எங்கும் தானே இயங்கி, அனைத்தையும் அழிக்கும் ஆற்றலை ருத்திர மூர்த்திக்கும் அருளினார்.

இவற்றைச் செய்யும் முறைகளை அறிய விரும்பிய மூவரையும் தம் துதிக்கை வழியே தன் வயிற்றுள் விழுங்கினார். அம் மூவரும் அவர் வயிற்றினுள் இருந்து பார்க்கும்போது கணக்கில் அடங்காத உலகங்கள் அங்கு அடங்கியிருப்பதைக் கண்டனர்; ஆனந்த வெள்ளத்தில் மூழ்கினர்.

அதன்பின் மூவரும் வயிற்றினுள் இருந்து வெளிவர முயல, வர முடியாது போயிற்று. மீண்டும் விநாயகப் பெருமானைத் துதிக்க, பெருமான் பிரம்மாவைத் தம் துதிக்கை வழியாயும்,

விஷ்ணு, ருத்திரன் இருவரையும் தம் இரு காதுகளின் வழியாகவும் வெளிக் கொணர்ந்து, பின் மறைந்து போயினார். அதன்பின் முக்கடவுளரும் முத்தொழிலையும் விநாயகப் பெருமான் அருளியபடி செய்யத் தொடங்கினர் என்பது புராணம்.

இந்த வக்கிர துண்டர் காசியில் விசுவநாதர் சன்னிதிக்கு நேர் எதிரே உள்ளார். காசிக்கு 'உருண்டி' என்ற பெயரும் உண்டு. எனவே உருண்டி விநாயகர் என்பது 'துண்டி விநாயகர்' என மருவிற்று என்பர்.

சிவ புராணம்

ஒரு சமயம் உலக மாதாவாகிய உமாதேவி, தாமும் ஒரு திருக்குமாரனைப் பெற்று, கொஞ்சி மகிழ வேண்டும் என விருப்பம் கொண்டார். மண்ணால் ஒரு குழந்தை உருவினை உருவாக்கினார். அதற்கு உயிரும் கொடுத்து, அதனைத் தம் மடிமீது அமர்த்திக் கொஞ்சி மகிழ்ந்து கொண்டிருந்தார். இதனை அறிந்த சிவபெருமான் தம் புதல்வர் பேற்றைக் கொண்டாட தேவர்களை அழைத்தார். சிவக்குமாரனின் தோற்றத்தை அறிந்த எல்லாத் தேவர்களும் வந்து, திருக்குமாரனைக் கண்டு மகிழ்ந்தனர். பாலகனைத் தூக்கி எடுத்துக் கொஞ்சி மகிழ்ந்தனர்.

தேவர்களுடன் சென்றிருந்த சனி பகவான் மட்டும் பாலகனைக் காணாமலும், அருகில் செல்லாமலும், கரங்களில் எடுத்துத் தூக்காமலும், தலை தாழ்த்தி ஒரு பக்கமாக ஒதுங்கி நின்று கொண்டிருந்தார். இதனைக் கண்ட பார்வதி தேவி சனி பகவானிடம் தாங்கள் மட்டும் ஏன் இவ்வாறு தலை தாழ்த்தி ஓரமாக ஒதுங்கியிருக்க வேண்டும்? என வினவினார். சனிபகவான் 'தேவி என் பார்வை குழந்தை மீது பட்டால் அதனால் கேடு விளையலாம்; என் மனைவி இட்ட சாபம் இது. எனவேதான் தலை தாழ்த்தி ஓரமாக நிற்கிறேன்' என்றார்.

உமா தேவி 'என் திருப்பாலகனை உங்கள் மனைவியின் சாபம் ஏதும் செய்யாது; நீங்கள் என் பாலகனைப் பாருங்கள்'

என்றார். சனி பகவானும் சிவ பாலகனை நோக்கினார். பாலகனின் தலை இவரது பார்வையினால் அறுபட்டுப் போயிற்று; அறுபட்ட தலையும் மறைந்தது. இதனைக் கண்டு தேவி மனம் வருந்தினார்.

சிவ பாலகனின் தோற்றத்தின் காரணம் உணர்ந்த சிவபிரான் சிவகணங்களை அழைத்து 'இவ்வனத்தில் வடக்கு நோக்கி தலை வைத்து உறங்கும் ஏதாவதொன்றின் தலையை உடனே கொணர்க' என ஆணையிட்டார். அவர்களும் அவ்வாறே விரைந்து செயல்பட்டு ஓர் யானையின் தலையினைக் கொண்டு வந்தனர். சிவபிரானும் அவ்யானையின் தலையைக் குழந்தைக்குப் பொருத்தி உயிர்ப்பித்தார்.

சிவபிரான் குறிப்பறித்த தேவியும், தேவர்களும் மனம் மகிழ்ந்தனர். பெருமான் தன் திருக்குமரனைக் கணங்களின் தலைவராக்கி கணநாதனாக்கினார்.

மத்ஸய புராணம்

உமா தேவி கயிலையில் நந்தவனத்தில் தோழியர் ஜயை, விஜயைகளுடன் இருக்கும்போது, விஜயை "தேவி! பெருமானுக்குப் பிருங்கி, நந்தி முதலான பல சிவ கணங்கள் உள்ளனர். அவர்களைத் தானே நாமும் காவலுக்குப் பயன்படுத்துகிறோம். நமக்கென ஒரு தனிக் காவலாளை ஏன் வைத்துக் கொள்ளக்கூடாது" என வேண்டினர்.

உமா தேவியும் தன் திருமேனியில் உள்ள மஞ்சளை எடுத்து, எண்ணெய் முதலியவற்றினால் குழைத்துத் தன் கையினால் உருட்டித் தன் கணவரைப் போல மூன்று கண்களுடைய மைந்தனாக விநாயகரை உருவாக்கி, கங்கா தீர்த்தம் தெளித்து உயிருட்டி, தன் அந்தப்புர வாசலில் காவலுக்கு நிறுத்தினார். (தேவி தன் உடல் அழுக்கினை எடுத்து உருவாக்கியதாகவும் கூறுவர்.)

அப்போது சிவபெருமான் தேவியைக் காண அந்தப்புரம் வந்தார்; அவரைப் புதுக் காவலர் தடுத்தார். இதனால் கோபம் கொண்ட சிவபிரான் காவலனின் தலையை வெட்டினார்.

இதனை அறிந்த தேவி தான் உருவாக்கிய விவரம் கூற, சிவபிரானும் உடனே யானைத் தலையைப் பொருத்தி உயிருட்டினார் என்று மத்ஸய புராணம் குறிப்பிடுகின்றது.

வராக புராணம்

மகரிஷிகள் கைலாயம் சென்று சிவபிரானை வணங்கி, தாங்கள் செய்யும் காரியங்களில் நல்வினை எது, தீவினை எது என அறிய முடியவில்லை. தீவினைகளைத் தடுத்து நிறுத்தி அவைகளைத் தடுத்து, விக்கினங்களை உண்டாக்கி உணர்த்த வேண்டும் என வேண்டினர். சிவபிரானும் அருகில் இருந்த உமா தேவியை நோக்கினார். அப்போது அதிரூபமான தோற்றத்துடன் ஒரு மைந்தன் தோன்றினார். மைந்தனின் மோகன அழகு பிறரைச் சலனமடையச் செய்யும் என்பதனை உணர்ந்த தேவி ‘இவ்வழகிய தோற்றம் நீங்கி, நீ தொந்தி வயிறும், யானைத் தலையும் அடைவாயாக’ எனக் கூற, பெருமானும் இத்திருவுருவினைப் பெற்றார். சிவபிரான், “நீயே விக்கினங்களுக்கும், விக்கின நீக்கங்களுக்கும் பிரதமகாரணனாக இருப்பாயாக. எச்செயலும் உன்னை முதலில் வழிபட்டே ஆரம்பிக்க வேண்டும். அப்போதுதான் காரிய சித்தி ஏற்படும்” எனவும் அருளினார்.

பிடியும் களிறும்

சிவபிரானும் உமா தேவியும் நந்தவனத்தில் உலாவச் சென்றனர். அங்கு ஒரு பிடியும் களிறும் தம்மை மறந்து கலந்து நிற்பதனைக் கண்டனர். இதனைக் கண்டு இவர்களும் களிறும் பிடியுமாக மாறினர். பிள்ளையார் தோன்றினார்.

இவ்வாறு சம்பந்தர் திருப்பாடல்களான “பந்தத்தார்” என்னும் கழுமலப் பதிகத்திலும் “பிடியதனுருவுமை” என்னும் திருவலிவலம் பதிகத்திலும் காணப் பெறுகின்றது.

ஓம் எனும் திருவுரு

கயிலையில் ஒரு இளவேனிற் காலத்தில் சிவபிரானும் தேவியும் நந்தவனத்தில் உலாவந்தனர். அப்போது அருகில்

இருந்த சித்திரக் கூடத்தினுள் சென்றனர். அங்கு பல எண்ணற்ற அரிய கலைப்படைப்புகள் இருந்தன.

அதில் 'ஓம்' எனும் பிரணவ வடிவம் இருந்ததனைக் கண்டு வியந்து, இருவரும் அதனை ஊன்றிக் கவனித்தனர்.

அப்போது சமஷ்டிப் பிரணவமாகிய அது பிரிந்து சிவனின் 'அ' கரமாகவும சக்தியின் 'உ' கரமாகவும் பிரிந்தது. அகரம் களிறாகவும் (ஆண் யானை) உகரம் பிடியாகவும் (பெண் யானை) மாறிக் கலந்தன. விநாயகப் பெருமான் தோன்றினார் எனக் காஞ்சிப் புராணத்தில் காணப்பெறுகின்றது.

இதனையே பிரணத்திலிருந்து ஒரு ஜோதி தோன்றியது. அதன் மத்தியில் இருந்து விநாயகப் பெருமான் ஜோதி மயமான குழந்தையாகத் தோன்றினார் என்றும் கூறுவர்.

கந்த புராணம் பிரணவம் பிடியும் களிறுமாக மாறிக் கலந்தது; விநாயகர் தோன்றினார் என்று குறிப்பிடுகின்றது.

6. பிள்ளையார் சுழி

எந்தக் காரியத்தைச் செய்யத் தொடங்கினாலும் அந்தக் காரியம் விக்கினம் ஏதுமின்றி நன்கு நடைபெற விக்கினேஷ்வரரான விநாயகப் பெருமானை வணங்கியே தொடங்குதல் வேண்டும். எதை எழுதத் தொடங்கினாலும் நாம் மேற்கொள்ளும் செயல் செம்மையாக முடிய வேண்டுமென்பதற்காக விநாயகரின் துணை வேண்டி 'உ' என்ற எழுத்தினை எழுதியே தொடங்குதல் வேண்டும். இதனை எழுதினாலே பிள்ளையார் வணக்கம் செய்ததாக ஆகிவிடும்.

ஒலி வடிவமும் வரி வடிவமும் சேர்ந்து எழுத்தாகும். ஒலி வடிவத்தினைக் குறிப்பது '0' வட்டம். வரி வடிவினைக் குறிப்பது '-' கோடு. இந்த இரண்டு சேர்ந்து தான் பிள்ளையார் சுழி ஆயிற்று. ஒலி வடிவினை 'நாதம்' என்றும், வரிவடிவினை 'விந்து' என்றும் கூறுவர். சக்தியையும் சிவனையும் வேண்டி இடப்படும் குறியே பிள்ளையார் சுழி என்பாரும் உண்டு.

பிந்து புள்ளி வடிவம். இது சக்தியாகும். நாதம்-தண்ட வடிவம். இது சிவமாகும். இரண்டின் இணைப்பே பிள்ளையார் சுழி. சக்தியும் சிவனும் ஒன்றுக் கலந்த நிலையைக் காட்டும் அடையாளமாகும் இது. நாத பிந்துக்களை ஒலிக்க முடியாது. அதேபோல் பிள்ளையார் சுழியை ஒலிக்க முடியாது. அதனால் இதனை 'ஊமை எழுத்து' என்பர். சாஸ்திர நூல்கள் இதனை மௌனாக்கரம், மூலமனு, மௌனக்குறி என வழங்குகின்றன.

எண்ணத்திலும் எழுத்திலும் செயலிலும் கலந்து நின்று காக்கும் விநாயகப் பெருமானை வணங்கி ஆரம்பிக்கும் பழக்கமாகவே பிள்ளையார் சுழி இடுவது ஆரம்பமாயிற்று.

ஐந்தெழுத்துக்களின் சுட்டு வடிவே பிரணவமாகும். வட்டப் புள்ளி * அதாவது நட்சத்திர வடிவு இது முதல் உரு ஆகும். தண்டம் போலப் படுக்கையில் கிடக்கும் நேர் கோடு-இரண்டாம் உரு ஆகும். வட்டம் 0 மூன்றாம் உரு ஆகும். பிறைமதி நான்காம் உரு ஆகும். புள்ளி * இது பிந்து. இது ஐந்தாம் உரு ஆகும். இவற்றில் வட்டப் புள்ளியும் நேர் கோடும் சேர்ந்து பிள்ளையார் சுழி ஆகும்.

பிரணவத்தின் கூட்டாகிய அகரம் சிவம்: உகரம் சக்தி, மகரம் மலம். நாதம் மாயை, பிந்து உயிர் ஆகும். இதில் அகர உகரமாம் சிவமும் சக்தியும் இணைந்தது பிள்ளையார் சுழி. அதாவது சிவசக்திகளின் சேர்க்கை பிள்ளையார் சுழியாகும்.

எழுத்துக்களுக்கெல்லாம் தாயாகிய பிரணவத்தை முதலில் எழுதியே ஏனையவற்றை எழுதுவதை வழக்கமாகக் கொண்டனர் நம் முன்னோர். பிரணவமான 'ஓம்' என்பதை விரைவாக எழுதும் போது அது பிள்ளையார் சுழியாக மாறியது என்பர் சிலர்.

திருமூலர் அகரமாகிய பசு (உயிர்). உகரமாகிய பதி (இறை). மகரமாகிய பாசம் (மலம்) (திருமந். 975) என்கின்றார். இதன்படி அகர, உகர இணைப்பே அதாவது உயிரும் இறையும் இணைந்து அகாரமாகிய உயிர் வடிவம் அற்று உகார வடிவே வடிவமாய்-பிள்ளையார் சுழியாய்க் காட்சி தருகின்றது.

பிரணவத்தின் ஐந்து கூறுகளில் ஒவ்வொரு கூறுக்கும் ஒரு அதிதேவதை இருப்பதாகச் சிவஞான போதம் குறிப்பிடும். அதன்படி அகரம் பிரமனையும், உகரம் திருமாலையும், மகரம் உருத்திரனையும், விந்து மகேசனையும், நாதம் சதாசிவனையும் குறிக்கும்.

எழுதத் துவங்குவது இலக்கிய சிருஷ்டியாகும். இதன்படி பிரமனை அதி தெய்வமாகக் கொண்ட அகரத்தின் கூறாகிய 'ெ'

இதனையும், அந்த இலக்கியம் நீடித்து நிலைக்கும் பொருட்டு திருமாலை அதி தெய்வமாகக் கொண்ட உகரத்தின் கூறாகிய '-' இதனையும் இணைத்து 'உ' பிள்ளையார் சுழியாக எழுதுகிறோம்.

0 நகரத்தையும்-படுக்கையான நேர்கோடு மகரத்தையும் குறிக்கும். இதன்படி வட்டமும் நேர்கோடும் இணைவது 'நம' என்பதன் வடிவமாகும். 'நம' என்பதற்கு 'வணக்கம்' எனப் பொருள் கூறுவர். இதன்படி 0-சேர்வதனை "வணக்கம்" என்றும், "பணிதல்" என்றும் குறிப்பிடுவர்.

யானை வடிவு ஓங்காரத்தை நினைவூட்டும். விநாயகரின் யானை வடிவு, ஓங்கார வடிவினன் என்பதைப் புலப்படுத்தும். இதனால்தான் விநாயகரின் அஷ்டோத்திர சத நாமங்களில் "ஓம் ஓங்காராய நம" என்று துதிக்கப்படுகின்றார்.

குழந்தைகள் தாமாக எழுதத் தொடங்கும் போது முதலில் வட்டம் போடுவார்கள். வட்டம் இயற்கையான வடிவம். விரைவாக வட்டம் போட்டு முடிக்கும் போது நீளக் கோட்டில் முடியும். இதுவே பிள்ளையார் சுழி ஆனது என்பர் சிலர்.

எழுத ஆரம்பிக்கும்போது எழுதக் கூடிய எழுதுகோல் நன்றாக எழுதுமா எனப் பார்க்கவும், வட்டம் நீளம் என இரண்டும் எழுதுமா என எழுதிப் பார்த்தனர். அதுவே பிள்ளையார் சுழியானது என்பர் சிலர்.

7. எங்கும் நிறைந்த பெருமான்

இறைவனை முழுமனதுடன் வழிபட்டால் நினைத்தவை கைகூடும்; வாழ்க்கை சிறப்படையும். நம் முன்னோர்கள் எதனை, எப்போது செய்தாலும் இறைவனை முதலில் வணங்கியே செய்வர். இதனை நம் புராணங்கள் குறிப்பிடுகின்றன.

அதிலும் குறிப்பாக எந்தச் செயலைத் செய்தாலும் பிள்ளையாரை வணங்காமல், நினைக்காமல் ஆரம்பிப்பது இல்லை; கணக்கு எழுதினாலும், ஏன் எதை எழுதத் தொடங்கி னாலும் பிள்ளையார் சுழி போடாமல் தொடங்குவதில்லை. புது வீடு புக, திருமணம் முதலிய நன்மைகள், குழந்தைகளைப் பள்ளிக்கு அனுப்புதல், காது குத்தல் இவை மட்டுமன்றி தீமையிலும் விநாயகரை முதலில் நினைத்து வணங்குவது நம் மரபாகும்.

எந்தச் சடங்காக இருப்பினும் அதைத் தொடங்கும் பொழுது முதலில் விநாயகப் பெருமானை முன்னிலைப்படுத்தி, அவரை வணங்கியே தொடங்குதல் வேண்டும். எல்லாக் கோயில்களிலும் முதலில் பிள்ளையாருக்குப் பூஜை செய்த பின்னரே பிற தெய்வங்களுக்குப் பூசை செய்வது வழக்கம்.

எத்தகைய அறிவாளியாகவும், வல்லமையாளராகவும் இருந்த போதிலும் பிரணவ சொரூபியாகவும் முழுமுதற் கடவுளாகவும் விளங்கும் விநாயகப் பெருமானை வணங்கா விடில் அவர்கள் எடுத்த காரியம் நிறைவேறாது; சோர்வு ஏற்படும்; தடைகள் பல உண்டாகும்.

இதனைத் தொடர்ந்தே 'ஆச்சு, பிள்ளையார் குட்டியாச்சு', 'பிள்ளையார் சுழிபோட்டாயிற்று' என்று சொல்லும் வழக்கமும் ஏற்பட்டது.

ஆதியில் சிவபிரானும் வேதத்தைச் சொல்லத் தொடங்கு முன் தம் காரியம் நிறைவேற வேண்டும் என்பதற்காக 'ஓம்' என்று உச்சரித்து, பிரணவத்தை முதலில் வைத்தே பிறகு வேதங்களை ஓதினார். ஓங்கார மூர்த்தியாம் விநாயகப் பெருமானை முதலில் துதிக்க வேண்டும் என்பதற்காகவே எல்லா மந்திரங்களுக்கும் முதலில் இந்த ஓங்கார மந்திரத்தை வைத்துள்ளனர்.

திரிபுரம் எரிக்கச் சிவபிரான் செல்லும் போது தேரினை வடிவமைத்த தேவர்கள் பெருமானை வணங்கித் தொடங்காததினால் தேரின் அச்சு முறிந்தது என்ற புராண வரலாறு விநாயகப் பெருமானை வணங்காமல் எதையும் செய்யக் கூடாது என்பதனை வலியுறுத்துகின்றது.

ஆவணி மாதம் விநாயகப் பெருமானின் சதுர்த்தியினைக் கொண்டாடுவதிலும் பல உண்மைகள் உள்ளன. கொல்லம் ஆண்டு என்பது ஆவணி மாதத்தினை முதலாகக் கொண்டு தொடங்குவதாகும். பொதுவாக இந்துக்களின் பண்டிகைகள் வளர்பிறை, பௌர்ணமியில் தொடங்குவது, கொண்டாடுவது வழக்கம்.

அதுபோல இந்துக் கடவுளர்களின் முதன்மையானவரான விநாயகப் பெருமானுக்கு ஆண்டில் முதல் மாதமாகிய ஆவணி மாதம் விழாக் கொண்டாடுகின்றனர். இவ்விழாவிற்குப் பின்னரே இதர பண்டிகைகளும், பூஜைகளும் வரும் என்பதும் காண வேண்டிய ஒன்றாகும்.

நாம் எதைச் செய்தாலும் எடுத்த காரியம் இடையூறு (விக்னம்) இன்றி நடக்க நாம் பிராத்தனை செய்யும் விநாயகப் பெருமானுக்கு 'விக்கினேஷ்வரன்' என்ற திருநாமம் வழங்கப் பெறுகின்றது.

சிவபிரானும் பிள்ளையாரும்

சிவபிரானின் மூத்த திருக் குமாரரான விநாயகப் பெரு மானுக்கும் சிவபிரானுக்கும் பல்வேறு ஒற்றுமைகள் உள்ளன. இருவரும் வேறல்லர் என்பர். சிவபிரானின் மற்றொரு வடிவமே விநாயகர் என்பர்.

1) சிவபிரானை போலவே விநாயகரும் செம்மேனியை உடையவர்.

2) சிவபிரானுக்கு 5 தலைகள் இருப்பது போல ஏரம்பக் கணபதிக்கும் 5 தலைகள்.

3) சிவபிரானுக்கு முக்கண் இருப்பது போல விநாய கருக்கும் உண்டு.

4) 3ம் பிறை இருவருக்கும் பொது.

5) சிவபிரான் பாம்பை அணியாகக் கொண்டவர். இவர் பாம்பை அணியாகவும் பூணுலாகவும் தரித்துள்ளார்.

6) சடை முடியும் ருத்திராக்ஷமும் இருவருக்கும் உண்டு.

7) சிவனைப் போல கபாலமும், செம்பு மாலையும் கணபதியும் தாங்கியவர்.

8) சிவபிரானின் சூலப்படை கணபதியின் திருக்கரத்திலும் உண்டு.

9) சிவபிரானின் படைத்தல், காத்தல், அழித்தல், மறைத்தல், அருளல் ஆகிய ஐந்தொழில்களையும் விநாயக பெருமானும் செய்கிறார்.

10) சிவபிரான் போலவே இவரும் நடனக் கோலத்திலும் காட்சி தருகிறார்.

11) சிவன் பார்வதியை இடப் பாகத்தில் வைத்திருப்பது போல் விநாயகப் பெருமானும் வல்லபையை இடப் பக்கம் வைத்துள்ளார்.

12) சிவபிரானின் பெயரான நீலகண்டன் என்னும் பெயரைத் தம் பெயருடன் கொண்டு சுசீந்திரத்தில் நீலகண்ட விநாயகராகக் காட்சி தருகிறார்.

எங்கும் உறையும் பெருமான்

விநாயகப் பெருமான் எளிமையானவர். கோயில்களில் மட்டுமின்றி ஆற்றங்கரை, குளக்கரை, முச்சந்தி, நாற்சந்தி, அரசமரத்தடிகளிலும், வீட்டு சந்து, குத்து உள்ள இடங்களிலும் வானமே கூரையாக, வெயில், மழைகளைப் பொருட்படுத்தாமல் அமர்ந்திருந்து பக்தர்களுக்கு எளிமையாகக் காட்சி தந்து, வருவோர், போவோர் அனைவருக்கும் இறை உணர்வை நினைவூட்டி, அவர்களின் வணக்கத்தையும், வழிபாட்டையும் பெற்று அவர்களுக்கு அருள் பாலிப்பார்.

விருந்தினராகும் விநாயகர்

பொதுவாக நம் ஊர்களில் பல்லாயிரக்கணக்கான விநாயகப் பெருமானின் திருவுருவச் சிலைகள் தக்க பாதுகாப்புகள் இன்றித் திறந்த வெளியிலேயே பிரதிஷ்டை செய்யப்பட்டுள்ளன. இக்கோயில் திருவுருவத்தை எடுத்துச் சென்று வேறு ஊர் அல்லது வேறு இடத்தில் யாரும் அறியாமல் களவு செய்து பிரதிஷ்டை செய்வது சிறப்பு என்ற எண்ணம் பரவலாக உள்ளது. இவ்வாறு களவு செய்வதனை மக்களும் பெரிதாக எண்ணுவதில்லை. பிற இடங்களிலிருந்து எடுத்து வந்த பெருமானையும் சிறப்பு விருந்தினராகவே நம் மக்கள் எண்ணிப் போற்றுகின்றனர். இதன் அடிப்படைத் தத்துவம் பரஞ்சோதி முனிவர் வாதாபியில் இருந்து கணபதியை எடுத்து வந்து தமிழகத்தில் பிரதிஷ்டை செய்ததாகவும் இருக்கலாம்.

8. வித்தக விநாயகரின் தெய்வத் திருக்குடும்பம்

சிவபிரான்-உமா தேவியின் மூத்த திருமைந்தன் விநாயகப் பெருமான் என்பது புராணம். இவரது உடன் பிறந்தவர்கள் முருகன், வீரபத்திரர் ஆவர். விஷ்ணு பெருமான் தாய்மாமன்.

தருமதத்தனின் புதல்வியர்களான சித்தி, புத்தி என்னும் இரு சக்திகளைத் தம் துணைவியாராக ஏற்றார். இருவரையும் தம் இரு புறமும் அமர்த்திக் கொண்டார். ஒருமைப்பாட்டுடன் வழிபட்டால் நமக்கு எல்லா வகையிலும் சித்தி (நற்பேறு), புத்தி (நல்லறிவு) கிடைக்கும் என்பதே இதன் தத்துவம் ஆகும்.

சித்தி தேவிக்கு லக்ஷன் என்னும் புத்திரனும், புத்தி தேவிக்கு லாபன் என்னும் புத்திரனும் உண்டு என்பது புராணம்.

திருமால் தம் மகளிர் மோதை, பிரமோதை, சுமகை, சுந்தரி, மனோரமை, மங்கலை, கேசினி, காந்தை, சாருகாசை, சுமத்திமை, நந்தினி, காமதை முதலிய பன்னிருவரைத் திருமணம் செய்து கொடுத்தார். இதனால் திருமாலின் முதல் மருமகனாகத் திகழ்ந்தார்.

விநாயகப் பெருமானை நம் தென்னாட்டவர் அனைவரும் பிரம்மச்சாரி வடிவிலேயே வணங்குகின்றனர். சித்தி, புத்தி, வல்லபை என்பவர்களை மணந்து இல்லறத்தானாகவும் கூறுவர். வட நாட்டினர் சித்தி புத்தி தேவியருடன் சேர்த்தே பெருமானை வழிபடுகின்றனர்.

மாரீச முனிவரின் மகளான வல்லபையை மணந்து அவரைத் தன் இடப் பாகத்தில் வைத்துக் கொண்டதனால் வல்லபைக் கணேசன் எனப் பெயர் பெற்றார். இப்படியாக விநாயகப் பெருமானுக்கு 15 தேவியர் உண்டு என்பர்.

சித்தி புத்தி விநாயகரை வணங்குபவர்கட்கு க்ஷேமம், லாபம் என்ற பிள்ளைகளைத் தருவார் என்பது ஐதீகம்.

திருமாலின் மருமகனாக விளங்குவதால் வைணவர்களும் விநாயகரை வழிபட்ட பின்னரே தம் தெய்வங்களை வணங்குகின்றனர்.

பிரம்மாவின் சித்தி, புத்தி என்னும் இரு புத்திரிகளையும் மணந்ததனால் பிரம்மாவின் மருமகனாகவும் விளங்குகின்றார். இத்தேவியர் இருவரையும் தம் இருபுறமும் அமர்த்திக் காட்சி தருகின்றார். 'சித்தியோடு புத்தி தரு தொப்பையப்பன்' என அபிராமி அந்தாதி சுட்டுகின்றது. இத்திருமணம் சிவபிரான் உமாதேவி எழுந்தருள, பெண்களின் பெற்றோரான பிரம்மதேவர் சரஸ்வதி முன்னிற்க, தேவர்கள் முனிவர்கள் சூழ நடந்தது. திருமணத்தை ஜனக முனிவர் நடத்தினார் என்பது புராணம்.

"சித்தியொடு புத்தியும் வல்லபையும் தினமேவிய செம்பவளக் கரிநேர் அத்திமுகன்" என நல்லாற்றூர் பதிகம் குறிப்பிடுகின்றது.

இவ்வாறாக மொத்தமுள்ள 15 தேவியருள் வல்லபை, சித்தி, புத்தி தேவியரே முக்கியமானவர்கள். மற்ற தேவியர்கள் பன்னிருவரும் இம்மூன்று சக்திக்குள் அடக்கம்.

9. போஜனப் பிரியர்

விநாயகரின் வழிபாட்டில் உணவு மிக முக்கியமானதாகக் கொள்ளப்படுகிறது. அதிலும் சத்துள்ள உணவுகளே அதிக இடத்தைப் பெறுகின்றது. அதில் பெருமான் பெருவிருப்பம் கொண்டுள்ளார். இந்தச் சத்துணவுகளைத் தமக்குப் படைத்து, அதனை பக்தர்கள் உண்ணும் போது அவர்கள் உடல்நலம் பெற்று நல்வாழ்வு வாழ்வர் என்பதே குறிக்கோள். அதிகம் உண்பவருக்கும், குறைவாக உண்பவருக்கும் நோயுண்டாகும். எனவேதான் அளவுடன் கலந்து பல உணவுகளை இறைவனுக்குப் படைக்கிறோம். இவருக்குப் படைக்கும் நைவேத்தியங்களைப் பக்தர்களுக்கும் சிறுவர்களுக்கும் பிரித்துக் கொடுக்கும்போது அவர்களுக்கு ஏற்படும் திருப்தி இறைவனுக்கு ஏற்படும் திருப்தி ஆகும்.

ஆனை முக அம்மான் பேழை வயிறும், கையில் காணும் மோதகம், மாங்கனி, மாதுளங்கனி இவைகளுடன் போஜனப் பிரியராகக் காட்சி தருகின்றார்.

இவரது திருக்கரத்தில் எப்போதும் மோதகம் விளங்கும், அண்டங்களின் காவலன் இவரே என்பதனை மோதகமும் அதனுள் உள்ள பூரணமும் உணர்த்தும். அனந்தாதி அண்டம் என்னும் பொருளில் வெள்ளை மாவினால் செப்பு செய்து பிரம்மம் உலகெங்கும் பூரணமாக நிறைந்திருக்கிறது என்னும் பொருளில் உள்ளே பூரணம் வைத்து மோதகம் செய்வர்.

சரிந்த தொந்தியுடன் திருக்கரத்தில் மோதகமும் ஏந்திக் கொண்டு நடனத் திருக்கோலத்தில் காட்சிதரும் பெருமான் பிள்ளைகள் சிறுவயதில் நிறைய உண்ண வேண்டும், நன்கு

விளையாட வேண்டும் என்பதனை உணர்த்தும் வகையில் திருக்கரத்தில் மோதகம் கொண்டு ஆடுவதாகக் கூறுவர்.

விநாயகப் பெருமானுக்கு அதிரசம், அப்பம், அமுது, அவரை, அவல், இளநீர், எள்ளுருண்டை, கரும்பு, கடலை, கற்கண்டு, சர்க்கரைப் பொங்கல், சீனி, தயிர், திணைமா, தேங்காய், தேன், தோசை, நாவல்பழம், நெய், பணியாரம், பச்சரிசி, பயிறு, பனங்கிழங்கு, பாகு, பலாப்பழம், பால், பிட்டு, பொரிமா, பொறி, புளியோதரை, மாதுளங்கனி, மாம்பழம்,

மிளகு, மிளகு சாதம், மோதகம், லட்டு, வடை, வள்ளிக் கிழங்கு, வாழைப்பழம், வெண்ணெய், வெண் பொங்கல், வெள்ளறிக்காய், வெள்ளறிப் பழம், வெல்லம், விளாம்பழம் ஆகியன மிகவும் விருப்பமானவையாகும்.

வாழைக் கனிபல வின்கனி
மாங்கனி தாஞ் சிறந்த
கூழைச் சுருள் குழை அப்பம் எள்
ளுருண்டை எல்லாந் துறுத்தும்
பேழைப் பெருவியிற் றோடும்
புகுந்தென் உள்ளம் பிரியான்
வேழத் திருமுகத் துச் செக்கர்
மேனி விநாயகனே

– கபில தேவ நாயனார்

10. திருவுருவ அமைப்பு

(படிமம்)

வேழ முகம், பருத்த உடல், குட்டையான கை கால்கள், மூன்று கண்கள், நான்கு திருக்கரங்கள், துதிக்கையையும் சேர்த்து ஐந்து கரத்தனன் என்பர். மேல் கைகளில் பாசம், அங்குசம் கீழ்க்கைகளில் தந்தமும், வரதமும் விளங்கும். துதிக்கையில் மோதகம், வலது காலைத் தொடையுடன் சேர்த்து மடித்து ஆசனத்தில் ஊன்றி, இடது காலை அவ்வாசனத்தில் படுக்கை யாகக் கிடத்தி, பத்ம பீடத்தில் அமர்ந்து, தும்பிக்கையை வலமாகச் சுழித்து விளங்கும் மூர்த்தி. இவரை வலம்புரி விநாயகர், பிரணவ மூர்த்தி, ஓங்கார மூர்த்தி என்பர். பவள நிறத்தினர். பானு (சூரியன்) நிறத்தினர். மஞ்சள், சிவப்பு வெண்மையான மேனி நிறமுடையவர். வெண்பட்டாடை அல்லது கரண்ட மகுடம் அணிந்து, நாகயக்ஞோபவீதம் அல்லது பூணூல் தரித்து, ஹாரம், கேயூரம், கடகம், கடிசூத்திரம், அதரபந்தம், லலாடபட்டம் முதலியன

அணிபூண்டு காட்சி தருகின்றார். திருவரையிற் பாம்பைக் கச்சாகக் கட்டியவர். மூஷிக வாகனர்.

துதிக்கையை இடமாக நீட்டி இடது கையில் பிடிக்கப்பெற்ற மோதகத்தைத் தொட்டுக் கொண்டிருக்கும் அமைப்புடைய மூர்த்தி சித்தி விநாயகர் ஆவார்.

உகரமாவது இறைவனின் காத்தல் தொழிலை உணர்த்தும், இவரது தலையும் தும்பிக்கையும் சேர்ந்து உகரத் தோற்றம் தருகின்றது. எனவே இவரைக் காத்தல் கடவுளாகக் கொண்டு சுக போகங்களை வேண்டுபவர்கள் இத் திருவுருவினை வணங்குவர். இக் கோலத்தில் காத்தற் தொழிலைச் செய்வதால் விஷ்ணு மூர்த்தியாகவே பாவிக்கப்படுகிறார். எனவே விஷ்ணு வுக்குரிய சங்கு, சக்கரம் விநாயகருக்கு ஆயுதங்களாயின.

கோலத்திற்கு ஏற்றவாறு பலகரங்கள் கொண்டு, பல்வேறு ஆயுதங்கள் தாங்கி, நின்ற, அமர்ந்த, நடனக் கோலத்தில் இருப்பார். நின்ற கோலத்தில் ஆபங்கம் அல்லது சமபங்கத்தில் இருப்பார். அமர்ந்த கோலத்தில் உடலும் தலையும் நேரியதாகவும் உள்ளது.

வீட்டு வழிபாட்டிற்கு அமர்ந்த கோலமே சிறப்பாகும். திருக்கோயில்களில் உற்சவராய் அமர்ந்த கோலத்திலும், நின்ற கோலத்திலும், சிறப்பாக நடனக் கோலத்தில் வலது காலை ஊன்றி இடது காலைத் தூக்கி நடனமாடும் கோலத்தில் இடது கையை விசயமைந்த நிலையில் காட்சி தருகின்றார்.

விநாயகர் திருவுருவம் அமைய வேண்டிய முறைகளைப் பற்றிப் பல நூல்கள் குறிப்பிடுகின்றன. சில்பரத்னம், சாரஸ்வதியம், விஸ்வகர்மீயம், ஐந்திரமதம், மநுசாரம் ஆகும். பொதுவாக விஸ்வகர்மீய நூல்படியே திருவுருவங்களைச் சமைப்பர்.

புராணங்களும் சாஸ்திரங்களும் செம்பவள நிறத்தினராகக் குறிப்பிடினும், பொதுவாகக் கரிய திருமேனியராகவே தமிழகத்தில் வணங்கப் பெறுகின்றார்.

வேழ (யானை) முகம், பருத்த உடல், குட்டையான கைகால்கள், நான்கு திருக்கரங்களில் மேல் இரு கரங்களில் பாசம், அங்குசம், கீழ் இரு கைகளில் தந்தம், வரதம், துதிக்கை முடிவில் மோதகம், ஒற்றைக் கொம்பை எழுத்தாணியாகக் கொண்டு விளங்குவார். துதிக்கை பொதுவாக இடப்புறம் சுழித்திருக்கும். சிற்சில இடங்களில் மட்டுமே வலப்புறம் சுழித்திருக்கும். முறம் போன்ற அகன்ற காதுகள், நான்கு தோள்களில் பாம்பை அணிகலனாகக் கொண்டவர். இடுப்பைச் சுற்றிலும் பாம்பை முடிந்திருப்பார். துதிக்கையின் முடிவில் சில இடங்களில் அமுத கலசம் திகழும். பேழை வயிறும், புலித்தோல் உடையும் உடுத்து, கால்களில் வீரகண்டை, கிண்கிணி, பாதசாலம், நூபுரம், சதங்கை அணிந்து காட்சி தருவார். இவர் வலது காலைத் தொடையுடன் சேர்த்து மடித்து ஆசனத்தில் ஊன்றி இடது காலை நிமிர மடித்து உட்கார்ந்திருப்பதே யோக நிலையில் அமர்ந்திருப்பதாகும்.

11. காட்சிக்கு எளியர்

விநாயகப் பெருமானை அமைக்க எல்லாப் பொருட்களையும் இடத்திற்கு ஏற்ப வசதிபோல உருவகப்படுத்தி அமைத்து வணங்கலாம். பசுஞ்சாணம், களிமண், மண், புற்றுமண், மாவு, மஞ்சள் தூள், சந்தனம், பஞ்ச உலோகம், வெள்ளெருக்கின் வேர், வெண்ணீறு, சர்க்கரை, மாக்கல், கருங்கல், சலவைக்கல், பளிங்கு, செம்பு, பவளம், முத்து, யானைத் தந்தம், அத்திமரம் எனப் பல வகைகளில் எதில் வேண்டுமானாலும் பெருமானை அமைத்து வணங்கலாம். உருவம் இல்லை என்று எண்ணாமல் பிடித்து வைப்பதை எல்லாம் பிள்ளையாராகவே கொண்டு வணங்க வேண்டும்.

ஐந்து உலோகச் சேர்க்கையினால் பஞ்சலோக விநாயகர் திருவுருவினை அமைக்கலாம். வெள்ளெருக்கின் வேரில் வடிக்கும் விநாயகரைப் பூஜை செய்வது மகாசக்தி தரும். மனதில் விநாயகர் உருவை நிறுத்தி வணங்குவதும் எளிதானதாகும்.

மஞ்சள் தூள் விநாயகர்

திருவலஞ்சுழியில் கடல் நுரையால் ஆன திருவுருவமும், திருப்புறம்புயம் பெருமான் கடல்படு பொருள்களான மணல், கிளிஞ்சல், நத்தைக்கூடு இவைகளினால் ஆன திருவுருவமும் உள்ளது. நர்மதை நதியில் கிடைக்கும் சாளக்கிராமக் கல்லிலும்

சமைப்பர். கணபதி குண்டம் என்னும் இடத்தில் கணபதி உருவமும், பாணலிங்கம் போலத்தானே விளைக்கின்றது. இதனைப் பூசிப்பது மிகவும் சிறப்பாகும். வழிபாட்டின்போது கும்பம், கூர்ச்சம், ஓமாக்கினி ஆகியவற்றிலும் பெருமானை ஆவாகித்து வழிபடலாம்.

வழிபாட்டு எளிமை

இவரை வழிபடுவது மிகவும் எளிது. எதைப் பிடித்து வைத்தாலும் அவர் பெருமானாகக் காட்சி தருவார். இவருக்கு மல்லி, பிச்சி, ரோஜா என நறுமண மலர்கள்தான் வேண்டும் என்றில்லை. எங்கும் எளிதில் கிடைக்கும் அறுகம்புல்லை எடுத்து பெருமானுக்குச் சாத்துவதையே அவர் பெரிதும் விரும்பி ஏற்கிறார். யாரும் பயன்படுத்தாத எருக்கம் பூவினை ஏற்றுக் கொள்கிறார். எளிய வழிபாடான தலையில் குட்டுவதும், தோப்புகரணம் போடுவதுமே அவருக்கு விருப்பமானது ஆகும். தேங்காயை விடலை போடுவதே அவர்க்கு உகந்தது. எளிய நெய்வேத்தியமான அவல், பொறி, எள்ளுருண்டை, மோதகம், கொழுக்கட்டையே அவரது விருப்பம்.

அபிஷேகப் பொருள்கள்

இப்பெருமானுக்கு உகந்த அபிஷேகப் பொருள்கள், சந்தனாதித் தைலம், மாப்பொடி, மஞ்சள் பொடி, திரவியப் பொடி, பஞ்சகவ்யம், ரணுபஞ்சாமிர்தம், பழபஞ்சாமிர்தம், நெய், பால், தேன், கருப்பஞ்சாறு, பழரசங்கள், இளநீர், சந்தனம் முதலியனவாகும்.

வழிபாட்டுக்குரிய பத்திரங்கள், மலர்கள்

அருகு, வன்னி இலை, எருக்கம்பூ, கொன்றை, மா இலை, வில்வ இலை, மந்தாரைப் பூ, செம்பருத்தி, ரோஜா, தாமரைப்பூ, தும்பைப்பூ, சங்குபுஷ்பம் உகந்தாகும். சதுர்த்தியன்று மட்டும் துளசியைப் பயன்படுத்தலாம். தாழம்பூவைப் பயன்படுத்தக் கூடாது.

12. ஓங்கார வடிவினர்

ஓங்காரமே உலகம்; உலகமே ஓங்காரம். உலகம் ஓங்கார வடிவம் கொண்டது. எனவேதான் ஓங்கார வடிவினராகிய விநாயகப் பெருமானைத் தொழுவது முதன்மையானது. இது அகண்ட உலகத்தை வணங்கி, உலகத்தின் நடையைத் தனக்கு வழிகாட்டுதலாகக் கொண்டு, அதற்கு அடங்கி அதைத் தனக்கு முன்னதாகக் கொண்டு அதற்கு அடங்கி நடந்து வரவேண்டும். உலகம் சிறந்து வாழ்ந்தால் தான் நாமும் சிறப்புடன் வாழ முடியும் என்பதை உணர்த்துவதாக உள்ளது.

இந்த எண்ணத்தை நாளும் வளர்த்துவர வேண்டும். இதை உணர்த்தும் வகையில்தான் இத்தத்துவத்தை உணர்த்தும் பெருமானை நாம் எப்போதும் வணங்க வேண்டும் என நம் முன்னோர்கள் வழிகாட்டினார்கள்.

ஓம் என்னும் ஏக அக்ஷரமே பிரணவம் ஆகும். அதுவே பரப்ருஹ்மம். நான்கு வேதங்களாகிய ருக்கு, யஜுர், சாம, அதர்வண வேதங்களில் கூறப்பட்டுள்ள மந்திரங்களுக்கும் முற்பட்டது. ஒவ்வொரு மந்திரமும் “ஓம்” என்பதை முதலாவ தாகக் கொண்டு துவங்கி ஓதப் பட்டாலும், பிரணவம் தனி வேதமாக அதாவது ஐந்தாவது வேதமாக அமைந்துள்ளது.

பிரணவ வேதமானது *32* மந்திரங்களையும், *32* அத்தி யாயங்களையும், ஒவ்வொன்றும் *118* பாஷ்ய மந்திரங்களையும் கொண்டது. ருக்கு, யஜுர், சாமம், அதர்வணம் ஆகிய ஐந்து வேதங்களும் முறையே பிரம்மச்சர்யம், கிரகஸ்தம், வானப் பிரஸ்தம், ஸந்நியாசம், திகம்பரம் ஆகிய ஐந்து நிலைகளையும், முழுமுதற் கடவுளான ஸ்ரீ பரமேஸ்வரனின் சத்யோஜாதம்,

வாமதேவம், அகோரம், தத்புருஷம், ஈசானம் ஆகிய ஐந்து திருமுகங்களையும், அவற்றில் தோன்றிய மனு, மய, துவஷ்டா, சில்பி, விச்வஜ்ஞராகிய பஞ்ச பிரம்மாக்களையும் பிரதிபலிப்பன வாகும்.

பிரணவவேதம் ஈஸ்வரனின் ஊர்த்துவ (மேல் நோக்கிய) முகமாகிய ஈசான முகத்தைச் சார்ந்தது. எனவே அதன் சிறப்பினை விளக்குவது எளிதல்ல.

மும்மூர்த்திகளில் முதலான வரும் உயிர்களைப் படைப் பவருமாகிய பிரம்ம தேவன். இத்தகு சிறப்பினைப் பெற்ற பிரணவ வேதத்தின் பொருளை எடுத்துக் கூற முடியாது, கந்தவேளின் திருக்கரத்தினால் தன் தலையில் குட்டுண்டு சிறையில் அடைபட்டார்.

'ஓம்' என்னும் பிரணவாக்ஷரம், அகர, உகர, மகரங்களின் கூட்டு ஆகும். பிரணவத்தின் ரூபத் தையே விநாயகப் பெருமான் தன் திருவடிவாகப் பெற்றிருக்கிறார்.

கணபதியின் திருவடிவினை "காமேஸ்வரமுகாலோக கல்பித ஸ்ரீகணேச்வரா" என்று லலிதா சகஸ்ரநாமம் குறிப்பிடுகின்றது.

ஓம் என்னும் பிரணவத்தின் வரிவடிவமே விநாயகர் திருவுருவம் ஆகும். அதன் ஒலிவடிவமே நாத பிந்துவாகும். பெருமானின் திருவுருவில் பிரணவம் காணப்பெறுவதனை இங்கு காணலாம்.

மேல் சுழி இருக்கும் இடம் விநாயகரது ஒடிந்த கொம்பு இருக்கும் இடம். அங்கிருந்து வலது கை வழியாக மேலேறிக் கிரீடத்தினைச் சுற்றி, இடக்கை பாசம் வரை வந்து வளைந்து,

நெற்றிப் பொட்டு வரையிலும் சென்று, துதிக்கை வழியாகக் கீழ் இடக்கை வரை வந்து, கால்வரை இறங்கும். இடக்கையும் அதிலிருக்கும் மோதகமும் சுழியான 'ம்' என்பதைக் குறிக்கும்.

பெருமான் காலை மடித்து அமர்ந்த கோலம் அகரம், தலையும் துதிக்கையும் உகரம், வயிறு மகரம். விந்து நாதம் இரண்டும் உருவில் விளையாடுகின்றன. குண்டலினி ஊர்தி. பாசம் அறுப்பது பாச அங்குசம். தந்தம் பதி அறிவை விளக்கும். ஏழு உலகும் கொழுக்கட்டை. மந்திரசாதனை ஜபமாலை. நான்கு திருக்கரங்கள் அறம், பொருள், இன்பம், வீடு அளிக்கும் அறிகுறி. முக்கண்களில் நடுக்கண் ஞானக்கண். மற்ற இரு கண்கள் சூரிய சந்திரர். இதில் இடக்கண் அகாரம், வலக்கண் உகாரம், நெற்றிக் கண் மகாரம் என்பர்.

“ஓம்” என்னும் பிரணவாக்ஷரம் அ+உ+ம் என்னும் மூன்று எழுத்துக்களின் கூட்டாய் அமைந்துள்ளது போன்றே பிரபஞ்ச தத்துவங்களும் மூன்று மூன்றாக அமைந்துள்ளன.

பிரமம்	- சத்து, சித்து, ஆனந்தம்
பிரமம்	- வேதம், விந்து, கலை
வேதாந்தம்	- ஜீவாத்மா, பரமாத்மா, மாயை
சைவம் (திரிபதாந்தம்)	- பசு, பதி, பாசம்
மூர்த்தி	- பிரம்மா, விஷ்ணு, சிவன்
ஈஸ்வரரூபம்	- அருவம், உருவம், அருவுருவம்
தேவியர்	- சரஸ்வதி, லக்ஷ்மி, பார்வதி
மூலசக்திகள்	- ஆதிசக்தி, மஹாசக்தி, பராசக்தி
சக்திகள்	- இச்சா சக்தி, கிரியாசக்தி, ஞானசக்தி
திரிபடி	- காண்போன், காணப்படு பொருள், காணுதல்
கிருத்தியங்கள்	- சிருஷ்டி, ஸ்திதி, சம்ஹாரம்
குணங்கள்	- சத்துவம், ராஜஸம், தாமஸம்
நிலைகள்	- ஜாக்நம், சொப்பனம், சுழுத்தி

சரீரம்	- ஸ்தூலம், சூட்சுமம், சுழுத்தி
யோகநாடிகள்	- இடகலை, பிங்கலை, சுழுமுனை
பிராணாயாமம்	- ரேசகம், பூரகம், கும்பம்
வினைகள்	- சஞ்சிதம், ப்ராப்தம், ஆகாமியம்
வ்யாஹ்ருதிகள்	- ஓம்பூ, ஓம்புவ, ஓம்ஸுவ
உலகங்கள்	- பூலோகம், புவர் லோகம், சுவர்லோகம்
நிலைகள்	- மேல், நடு, கீழ்
கணங்கள்	- தேவம், மனுஷம், ராக்ஷசம்
கரணங்கள்	- மனம், வாக்கு, காயம்
இந்திரியங்கள்	- ஞானேந்திரியம், கன்மேந்திரியம், அந்தக்கரணம்
மலங்கள்	- ஆணவம், கன்மம், மாயை
தாபங்கள்	- அதிஆத்மிகம், அதிதெய்வீகம், அதி பௌதிகம்
நேரங்கள்	- பகல், இரவு, சந்தியை
வேளை	- காலை, மதியம், மாலை
காலம்	- இறந்தகாலம், நிகழ்காலம், எதிர்காலம்
சுடர்கள்	- சூரியன், சந்திரன், அக்னி
நிலை	- தன்னிலை, முன்னிலை, படர்க்கை
நீரின் நிலை	- நீராவி, தண்ணீர், பனிக்கட்டி
பால்	- ஆண்பால், பெண்பால், பலவின்பால்
இனம்	- ஆண், பெண், அலி
பிரஸ்தானத்திரயம்	- பகவத்கீதை, உபநிஷதம், பிரம்ம சூத்திரம்
சமயம்	- துவைதம், விசிஷ்டாத் வைதம், அத்வைதம்
யோகம்	- பக்தியோகம், கர்மயோகம், ஞானயோகம்
ஈஷனாத்ரயம்	- தாரேஷணை, புத்ரேஷணை, தனேஷ சணை

தேகநாடி	-	வாதம், பித்தம், சிலேக்ஷமம்
மாயை	-	காலம், தேசம், வர்த்தமானம்
வேதப்பிரிவு	-	ஸம்ஹிதை, ப்ராஹ்மனம், ஆரண்யகம்
மூலப்பொருள்	-	ஜகத், ஜீவன், ப்ரம்மம்
மந்திர அங்கம்	-	ரிஷி, சந்தியாய், தேவதை
திரி(உ)லோகம்	-	பொன், வெள்ளி, செம்பு
ஆன்மா	-	பக்தர், முக்தர், நித்தியர்
முச்சக்தி	-	பிரபுசக்தி, மந்திர சக்தி, உற்சாகசக்தி
பற்றுகள்	-	இனம், சமயம், மொழி
காயத்ரி	-	அஜபாகாயத்திரி, பிரம்ம காயத்திரி, சரீயகாயத்ரீ
கனிகள்	-	மா, பலா, வாழை
திரிகடுகு	-	சுக்கு, மிளகு, திப்பிலி
திரிகந்தம்	-	கிராம்பு, நாவர்பூ, செண்பகப்பூ (சந்தனம், செஞ்சந்தனம், அகில்)
திரிகரணம்	-	உள்ளம், உரை, உடல்
திரிசுகந்தம்	-	சாதிக்காய், சாதிபத்திரி, இலவங்கம்
தமிழ்	-	இயல், இசை, நாடகம்
திரிபலம் (திரிபவை)	-	கடுக்காய், நெல்லிக்காய் தான்றிக்காய்
திரிபிடகம்	-	சூத்திரபிடகம், வினயபிடகம், அபிதர்ம பிடகம் (பௌத்த ஆகமத் தொகுதி)
திரிமஞ்சள்	-	மஞ்சள், கஸ்தூரிமஞ்சள், மரமஞ்சள்
திரிமூலம்	-	கண்டுமூலம், சித்திரமூலம், திப்பிலிமூலம் (மூன்றின் வேர்கள்)
முச்சலிகை	-	வாய்நீர், சிறுநீர், நாதநீர்

யானை உருவத் தத்துவம்

எந்த ஒரு உயிரினத்திற்கும் துன்பம் அளிக்காது நாணல், கரும்பு, தழைகளை உண்டும், உலகின் மற்ற எல்லா விலங்கு களையும் விட பலத்திலும் உருவத்திலும் பெரியதாக விளங்கும் யானை பொறுமை மிக்கது.

சிவபிரானின் மூத்த குமாரரான விநாயகப் பெருமான் இந்த யானையின் திருவுருவுடன் விளங்கி பொறுமையின் அவசியத்தை உணர்த்தும் வகையில் காட்சி தருகின்றார். அதே நேரத்தில் யானையைப் போல அனைவரிலும் பெரியவ ராகவும், பலம் மிக்கவராகவும் விளங்குகின்றார்.

யானையின் பெரு முழக்காகவுள்ள பிளிறல் ஒலி 'ஓம்' என்றும் பிரணவ ஒலியாகவே விளங்குகின்றது.

பிரணவ மூர்த்தி

முக்தி நெறிகள் யாவும் அனைவருக்கும் உரியனவாயினும், பக்தி நெறியும், ஞான நெறியும் அகநோக்கிகளுக்கு உகந்த தாகும். அதனால்தான் அகநோக்கிகளின் தலைவராகவும், ஞான நெறிக்கும், பக்தி நெறிக்கும் தலைவராக விநாயகப் பெருமான் விளங்குகின்றார். ஞானமுடிவாகிய நாதபிரம்மத்தின் பிரணவ வடிவே பெருமானின் திருவடிவாகும். இதனால் அவருக்கு பிரணவ மூர்த்தி, ஓங்கார உருவினன் என்ற பெயர்கள் வந்தன. ஓம் என்ற எழுத்தில் ஓகாரத்தின் கொம்பிலுள்ள இருசுழிகளும், யானை முகத்தின் இரு காதுகளும், அதன் இடையிலுள்ள பாட்டு கோடு இடது புறம் நீட்டிய துதிக்கையிலும், ஓங்காரத்தின் தொங்கு சுழி நாபியிலும் அமைந்துள்ளது. "ம்" என்ற எழுத்து மெய்யை உணர்த்தும் சின்னமாகும். -0- இடக் கையில் கொண்டிருக்கும் மாதுளங்கனியால் குறிக்கப்படும்.

இயற்கையில் யானைக்குத் தொந்தி இல்லை. ஆனால் அண்டங்களும் சராசரங்களும் பிரணவத்துள் அடங்குவதால் யானைத் திருவுடைய பெருமானுக்குத் தாழி வயிறு அமைந்தது.

அண்டங்கள் கோழி முட்டை உருவை உடையனவாகும். முட்டைக்கும் அண்டம் என்ற பெயர் உண்டு. மாதுளை வடிவம் அண்டத்தை உணர்த்தும், மாதுளையின் உள்ளே உள்ள ஒவ்வொரு முத்துக்களும் ஒவ்வொன்றும் சிறு முட்டை வடிவான தனித்துவ அண்டமாகவும், நூற்றுக் கணக்கான அவ்வரிசி பல நூறு அண்டங்களைக் கொண்டது. மாதுளங்கனி ஒவ்வொன்றும் அகிலாண்டமாகவும், உருவகப்படுத்துகின்றது. இம்மாதுளங்கனி பெருமானின் உள்ளங்கையில் அடக்கமா யிருப்பது போல அகிலம் பெருமானின் உள்ளங்கையில் அடக்கம் என்பதைப் புலப்படுத்துகிறது.

விக்னேஸ்வரன்

யானைப் பாகன் அங்குசம் கொண்டு யானையை விரும்பிய படி வழிநடத்துகிறான். வேலை இல்லாதபோது கயிறு (பாசம்) கொண்டு கட்டிவிடுவான். அதுபோல் பெருமான் ஜீவர்களை நல்வழியில் நடத்துவார் என்பதை உணர்த்தும் அறிகுறியே அங்குசம். தீவினையாளர்களைத் துன்பத்தில் பாசம் கொண்டு தளைக்கிறார். துன்பத்திற்குக் காரணம் அவர்கள் தீவினையில் அல்லது அஞ்ஞானத்தில் தளைக்கப்பட்டிருப்பதே.

தடைகளிலிருந்து நல்லாரைத் தவிர்ப்பது, தடைகளைக் கெட்டவர்களுக்கு அதிகப்படுத்தி விடுவது என்னும் இருவிதச் செயல் புரிவதனால் விக்னேஸ்வரன் ஆகிறார்.

13. ஐந்தொழில் புரியும் விநாயகர்

உயிர்களில் மூலாதாரத்தில் அமர்ந்து ஜீவனைக் காப்பவர் கணபதி என்பர்.

பெருமான் யானை முகமும், மூன்று கண்களும், இரு அகன்ற செவிகளும், 5 திருக்கரங்களும், பெரிய வயிறும், குறுகிய இரு திருவடிகளும் கொண்டு காட்சி தருகின்றார்.

இவர் பிரணவ வடிவினர் என்பதை யானைமுகம் உணர்த்துகின்றது. ஐந்தொழில்களை (பஞ்சகிருத்தியம்) செய்பவர் என்பதை 5 திருக்கரங்களும் உணர்த்துகின்றன. சந்திரன், சூரியன், அக்னி ஆகியவற்றை இவரது முக்கண்களும் உணர்த்துகின்றன. ஆன்மாக்களை மலவாதனை ஆட்கொள்ளாமல் காத்து வினை வெப்பத்தை போக்கி அருள்பவர் என்பதை அகன்ற இரு செவிகள் உணர்த்துகின்றன. உண்மைக் கோர் விளக்கமாய் அண்டங்கள் அனைத்தும் தம்முள் அடக்கம் என்பதைப் பெருவயிறு உணர்த்துகின்றது.

எல்லாத் தெய்வங்களும் கணபதிக்குள் அடக்கம். இவரே பரப்பிரம்மம். இவரது நாபி பிரும்ம ரூபம், முகம் விஷ்ணு அம்சம், நேத்திரம் சிவ அம்சம், இடப்பாகம் சக்தி வடிவம், வலப்பாகம் சூரிய வடிவம் ஆகும்.

ஜீவ பிரம்ம ஐக்கியத்தை இவரது திருவுரு உணர்த்து கின்றது. கழுத்துக்குக் கீழான மனித உருவம் ஜீவாத்மாவையும், யானை முகம் பிரும்ம சொரூபத்தையும் காட்டுகின்றது.

திருவுருவம்

விநாயகப் பெருமான் மனித உடலும், யானைத் தலையும், தொந்தி வயிறும், நான்கு கைகளும், குட்டையான பருத்த இரு கால்களும், சிறிய இரு கண்களும், அகன்ற காதுகளும், தும்பிக்கையுடன் சேர்ந்து 5 கைகளும் கொண்டவர். இவரது வலது கொம்பு ஒடிக்கப்பட்டு அதனைத் தம் வலக்கரத்தில் வைத்திருப்பார். இவை பொதுவான விநாயகப் பெருமானின் திருவடிவாகும். இதினின்றும் வேறுபட்ட முறையில் ஒன்று முதல் 5 வரையுள்ள முகங்களுடனும், 2, 4, 6, 8, 10, 16 கைகளுடனும் திருவுருவங்கள் உள்ளன.

இவரது திருக்கரங்களில் முக்கனிகள், மாதுளம்பழம், மோதகம், தேங்காய், ஒடிந்த வலக்கொம்பு, அங்குசம், பாசம் நெற்கதிர், தாமரை இவற்றையோ அல்லது இவற்றில் சிலவோ காணப்பெறும்.

இதற்கு மாறாக கிளி, புல்லாங்குழல் அட்சமாலை, வீணை, புத்தகம், வில், அம்பு, வாள், கேடயம், அங்குசம், பாசம், சூலம், கத்தி ஆகியவற்றைத் தாங்கியவாறும் காட்சி தருவார்.

காஸ்ய சில்பம் என்ற நூலில் விநாயகர் திருவுருவ அமைப்பு பற்றி கூறப்பட்டுள்ளது. அதில் பாசம் ஏந்திய கரத்தில் சில சமயம் அட்சமாலை அல்லது பாம்பு தாங்கி இருக்கும் என்று கூறுகின்றது. சுக்கிர நீதி என்றும் நூல் பெருமானின் ஒடிந்த தந்தம், வாகனம் பற்றியும் தும்பிக்கையில் தாமரை மலர் விளங்குவதையும் கூறுகின்றது.

வேதம் போற்றும் விநாயகர்

வேதங்களில் மிகப் பழமையானது ரிக் வேதம், இது கி.மு. 1500 வருடங்களுக்கு முற்பட்டது என்பர். ரிக் வேதத்தின் மூன்றாம் மண்டலத்தில் "கணானாம் தவா கணபதிம் அவாமஹே" எனத் தொடங்கும் 23ஆம் செய்யுளில் விநாயகப் பெருமானைப் பற்றிய முதல் குறிப்பு உள்ளது.

நான்கு வேதங்களும் விநாயகரைப் போற்றுகின்றன. மகிமையை வருணிக்கின்றன.

1. கணபத்யதர்வசீர் ஷோபநிஷத்
2. ஹேரம் போபநிஷத்
3. கணேச பூரிவதாபினி
4. கணேச சோத்தரதாபினி
5. வலலபே சோபரிஷத் என்ற 5 உப நிஷதங்களும் கணேச உபாசனை முறையை விளக்குகின்றன.

குமார சம்ஹிதா தந்திரம் உப்பாம்ரேச தந்திரம் என்றும் இரு தந்திர நூல்களிலும் கணபதியைப் பூசிக்க வேண்டிய மந்திரங்கள், தந்திரங்கள், பரிவார தேவதைகள் பலவித அவதாரங்களில் ஏற்பட்ட மூர்த்தி பேதங்கள், பூசிக்கத் தேவை யான திரவியங்கள், வழிபடும் சாஸ்திரங்கள், ஆயிரக்கணக்கான திருநாமங்கள், கணபதியின் அருள்பெற்ற அடியவர்கள் வரலாறுகள் உள்ளன.

14. திருப்பெயர்த் தத்துவம்

நம் முன்னோர்கள் எல்லையற்ற சக்தியினை உடைய இறைவனை நாம் காணவும், கருதவும், அறியவுமே அவர் களுக்குப் பெயர் சூட்டி அடையாளம் செய்யவும், எளிதாகிய உருவத் திருமேனி அமைத்து வழிபடவும் செய்தனர்.

கணபதி

'கணபதி' என்ற சொல்லுக்குத் தேவ கணங்களின் தலைவன் என்று பொருள். 'க' என்பது ஞான நெறியில் ஆன்மா எழுவதையும், 'ண' என்பது மோட்சம் பெறுவதையும் 'பதி' என்பது ஞான நெறியில் திகழ்ந்து பரம்பொருளை அடைதல் என்பதையும் குறிக்கும்.

'க' என்பது மனோவாக்குகள், 'ண' என்பது அவற்றைக் கடந்த நிலை. 'பதி' என்பது தலைவன். அதாவது மனோவாக்குகளைக் கடந்த தலைவன்; மனோவாக்குகளாகிய அவ்விரண்டுக்கும் இடையில் இருப்பவன் என்பர்.

18 கணங்களுக்கும் தலைவன் என்பர்.

'க' என்பது அறிவைக் குறிக்கும். 'ண' என்பது வீட்டைக் குறிக்கும். அறிவிற்கும், வீட்டிற்கும் உரிய தெய்வம் என்பர். வடமொழியில் 'கண்' என்றால் மக்கள் எனப் பொருள். எனவே கணேசன் என்பது மக்களின் இறைவன், மக்களுக்குரிய கடவுள் எனவும் பொருள் கொள்வர். 'க' என்பது ஞானம், பதி என்பது தலைவன் எனப் பொருள்படும். ஞானத்தின் தலைவன் என்பது பொருள்.

கணேசன்

கணங்களுக்கு ஈசன் என்பர். (ஈசன்-கடவுள்), கண், ஈசன் எனப் பிரித்து மூன்று கண்களை உடைய ஈசன் என்றும் கூறுவர்.

கஜானன்

பக்தர்களின் துன்பங்களை அகற்றி கருணைபுரியும் ஞானத்தை அளிப்பவர். யானைமுகம் கொண்டவர்.

குகாக்கிரகர், ஸ்கந்தபுர்வசர்

முருகனுக்கு முன் பிறந்தவர் என்ற காரணத்தால் ஏற்பட்ட பெயர்.

விகடர்

அவர் நிகழ்த்திய வேடிக்கைகளின் காரணமாக உண்டான பெயர்.

விக்கினராஜன்

இடையூறுகளை உண்டாகவும், அதைப் போக்கவும் வல்லவர்.

திவைமாதூரன்

கங்கை, பார்வதி ஆகிய இரு தாய்களின் மைந்தன்

கணாதிபன்

புராதன கணங்களுக்குத் தலைவன்

பிள்ளையார்

சிவபிரானுக்கும் உமா தேவிக்கும் பிள்ளை, இத்துடன் ஆர் விகுதி பெற்று பிள்ளையார் என அழைக்கப்படுகிறார்.

இலம்போதரர்

இது வடமொழிச் சொல்லாகும். இது லம்ப, உதரர் என்னும் இரு சொல் ஆகும். இதற்குப் பெரிய வயிற்றினை உடையவர் என்று பொருளாதலால் பேழை வயிற்றைக்

கொண்ட இவருக்கும் இலம் போதரர் என்ற பெயர் வந்தது. இதற்கு இப்பிர பஞ்சம் முழுவதையும் தன் பெரு வயிற்றினுள் அடக்கியவர் எனப் பொருள். எல்லா உலகங்களுக்கும் இடையூறு ஏற்படாமல் பாதுகாக்கக்கூடிய சரிந்த தொந்தியை உடையவர் எனப் பொருள்.

ஏரம்பர்

இடையூறுகளை நீக்கி பலகீனர்களைப் பாதுகாப்பவர் எனப் பொருள்.

ஏகதந்தர்

இது வடமொழிச் சொல்லாகும். 'ஏக' என்றால் ஒன்று எனப் பொருள். அதாவது ஒற்றைத் தந்தத்தினை (கொம்பினை) உடையவர் எனப் பொருள்; யானைக்கு இரு தந்தங்களே அழகு தருவதாகும். இவர்தம் அழகில் ஒரு பாதியை உடைத்து அறிவுக்கு (பாரதம் எழுத) உதவினார். அழகை விட அறிவே மேலானது என்பதனை உணர்த்துவதே ஏகதந்தர் தத்துவமாகும்.

வக்கிரதுண்டர்

கொடிய மாயையைத் தண்டிப்பவர் எனப் பொருள். ஞானத்தின் உருவாகித் தன்னை வழிபடுபவர்களை உலக மாயைகளிலிருந்து காப்பவர். வளைந்த யானைத் துதிக்கையை உடையவர் எனப் பொருள். இது அவரது அவசர சுபாவ விருப்பத்தில் தோன்றிய அவசரம். இவரே பரப்பிரம்ம சொரூபம். பிரளயத்தில் ஒடுங்கின உலகத்தை மீண்டும் படைக்க திருவுளம் கொண்ட பரம்பொருள் வக்ரதுண்டராக தனது விருப்பத்தால் உருவெடுத்து பிரமன், விஷ்ணு, உருத்திராக் கர்களைப் படைத்து அவர்களை முத்தொழில் செய்யுமாறு ஆணையிட்டார். இவர் காசியில் விசுவநாதர் சந்நிதிக்கு எதிரில் உள்ளார். இவர் பெயர் துண்டி விநாயகர் என மருவி விட்டது.

ஹீரம்ப விநாயகர்

இது வடமொழிச் சொல்லாகும். 'ஹீ' என்பது திக்கற்ற எளியவரையும் 'ரம்ப' என்பது அவர்களைக் காப்பவனையும் குறிக்கும். தன்னையே நம்பி வரும் எளியவரையும் காப்பவன்; இடையூறுகளை நீக்கி பலகினமானவர்களைக் காப்பவர் எனப் பொருள்.

விநாயகன்

'வி' என்பதற்கு 'இல்லை' எனப் பொருள். அதாவது தன்னை ஒத்த வேறு நாயகன் இல்லாமல் முதலும் நடுவும் ஈறும் அற்ற முழுமுதல் நாயகன், தலைவனாகத் திகழ்வதை 'விநாயகன்' என்பது சுட்டுகின்றது.

'விநாயகன்' என்னும் சொல் வினைகளுக்கு-செயல்களுக்குத் தலைவன் எனப் பொருள் தரும்.

'வி' என்பதற்குச் சிறப்பு எனப் பொருள். அதாவது சிறந்த தலைவன் எனப் பொருள்.

விக்கினேஸ்வரன்

இது வடமொழிச் சொல்லாகும். விக்கினங்களுக்கு-தடைகளுக்கு இறைவன்-ஈஸ்வரன். தன்னை வணங்காமல் வினைகளைச் செய்பவரைத் தடுப்பவர். விக்கினங்களை ஏற்படுத்துபவர் எனப் பொருள். எச்செயலும் விக்கினமின்றி முடிய இவரை வணங்கி வேண்டித் தொடங்கினால் தடையின்றி முடியும். விக்கினங்களை நீக்குவதனால் விக்கினேஸ்வரர் எனப் பெயர் பெற்றார்.

ஸ்வாநந்தேஸ்வரர்

ஸ்வானந்தம், ஆனந்தம் என்னும் இரு இன்ப நிலைகளுக்கும் அதிதேவதை என்பதனால் ஸ்வாநந்தேஸ்வரர் எனப் பெயர் பெற்றார்.

விநாயகருக்கு ப்ரம்மனஸ்பதி என்ற பெயரும் உண்டு.

சம்மேதரர்

அகில உலகங்களுக்கு இடையூறு ஏற்படாதபடி பாதுகாக்கக்கூடிய சரிந்த தொந்தியை உடையவர்.

கஜானர்

யானை முகத்தை உடையவர். பக்தர்களின் துன்பங்களை நீக்கி அருள் புரிந்து ஞானம் அளிப்பவர்.

விக்கினராஜன்

விக்கினங்களைப் போக்குபவர்

கணாதிபன்

கணங்களின் தலைவன்.

இவர் உலகிலுள்ள காரணங்களுக்கெல்லாம் காரணர் ஆதலால் இவருக்கு மூலகாரணக் கடவுள், அனந்தபூரணர், மூலாதரர், ஞானக்குன்று, வேதபிந்து, பரிபூரணர் என்றும்,

ஓங்கார வடிவினராதலால் இவருக்கு ஓங்கார வடிவன், ஓம் பொருளாளன், ஓங்காரன், பிரணவ சொரூபன், தாரகப் பிரமம் என்றும்,

ஒரு கொம்பினை உடையவராதலால் இவருக்கு ஒற்றைக் கொம்பன், ஏகதந்தன் என்றும்,

பேழை வயிற்றினராதலால் தொப்பையன், போஜனப் பிரியன், தொந்தி கணபதி, மகோதரன், லம்போதரன் என்றும்,

துதிக்கை வலப்புறம் சுழித்திருந்தால் வலம்புரி விநாயகர் என்றும், இடப்புறம் சுழித்திருந்தால் இடம்புரி விநாயகர் என்றும் வழங்கப் பெறுகின்றார்.

கணபதிக்கு ப்ரம்மனஸ்பதி என்ற பெயரும் உண்டு.

ஸ்வானந்தம், ஆனந்தம் என்ற இரு இன்ப நிலைகளுக்கும் அதிதேவதை என்பதால் ஸ்வாநந்தேஸ்வரர் என்றும் பெயர் பெறுகிறார்.

ஸ்ரீசங்கரர் தமது கணேச பஞ்சரத்னம் என்னும் துதியில் கணபதியை 'சங்கரன்' என்று குறிப்பிடுகின்றார். தந்தையான சிவனின் திருநாமம் மைந்தனுக்கும் உள்ளது. சங்கரன் என்பதற்கு நல்லதையே செய்பவன் என்று பொருள். இதில் கணபதியை "சமஸ்த லோகச் சங்கரம்" என்று கூறுகிறார். இதற்கு எல்லா உலகங்களையும் காப்பவர் என்று பொருள்.

கணபதியின் தோற்றத்தினை "காமேச்வர மூகாலோக கற்பித ஸ்ரீகணேசச்வரா" என்று லலிதா சகஸ்ரநாமம் குறிப்பிடுகின்றது.

வேதங்கள் இவரை 'ஸ்யேஷ்டராஜன்' (முதலில் உதித்தவன்) என்றும், 'பிரம்ம கணபதி' (வேதத்தின் நாயகன்) என்றும் கூறுகின்றது.

மகா கணபதி என்பவர் பூரணன். முழுப்பொருள் ஆகிறான் நிர்க்குண பிரம்மாயிருப்பவன்.

15. அமர்ந்த கோலத் திருவுருவத் தத்துவம்

விநாயகப் பெருமான் தம் வலது காலைத் தொங்கவிட்டும், இடது காலை மடக்கி வல்லபை தேவி அமர இடம் கொடுத்தும் காட்சி தருகின்றார்.

பொதுவாக மனிதர்களிடம் இருவகையான அறிவு உண்டு. ஒன்று வெப்பத்தினைத் தரும் சூரியன்; மற்றொன்று குளிர்ச்சி யுள்ள சந்திரன் ஆகும்.

வெப்பம் தரும் அறிவு, உலகில் காணும் கவர்ச்சிகளைத் தூண்டும் உலகியல் அறிவாகும். அதைக் கீழே விட்டு நிற்க வேண்டும் என்பதனைத் தம் வலதுகாலைத் தொங்கவிட்டுக் காட்சி தருவதன் மூலம் உணர்த்துகின்றார்.

அனுபவ இன்ப ஞானமானது வெப்பத்தை அளிக்காததுடன், உடலுக்குக் குளிர்ச்சியையும் கொடுக்கும். அத்தகைய திருவடிகளை உயர்த்தி, அதில் குண்டலினி சக்தியை அமர்த்திக் கொள்ள வேண்டும் என்ற உட்பொருளைத் தம் இடக்காலை மடித்து அதில் வல்லபை தேவியை அமர்த்திய நிலையின் மூலம் உணர்த்துகின்றார்.

வல்லபை தேவியின் இரு திருவடிகளும் கீழ் நோக்கி நிற்பதானது, சக்தி நன்கு நிலைபெற்று மேலெழ வேண்டும் என்பதை உணர்த்துகின்றது. தேவியின் திருக்கரத்தில் உள்ள தாமரையானது கீழே உள்ள தாமரையாகிய சுவா திஷ்டானத்தில் உள்ள சக்தியை தோளுக்கு உயர்த்தி விட்டதன் அறிவிப்பாகும். பஞ்சாக்கிரத்தில் சிகரம் தோளுக்கு மேல்தான் விளங்கும்.

தேவி தன் ஒரு திருக்கரத்தினால் பெருமானை அணைத்தவாறும், பெருமான் தன் ஒடிந்துள்ள கொம்பைக் கொண்ட திருக்கரத்தால் தேவியை அணைத்துக் கொண்டும் உள்ளார். கீழே தூண்டும் காமத்தைப் பல்லசைவைக் கொண்டு சிரத்தில் அசைவை ஏற்படுத்தி, அதில் அறிவு பதிந்தால் குண்டலினி அம்மையை அணைத்து வாழ முடியும் என்பதைப் புலப்படுத்துகின்றது.

திருமந்திரத்தில் திருவம்பலச் சக்கரத்தில் தொண்டைக்கு மேலே 'நமசிவாய' உதிக்கும், இரு தோளுக்கு மேலே 'சிவாயநம' புறவட்டமாகும் என்றும் கூறியுள்ள பொருள் நுட்பத்தை அறிய இவ்வுண்மை விளங்கும். (நகரம்-திருவடி; மகரம்-நாபிக்கமலம்; சிகரம்-இரு தோள்கள்; வகரம்-வாய்; யகரம்-சுடர் அல்லது புருவமத்தியாகும்-திருமந்திரம் 921)

ஆனந்தத்தின் இருப்பிடம்

அன்னமய கோசத்திற்கு அதிபதி திருமால்
பிராணமய கோசத்திற்கு அதிபதி பரமேஸ்வரன்
விஞ்ஞான மய கோசத்திற்கு அதிபதி சூரிய பகவான்
ஆனந்த மய கோசத்திற்கு அதிபதி கணபதி.

திருமால் அன்னமய கோச அதிபதி. பரமேஸ்வரன் பிராணமய கோச அதிபதி. பராசக்தி மனோமய கோச அதிபதி, சூரியன் விஞ்ஞான மய கோச அதிபதி, கணபதி ஆனந்த மய கோச அதிபதி, கணபதி ஆனந்தத்தின் இருப்பிடமாவார்.

கல்விக்கடவுள்

மகாராஷ்டிர மக்கள் விநாயகப் பெருமானைக் கல்விக்குரிய கடவுளாகப் போற்றி வழிபடுகின்றனர். இங்கு செவ்வாய்கிழமையே விநாயகருக்கு உரிய நாளாக எண்ணி அன்று அனைவரும் அவரை வணங்குகிறார்கள்.

சதுர்த்தியின் போது மண்ணால் திருவுருவம் அமைத்து வழிபட்டு இறுதியில் ஆறு, குளம் போன்ற நீர் நிலைக்கு மேள தாளத்துடன் எடுத்துச் சென்று கரைத்து விழாவை நிறைவு செய்வர்.

போர்க்கடவுள்

விநாயகப் பெருமான் போர்க் கடவுளாகவும் விளங்கு கின்றார். இவரது திருக்கரங்களில் வில், அம்பு, வாள், கேடயம், அங்குசம், பாசம், சூலம், கத்தி ஆகிய ஆயுதங்கள் உள்ளன. மேலும் இவர் சிவகணங்களின் தலைவராகவும் விளங்கி வருகின்றார்.

திருச்செங்காட்டங்குடியில் கயமுகாசுரனை வதைத்தார். சிந்தாமணியை மீட்க கணனுடன் போரிட்டு அவனை அழித்தார். கிரவுஞ்சன் என்பவனை அழித்தார். கமலாசுரன், சிந்து என்னும் அசுரன் போன்ற பல அசுரர்களைப் போரிட்டு அழித்ததாகப் புராணம் கூறுகிறது.

ஸ்ரீமகா கணபதி நவார்ண வேத பாதஸ்தவ என்னும் மகாகணபதியின் வடமொழித் தோத்திரத்தின் ஆறாவது தோத்திரம்.

தமக்கோடி ப்ரதீகாச தனவே விச்வ ஸாக்ஷிணே
தபஸ்ஷத் யாயினே துப்யம் ஸேநாநிப்யச் சவோந:

என்பதாகும். இதன் பொருள் 'கோடி மின்னலைப் போன்ற ஒளிமிக்க திரு உடலை கொண்டவரும், உலகுக்குக் காட்சியாக விளங்குபவரும், தவநெறியில் வாழ்பவரை மறவாமல் மனத்துள் வைப்பவரும், உலகிலுள்ள படைகளுக்கெல்லாம் தலைவராக விளங்கும் உம்மை

வணங்குகிறேன்" என்பதாகும். இதிலிருந்து இவர் சேனையின் தலைவர், போர்க்கடவுள் என்பது தெரிகின்றது. பெருமானது யானைத்தலை வெற்றியின் சின்னமாகக் கருதப்படுகிறது.

பெண் வடிவில் விநாயகப் பெருமான்

பல்வேறு வடிவில் இருந்த கோலம், நின்ற கோலம், நடனக்கோலம், போர்க்கோலம் எனப் பல்வேறு நிலைகளில் காணப்பெறும் பெருமான், அன்பே வடிவாய் பெண்மைக் கோலத்திலும் காட்சி தருகின்றார். மிகவும் அபூர்வமான இத்திருவுருவுனை சுசீந்திரம் கோயிலில் காணலாம். இவ்வடிவினை கணேசானி, கஜானினி என்பர். சுசீந்திரம் தாணுமலையன் திருக்கோயில் தூண் ஒன்றில் இவ்வரிய திருவுருவுனைக் காணலாம். ஒரு காலை ஊன்றி மற்ற காலை மடக்கி நர்த்தனம் ஆடும் கோலத்தில் காட்சி தருகின்றார். நான்கு திருக்கரங்களில் இருக்கைகளில் பாசத்தையும் அங்குசத்தையும் ஏந்தி மற்ற இருகரங்களில் அபய வரத முத்திரைகளும் விளங்க காட்சி தருகின்றார். மார்பிலிருக்கும் இரு நகில்களும் பெண்மை நிலையை நன்கு புலப்படுத்து கின்றன. பெருமானை அப்பனாக மட்டுமல்ல அம்மையாகவும் மக்கள் வழிபட்டு அருள் பெற விளைந்ததன் பயனாகத் தோன்றியதே இத்திருவுருவம்.

மதுரை மீனாட்சியம்மன் கோவிலிலும் இவ்வுருவும் உள்ளது. அதில் கால்கள் புலியின் கால்கள் போல் உள்ளதால் இதனை வியாக்கிர பாத கணேசாயினி என்பர். இதில் இரு கைகள் மட்டுமே உள்ளன. ஒரு கையில் தாமரை மலரும், மறு கையைத் தொங்கவிட்டும் காட்சி தருகின்றார்.

ஜபல்பூர் அருகில் உள்ள பிரான்காட்டிலும் கஜானினி திருவுருவம் உள்ளது.

கலைச்சிறப்பு பெற்ற திருவுருவங்கள்

ஸ்ரீ சைலத்தில் கையில் புல்லாங் குழலுடனும், பவாணியில் வீணை ஏந்தியவாறும் அரிய கலைப்படைப்பு உள்ளது.

கர்நாடக துவாரசமுத்திரம் (ஹேலபேடு) உள்ள விநாயகர் நடன கோலத்தில் உள்ளார்.

யானை முகம் இன்றி மனித முகத்துடன் விளங்கும் பெருமானை நர முக விநாயகன் என்பர். இதனைத் திருச்செங்காட்டங்குடியிலும், சிதம்பரம் தெற்கு வீதியில் உள்ள கோயிலிலும் காணலாம். சிங்கத்தின் மீது அமர்ந்த கோலத்தை திருவொற்றியூரிலும், நாகப்பட்டினத்திலும் காணலாம். நெல்லை மாவட்டம் புதூரில் யானைமீது அமர்ந்த அரிய கோலத்தில் காணலாம். நஞ்சன் கூடு தலத்தில் நடனக் கோலத்தில் காட்சி தருகின்றார்.

16. ஸ்ரீ மகாகணபதியின் திருவுருவம்

பெருமான் தேவர்கள் யாவருக்கும் இல்லாத ஆற்றலைக் கொண்டவராவர். இவரது நாபிக் கமலம் பிரம்ம ரூபம்; முகம் விஷ்ணு அம்சம், நேத்திரம் (முக்கண்) சிவ ரூபம். இடப்பாகம் சக்தி வடிவம்; வலப்பாகம் சூரிய வடிவம்; ஆக முக்கியமான ஐந்து தெய்வங்களும் விநாயகப் பெருமானுள் அடக்கம் என்பது தத்துவம்.

விநாயகப் பெருமானின் வடிவம் ஜீவ பிரம்ம ஐக்கியத்தை உணர்த்தும். கழுத்துக்குக் கீழான மனித வடிவம் ஜீவாத் மாவையும், கஜமுகம் பிரம்ம சொரூபத்தையும் குறிக்கும். முகமும் துதிக்கையும் 'ஓம்' என்னும் எழுத்தின் வடிவம் போல் விளங்குகின்றது. இத்திருமுகம் அறிவையும் ஆற்றலையும் காட்டுகின்றது.

இடையின் கீழ் மனித உடம்பு. இடைக்கு மேல் கழுத்துவரை தேவ உடம்பு. மேலே விலங்கின் தலை. தெய்வ உடம்பு உயர்திணையாகவும், விலங்கின் தலை (முகம்) (யானைத்தலை) அஃறிணையாகவும், பூதப் பெருவயிறு கொண்டும் ஒரு பக்கம் கொம்பு இருப்பதனால் ஆண் பாலாகவும் மற்றொரு பக்கம் கொம்பின்றி (ஒடிந்த கொம்பு) இருப்பதனால் பெண்பாலாகவும் ஆக தேவராய், மனிதராய், விலங்காய், ஆணாய், பெண்ணாய் உயர்திணையாய், அஃறிணையாய் விளங்குகின்றார். இவை பெருமான் உலகெங்கும் நீக்கமற நிறைந்தவர் என்பதைச் சுட்டும்.

இவர் ஆணல்லர், பெண்ணுமல்லர், அலியும் அல்லர். யானைத்தலை, தேவ உடல் கொண்டதனால் மிருகம் அல்லர்;

மனிதரும் அல்லர். தொந்தி வயிறும் கட்டையான காலோடும் காட்சி தருகின்றார். இதனால் இவர் எந்த இனத்தோடும் சேராமல் தனித்து விளங்குகின்றார்.

யானைத்தலை, காது, தும்பிக்கை விலங்கின் கூறாகும். பேழை வயிறு, குறுகிய கால்கள் பூதக்கூறு, முகம் புருவவடிவம் மனிதக்கூறு. நான்கு கரங்கள் தேவர் கூறு. கொம்பு ஆண் என்பதையும் மறுபக்கம் கொம்பு இன்றி இருப்பது பெண் தன்மையையும் குறிக்கும். ஒடிந்த கொம்பு சண்டப் பிரசண்டர், கால தண்டம் சகல விக்கினங்களையும் நாசம் செய்பவர் என்பதைக் குறிப்பிடுகின்றது.

காஞ்சிப் பெரியவர் அவர்கள் விநாயகரைக் குறிப்பிடும் போது நான்கு புருஷாத்தங்களைக் கொடுப்பதற்காக நான்கு புஜங்களும், ஞானசக்தியின் அளவற்ற தன்மையைக் குறிக்க யானைத் தலையும், பேசுவதில் ஜாக்கிரதையாய் இருக்க வாயை மூடியிருக்கும் துதிக்கை, பக்தர்களின் பாவங்களை ஏற்று ஜீரணிக்கும் பேழை வயிறு என்று குறிப்பிட்டுள்ளார்கள்.

அண்டங்கள் அனைத்திலும் எப்போதும் ஒலித்துக் கொண்டிருக்கும் பிரணவ ஒலி 'ஓம்' என்பதாகும். இந்த 'ஓம்' என்ற வடிவினை விநாயகர் தம் உருவில் கொண்டு ஓங்கார மூர்த்தியாய்க் காட்சி தருகின்றார். உலகிலுள்ள உயிர்கள் அழிந்தாலும் பிரணவ ஒலி அழிவதில்லை; மறைவதில்லை. அதுபோல விநாயகரும் அழிவற்றவராவர். வெட்ட வெளியில் ஓங்காரத்திலிருந்து உலகம் தோன்றியது என்பர். பெருமானின் ஓங்காரத் திருவுருவம் (யானை வடிவம்) இவரே ஓங்காரத் திருவடிவினன் என்பதையும் இவரே உலகம் என்பதையும் அறிவுறுத்துகின்றது.

யானை முகம் அவர் பிரணவ வடிவினர் என்பதை விளக்கும். ஐந்து கரங்களும் ஐந்தொழில்களை (பஞ்ச

கிருத்தியம்) புரிபவை. மூன்று சிறிய கண்கள் சந்திரன், சூரியன், அக்னி ஆகியவற்றைக் குறிப்பிடுகின்றது. இவர் பரந்த நோக்கமுடையவர் என்பதைக் குறிக்கின்றது. அகன்ற இரு செவிகள் ஆன்மாக்களை மலவாதனை ஆட்கொள்ளாமல் காத்து வினை வெப்பத்தைப் போக்கி அருள்பவர் என்பதைக் காட்டும். அண்டங்கள் அனைத்தையும் தன்னகத்தே கொண்டவர் என்பதைப் பெருவயிறு சுட்டுகின்றது. பெரிய செவியும் பேழை வயிறும் இவர் எங்கும் நிறைந்தவர் என்பதைப் புலப்படுத்தும். பெரும் வயிறு எல்லா உலகங்களை யும் அண்ட பிண்ட சராசரங்கள் அனைத்தும் தன்னுள் அடக்கம் என்பதை உணர்த்தும். பெரிய செவிகள் எல்லா உலகங்களின் குறைகளையும் கேட்க வல்லவர் என்பதை உணர்த்தும்.

இவர் நின்ற நிலை, அமர்ந்த நிலை, நடனமாடும் நிலை என்ற மூன்று நிலைகளில் கோயில்களில் பிரதிஷ்டை செய்யப் பெறுகின்றார். இதில் துதிக்கை வலப்புறம் சுழித்துக் காட்சி தருபவர் வலம்புரி விநாயகர் ஆவர். இடப்புறம் சுழித்துக் காட்சி தருபவர் இடம்புரி விநாயகர் ஆவர். பொதுவாக இடம்புரி விநாயகராகவே எங்கும் காணப் பெறுகின்றார்.

யானை, கடல், சந்திரன் முதலியவைகளை எத்தனை முறை கண்டாலும் அலுப்பும் சலிப்பும் ஏற்படுவதில்லை. அதுபோலவே தன்னைக் காணும் பக்தர்களுக்கு யானையின்

முகத்தோடு காட்சி தந்து ஆனந்தம் அளிக்கிறார் என்று காஞ்சிப் பெரியவர் அவர்கள் ஒருமுறை குறிப்பிட்டுள்ளார்கள்.

மொத்தத்தில் விநாயகப் பெருமானது திருமேனி ஞானமே வடிவானது. திருமந்திரம் இவரை ஞானக் கொழுந்து என்று போற்றுகின்றது.

இவரது நான்கு திருக்கரங்கள் வானவர் இயல்பையும், தும்பிக்கை விலங்கு இயல்பையும் மத்தள வயிறும் குறுகிய கால்களும் பூத இயல்பையும் ஒரு பக்கக் கொம்பு ஆண் இயல்பையும் மற்றொரு பக்கம் கொம்பு இல்லாதது பெண் இயல்பையும் ஏனைய வடிவு மனித இயல்பையும் முகம் அஃறிணையாகவும் ஏனைய வடிவு உயர்திணையாகவும் முகம் யானை வடிவும், வாகனம் முஞ்சுறுவாகவும் இருப்பதனால் இவர் எல்லா உயிர்களிடத்தும் வேறுபாடில்லை; எல்லாம் இறைவடிவே என்பதை உணர்த்துகின்றார். கருத்தழகும் அதற்கேற்ற வடிவழகும் கொண்ட வழிபடு படிமங்களில் பிள்ளையார் வடிவம் ஒப்பற்றதாகும்.

யானை வடிவத் தத்துவம்

யானை தன் காலடியில் நிற்பவரை மிகவும் கவனமாக எடுத்து தன் தலைமீது அமர்த்துவது போல பெருமான் தம் காலடிகளையே தஞ்சமாக அடைபவரை ஏற்று இம்மை மற்றும் உயர்வையும், அதற்கு மேலான மோட்சத்தையும் அளிக்கின்றார். யானை மதம் பொழிவதைப் போல விநாயகரும் பக்தர்களிடம் கருணைமதம் ஞான மதம் பொழிகின்றார்.

17. பெருமானின் திரு உறுப்புகளின் தத்துவம்

இன்பம் அளிக்கும் திருவடிகள்

ஆன்மாவைப் பொருந்தி நின்று மல கன்ம மாயைகளைத் தொழில் படுத்தி இருமை இன்பத்தினை அளிப்பது ஞானம். இதற்கு ஞானம் பொருந்த உயிர்கள் விளக்கம் பெறுகின்றன. ஞானமே பெருமானின் திருவடியாகும். அவரது குறுகிய திருவடிகளில் வீரத்தண்டை, கிண்கிணி, பாதசாலம், நூபுரம், சதங்கை முதலியன அணிந்து காட்சி தருகின்றார். இத்தகு திருவடி அன்பர்களின் மனத்தாமரையில் பொருந்த உயிர்களின்

இன்னல் அகலும், வலிவு குன்றும், வருவினையும் செய்வினையும் சேராது ஒழிந்து இன்பம் பெருகச் செய்யும். அவரது திருப்பாதம் இன்பத்தை அளிக்கும் ஞானத்தை விளக்குகின்றது.

உடலில் அரைஞானுக்குக் கீழே இருப்பது மூலநிலமாகும். அங்கு திகுதிகுவென கனல்வது மூலக்கனல் ஆகும். உடலில் உள்ள பொறிபுலன் எல்லாம் அக்கனலில் இருந்தே உயிர்க்கும். அவ் அற்புதக் கனல்தான் ஆன்ம வாழ்விற்கு ஆரம்பம் ஆகும். ஞானக்கனலாம் விநாயகப் பெருமானின் திருவடிகள் அந்த மூலக்கனலின் முன்பு இருக்கின்றன. கனல் தணியாதபடி அங்கிருந்து காப்பவர் கணபதி. வெப்பம் காட்டாமல் தட்பம் காட்டும் அவரது திருவடிகளிலிருந்து மோந்து இன்புற எழுகின்றது அருள்மனம். பரிபூரண ஞானமே திருப்பாதம் ஆகும். மேலும் அத்திருவடிகளிலிருந்து ஏழ் இசை எழுகின்றது. அதுவே மந்திர நாதமாக, ஊனமில்லாத வேதமாக உருக்கொள்கின்றது.

இத்தகு அருள் நாதத்திலிருந்தே அனைத்தும் தோன்றின. இதனையே ஔவையார் 'சீதக் களபச் செந்தா மரைப்பூம் பாதச் சிலம்பு பல இசை பாட' எனப் போற்றுகின்றார். இவ்வாறாக மூலாதாரத்திலிருந்து நாத நயம்பல தோன்ற இன்ப நிருத்தம் செய்கின்றார் பெருமான். பெருமானின் திருவடிகளை மனம் கனிந்து வணங்கினால் பாவப் பாழ்வினைகள் பறந்தோடும்.

இவரது குறுகிய கால்கள் பூத இயல்பினைக் குறிக்கும்.

பேழை வயிறு

மனிதன் தான் கஷ்டப்பட்டு சேர்க்கும் பொருட்களை எல்லாம் பூட்டு திறப்பு கொண்ட ஒரு பேழை (பெட்டி)யில் வைப்பது வழக்கம். பெருமானின் திருவயிறையும் பேழையாக உருவகிப்பது வழக்கம். வயிற்றில் உள்ள சக்கரம் மணிபூரகம் ஆகும். இச்சக்கரமே மனிதனின் ஆசைகளுக்கு இருப்பிடம் ஆகும். இச்சக்கரம் மாற்றம் அடைந்து இதன் ஆட்சியில் உள்ள பிருத்வி தத்துவ புராணங்கள் 108ம், அப்பு தத்துவங்கள் 56ம் ஆற்றல் கெட்டு மேல் உள்ள விவனங்கள் வியாபகம்

பெறவேண்டும். உருவ மூர்த்திகள் எல்லாம் இங்கு இடம் பெறுவர். விஸ்வரூபராகிய விநாயகப் பெருமானிடத்து எல்லாம் அடங்குவது இயல்பு. தான் எல்லாவற்றிலும் பரவி அவைகளில் அடங்கி விளங்கும் எல்லாவற்றிற்கும் காரணமான சக்தியாய் உள்ளது பேழை வயிறு என்பது பொருள். அண்ட சராசரங் களையும் தன்னுள் அடக்கி வைத்திருப்பதனால் இவரது அற்புதத் திருவயிறு பெரு வயிறாக, தொந்தியுடன் காட்சி தருகின்றது. ஆகாயத்தில் உள்ள எல்லாப் பொருள்களும் தன்னகத்து ஒடுங்கவும், உண்டாகவும் இடம் தந்து இருப்பது போல பெருமானின் பெருவயிறாகிய ஆகாசமும் எல்லா உல கங்களும் உயிர்களும் தம்முள் அடங்கியுள்ளன. இதனாலேயே இவரைத் தொந்திக் கணபதி என அருணகிரியார் போற்று கின்றார். பெரிய வயிறு எங்கும் நிறைந்திருப்பவர் என்பதனை உணர்த்தும்.

திரு இடை

பெருமான் தன் இடையில் 'பொன் அரை ஞாணும் பூந்துகில் ஆடையும்' விளங்கக் காட்சி தருவதாக 'ஔவையார் போற்றுகின்றார்.

பெருமானின் திருமேனியில் அரைஞாணும் வெண்பட்டும் விளங்குகின்றன. அகில உலகமும் அமைதி பெற, வளரும் ஒளியுடன் அழகை வழங்குவதாக அமைகின்றது. கணபதி அஷ்டோத்ரம் 27ம் மந்திரம் ஓம் சுப்ரப்ரியாய நம: என்றும், 39ஆம் மந்திரம் ஓம் ஸ்வேத பரிதாநாய நம: என்றும் உள்ளன. இவ்விரு மந்திரங்களும் பெருமான் வெண்பட்டாடை உடையவன் என்பதை விளக்குகின்றது. சுப்ரம் என்பது வெண்ணிறப் பொருளைக் குறிக்கும். இவ்வாறாக வெண் பட்டாடை அணிந்தவர் என்பதனாலேயே 'சுக்லாம்பரதரம்' என்னும் சுலோகம் ஏற்பட்டது. (பெருமானுக்குச் செந்நிற ஆடையும் சில சமயங்களில் அணிவிப்பர்).

ஐங்கரம்

ஐங்கரனான விநாயகப் பெருமானுக்கு (துதிக்கையையும் ஒரு கரமாகச் சேர்ந்து) சதுர்புஜம் என்பர். சுக்லாம்பரதர

சுலோகமும் சதுர்ப்புஜம் எனக் குறிப்பிடுகின்றது. ஔவையும் 'நாவிரு புயமும்' எனத் தம் விநாயகர் அகவலில் குறிப்பிடுகின்றார். தியானத்திற்குரிய திருவுருவம் நான்கு தோளும் ஐங்கரமும் கொண்ட கணபதியின் திருவுருவேயாகும். எனவே இவருக்கு ஐங்கரன் என்ற பெயரும் உண்டு. பெருமானின் திருமுகம் ஓங்கார வடிவத்தைக் காட்டுவதாகவும் அவர் திருவைந்தெழுத்துக்குரியவர் என்பதை அவரது திருக்கரங்கள் காட்டுவதாகவும் கூறுவர். ஐந்து கரங்களும் பாசம், அங்குசம், மோதகம், அபய, வரத முத்திரைகள் கொண்டு விளங்குகின்றன. ஆக்கல், காத்தல், ஒடுக்கல், மறைத்தல், அருளல் என்னும் ஐந்தொழிலையும் குறிக்கும். பரை, ஆதி, இச்சை, ஞானம், கிரியை என்னும் ஐந்து சக்திகளையும் ஆணவம், கன்மம், மாயை, மாயேயம், திரோதா என்ற ஐம்மலங்களையும் உணர்த்தும், பாசமானது பற்று உள்ளத்தைப் பிறப்பித்து பிணித்து நிற்பது. படைத்தல் தொழிலை உணர்த்துவது. அங்குசம் அழிக்கும் தன்மையை விளக்குகின்றது. யானைப் பாகன் தன் அங்குசத்தால் யானையை வழிநடத்தியும் தேவை இல்லாதபோது கயிற்றினால் யானையைக் கட்டிப் போடுவது போன்று பெருமானும் நல்லோரை அங்குசத்தால் நல்வழிப்படுத்தியும், தீயோரைப் பாசத்தைக் கொண்டு துன்பத்தில் தளைக்கவும் செய்கிறார். துதிக்கையானது ஊனும் உணர்ச்சி அறிதலும், மனம் அறிதலும், உணவை எடுத்தலும் ஆகிய முத்திரங்களை உடையது. இக்கரமே மோதகம் ஏந்தியுள்ளது. இது வரத கரத்தைச் சுட்டாமல் சுட்டிக் காட்டுகின்றது. உலகில் உள்ள உயிர்கட்கு உணவு இன்றியமையாதது என்பதனைச் சுட்டும். அண்டங்களுக்குக் காவலனாக விநாயகர் இருப்பதனை மோதகமும், அதனுள் உள்ள பூரணமும் எடுத்துக் காட்டுகின்றன. வலக்கரத்தில் காணும் ஒடிந்த தந்தம் எழுதுகோலாய்த் திகழ்வது. இது கல்வியின் சிறப்பினைக் காட்டுவதாகும். துதிக்கை பிறவிச் சேற்றில் அழுந்தாமல் துதிக்கையால் எடுத்துக் காப்பார் என்பதைக் குறிக்கும். மோதகம் தம்மை நம்பி வழிபடும் ஆன்மாக்களைக் காப்பதன் சின்னமாகும்.

அபயகரம் பிறவிக்கடலில் வினைச் சுழலில் இன்ப துன்பம் பெற்றுவரும் உயிர்களுக்கு அஞ்சாமை அளித்துக் காப்பது. அதாவது நிலைப்பேற்றை அளிப்பது. வரதமும் மோதகமும் ஏந்திய கரம் அபயம் பெற்ற உயிர்கள் பரிபாகத்திற்கு ஏற்ப அருள் செய்வது. அக்கரம் கீழ் நோக்கி இருப்பது சிறந்த ஞானக்குறியாகும். பிறவிக்கு அஞ்சி வந்த ஆன்மாக்கள் அடையும் இடம் திருவடியாகிய முக்திப் பேறு என்பதனைச் சுட்டுகின்றது. நீர்க்கலச நீரால் பெற்றோரை நீராட்டி வழிபடுகின்றார். இது பெற்றோர் மீது கொண்ட பக்தியைக் காட்டுவதாகும்.

யானையை அடக்க பாகன் பாசாங்குசங்களை வைத்திருப்பான். பெருமான் இவற்றைத் தம் திருக்கரங்களில் தாங்கியுள்ளார். பாகன் யானையைப் படுகுழியில் விழாமல் தடுத்து நேர்வழியில் நடத்துவதுபோல், உயிர்களாகிய யானைகளை ஆசாபாசங்களாகிய படுகுழிகளில் விழாமல் தடுத்து நல்வழியில் நடத்தி நமது பாசத்தை அவரது திருக்கரத்திலிருக்கும் பாசத்தால் கட்டி, அங்குசத்தால் வெட்டி பாச நீக்கம் செய்து முக்தியளிக்கிறார்.

துதிக்கை வலப்புறம் திரும்பியிருப்பின் வலம்புரி, இடப்புறம் திரும்பியிருப்பின் இடம்புரி விநாயகர். அவர் திருக்கரத்தில் கொம்பு, கலசம், பாசம், அங்குசம், மோதகம் அல்லது கனி கொண்டு காட்சி தருபவர். இவருக்குப் பத்து திருக்கரங்கள் என்றும் கூறுவர். அவைகளில் செந்தாமரை, கதை, சக்கரம், கழுநீர், மழு, மாதுளங்கனி, அபயம், வரதம், வேல், கம்பு, கத்தி, கேடயம், சம்மட்டி, நாகம், சூலம், குந்தகம், கொடி, ருத்திராக்ஷம் கமண்டலம், புங்கம், தண்டம், வீணை காணப்படுவதுண்டு.

ஐங்கரங்களில் கலசம் ஏந்திய கையினைத் தாய் தந்தையர்க்கும், கொம்பு ஏந்திய கரத்தைத் தேவர்கள் நலன் காக்கவும், பணியாரம் ஏந்திய ஒரு கையைத் தன் பொருட்டும், பாசம், அங்குசம் ஏந்தும் மீதி இரு கைகளை ஆன்மாக்களாகிய நமக்கு உதவும் பொருட்டும் வைத்துள்ளார். இதனை

பண்ணியம் ஏந்தும் கரம் தனக்காக்கிப்
பானிலா மருப்பமர் திருக்கை
விண்ணவர்க் காக்கி அரதனக்கலச வியன்கரம்
தந்தை தாய்க் காக்கிக்
கண்ணி வாணவ வெங்கரி பிணித்தடக்கிக்
கரிசினேற் கிருகை யுமாக்கும்
அண்ணலைத் தணிகை வரைவளர் ஆபத்சகாயனை
அகந்தர் இக் களிப்பாம்.

—தணிகைப் புராணம்

வழி அறியலாம்.

எழுத்தாணி ஏந்திய கரம் படைத்தலைக் காட்டும்
அங்குசம் ஏந்திய கரம் அழித்தலை உணர்த்தும்
மோதகம் தாங்கிய கரம் காத்தலைச் சுட்டும்
அமுத கலசம் ஏந்திய கரம் அருளலை உணர்த்தும்
பாசம் ஏந்திய கரம் மறைத்தலை சுட்டும்.

வேறு எந்தத் தெய்வத்திருவுருவுக்கும் இல்லாத சிறப்பு அவயம் துதிக்கை. இது பூமித் தத்துவத்தில் இருந்து ரத்தின கலசத்தில் அமிர்தத்தை ஏந்தியுள்ளது. மிருதம் என்பது மரணத்தைக் குறிக்கும். அமிர்தம் என்றால் மரணத்தை மாற்றுவது எனப் பொருள். அத்தகைய மரணத்தை மாற்றும் அருமருந்தாகிய அமிர்தத்தை பக்தனுக்கு வழங்க அம் மாணிக்கப் பாத்திரத்தை ஏந்தியுள்ளார்.

விநாயகரின் வடமொழி தியான சுலோகத்தில் அவர் மாங்கனி, மாதுளங்கனி, கதை, கரும்புவில், சக்கரம், தாமரை மலர், பாசம், கருநெய்தல் மலர், நெல்கதிர், தமது தந்தம், இரத்தினக் கலசம் இவற்றைத் தாங்கியிருப்பதாகக் கூறுகின்றது.

“பீஜாபூர கதேக்ஷுகார்முருஜா
சக்ராப்ஜ பாசோத்பவ
வ்ரீஹ்யக்ர ஸ்வவிஷாண ரத்னகலச”

என்று கூறுகின்றது.

பொதுவாக எல்லாத் திருவுருவங்களுக்கும் நான்கு கரங்களே இருக்கும். இது மானிடர்களை விட ஆற்றல் மிக்கவர் என்பதை உணர்த்துவதாகும். தும்பிக்கையைச் சேர்த்து ஐங்கரம் கொண்டிருப்பதாலும் வேறு எந்தத் தெய்வத்திற்கும் இவ்வாறு ஒற்றைப் படையில் கைகள் இல்லாமல் இருப்பதும் இவர் பிற தெய்வங்களை விட சக்தி மிக்கவர். தனித்தன்மை உடையவர் என்பதை உணர்த்துகின்றது.

கொம்புகள்

சிவபிரானின் திருக்கரத்தில் சூலமும், முருகப் பெருமானின் திருக்கரத்தில் வேலும் போல் வித்தக விநாயகரின் திருக்கரத்தில் தந்தம் காணப்பெறுகின்றது. இது அவரது திருமுகத்திலிருந்து கொண்ட மெய்ஞ்ஞானக் கருவியாகும். இதனைக் கொண்டு பேரின்பப் பேற்றிற்கு மாறான உலகியல் செயல்கள் அனைத்தையும் ஒழிப்பார்.

கொம்புகளைப் பதிஞானம், பாச ஞானம் என்பர். ஒடிக்கப் பெற்ற வலக் கொம்பு பாசஞானம், இடப்பக்க ஒற்றைக் கொம்பு நிலைத்த இறைவனை உணர்த்துவதற்கான பரஞானம் ஆகும். இது அபர ஞானமாகிய விந்து. ஒடிந்த கொம்பு துணை உறுப்பினுள் ஒன்றாகவும், ஆயுதமாகவும் பயன்படும். ஒடிந்த கொம்பினைக் கொண்டு மேரு மலையில் பாரதம் எழுதினார். இது பாசஞான நூல். முழு உலகமும் அழியும் காலம் வரும். அழிந்த உலகை ஆக்க முன்கூட்டியே உலகப்படத்தை எழுதி வைக்க இந்த எழுத்தாணியான கொம்பு உதவியது. இக்கொம்பு மாயையுருவினை உடைய கயாசுரன் மேல் ஏவப்பெற்று அவனை ஆட்கொண்டது. இதனால் இவருக்கு ஒற்றைக் கொம்பன், ஏகதந்தன் என்ற பெயர்களும் உண்டு.

மீண்டும் ஒரு கயமுகன் தோன்றி பக்தர்களுக்குத் துன்பம் விளைவிக்காமல் இருக்க, அச்சுறுத்திக் கொண்டே இருக்க, அக்கொம்பினைத் திருக்கரத்தில் தாங்கிக் காட்சியளிக்கிறார். ஒடிந்த தந்தம் ஒரு கரத்திலும் மற்றொரு தந்தம் திருமுகத்திலும் உள்ளது. அளவிடமுடியாத மகிமாதிசயங்கள் அதிலிருந்து வெளியாகின்றன.

'ஒற்றைக் கொம்பன் விநாயகனைத் தொழத்
துள்ளி ஓடும் தொடர்ந்த வினைகளே'
'ஏக தந்தாய் விக்ந விநாசினே'

என்பதிலிருந்து வினைகளை நீக்கும் வித்தகன் ஏக தந்த விநாயகன் என்பது விளங்கும்.

அகன்ற இரு செவிகள்

பெருமானின் இரு செவிகள் முறம்போல் அகன்று காணப்படுகின்றது. காதுகளில் குண்டலங்கள் உள்ளன. இவரது பெரிய செவிகள் எங்கும், எல்லா உலகங்களின் குறைகளையும் கேட்க வல்லவை என்பதனை உணர்த்தும். உயிர்களுக்குக் கன்ம வாதனை தாக்காமல் காத்து வினை வெப்பம் போக்கி அருளுவதனைக் குறிக்கும். எங்கும் நிறைந்தவர் என்பதனைப் புலப்படுத்தும்.

பெருமான் தன் இரு பெரிய செவிகளை அசைத்து அசைத்து அப்ராக்ருத வாயுவை அகிலம் அனைத்தும் பரப்பி, பிராக்ருத வாயுவை உயிர்ப்பித்து ஆன்ம முறையீட்டை ஏற்கிறார். பக்தர்கள் உணர்வு நெகிழ்ந்து உள்ளம் உருகிப்பாடும் பாக்களைக் கேட்டு, அப்பாக்களில் உள்ள முறையீடுகளைக் கேட்டு திருவுளம் மகிழ்கிறார். அருளார்வத்தின் குறியாக பெருமானின் திருச்செவிகள் அசைகின்றன. அந்த அசைவின் காரணமாக எழும் பெருங்காற்று எங்கும் பரவி பிறவிப் பெருங்கடலில் தத்தளிக்கும் ஆன்மாவைக் கரை சேர்க்கின்றது எனக் காசிகாண்டம் குறிப்பிடுகின்றது.

“மாற்றிரிய தொல்பிறவி மறிகடலின் இடைப்பட்டுப்
போற்றுதன் குரைகழல்தாள் புணைபற்றிக் கிடந்தோரைச்

சாற்றிரிய தனிமுத்தித் தடங்கரையில் மிசையுய்ப்பக்
காற்றெறியும் தழைசெவிய கடாக்களிற்றை வணங்குவாம்.

முக்கண்

பெருமானின் மூன்று சிறிய சூரிய கண்களும் உட்கருத்தைப் பெருக்குதல், வளர்த்தல், பதஞ் செய்தல் என்னும் முத்தொழில்களைச் செய்யும். சந்திர, சூரிய, அக்னிகள் (அப்ராக்ருத சூர்ய, அப்ராக்ருத சந்திர, அப்ராக்கிருத அக்கினி) என்னும் மூன்று ஒளிப் பொருள்களைக் குறிக்கும். இவர் பரந்த நோக்கம் கொண்டவர் என்பதையும் விளக்கும். இச்சை, கிரியை, ஞானம் ஆகிய மூன்றையும் குறிக்கும். இம்மூன்று கண்களாலும் ப்ராக்ருத பரிதி மதி அக்கினிகள் உய்தி பெறுகின்றன. இக் கண்கள் சிவந்து காணப்பெறும். இரு கண்கள் பிற உலகைக் காணவும் நெற்றிக்கண் பரஞானத்தைச் சுட்டும் ஞானக் கண்ணாகவும் விளங்குகின்றது.

இடக்கண் அகாரம், வலக்கண் உகாரம், நெற்றிக் கண் மகாரம் ஆகும்.

மாதுளம்பழம்

இப்பழத்தின் உள்ளே பல முத்துக்கள் அடங்கியுள்ளன. ஆனால் புறத்தே அது தெரிவதில்லை; அதுபோல பெருமான் பல புவனங்களின் ஞானமும் தன்னுள் (தன் கையில்) அடக்கம் என்பதை குறிப்பிட்டுக் காட்டுகின்றார்.

மாதுளை அண்டத்தைக் குறிக்கும். அதன் உள்ளே உள்ள பல நூறு முத்துக்கள் சிறு சிறு முட்டை வடிவான தனித்தனி அண்டமாகவும், அவ்வரிசி அண்டங்களைக் கொண்ட மாதுளங்கனி ஒவ்வொன்றும் அகிலாண்டமாகவும் உருவகப் படுத்துகின்றார். இத்தகைய அகிலாண்டங்கள் தம் கையுள் அடக்கம் என்பதனை உணர்த்துகின்றார்.

மோதகம்

இதனை இடக்கரத்தில் தாங்கியிருக்கின்றார். இது அமிர்த கலசம் என்றும் கூறப்படும். மோதகம் என்பதற்கு அழிவற்ற தன்மை அல்லது நிஜாநந்தம் என்பது பொருள்.

மோதகம் எள், வெள்ளம் ஆகியனவற்றால் செய்யப் படுவது. பொதுவாக ஒரு பொருளைத் தானம் செய் என்பதற்கு 'தாரை வார்த்துக் கொடு' என்பது வழக்காகும். மோதகத்தில் உள்ள எள் உலகப் பற்றைக் குறிப்பது. அதனை மனிதன் தியாகம் செய்ய வேண்டும். அப்போதுதான் மறுமை இன்பம் கிட்டும். வெல்லம் மறுமை இன்பத்தைக் குறிப்பது. பெருமான் மோதகத்தைத் தன் திருக்கரத்தில் வைத்திருப்பது தம்மை நம்பி வழிபடுபவர்களைக் காத்து ரக்ஷிப்பதன் அடையாளமாகும். அமுத கலசம் தன் பெற்றோர்களை வழிபடுவதற்காக நீர் கலசம் ஏந்தியுள்ளார்.

கொழுக்கட்டை பிரம்மம் சர்வ வியாபியோ அதுபோல பெருமான் விளங்குகின்றார். அனந்தாதி அண்டம் என்னும் பொருளில் வெள்ளை மாவினால் செப்பு செய்து பிரம்மம் எங்கும் பூரணமாக நிறைந்திருக்கிறது என்று உள்ளே பூரணம் வைத்து உணர்த்துகின்றனர்.

பொன்முடி

தேவகணம், மானுட கணம், பூத கணம், விலங்கு கணம் முதலான எல்லாக் கணங்கட்கும் தலைவர் இவர் என்பதனை அறிவுறுத்துகின்றது திருமுடி. தகாதவர்கட்கு விக்கினங்களைத் தந்தும், தக்கவர்கட்கு விக்கினங்களை விலக்கியும் அருளும் பெரும் தலைவர். வழிபாட்டுக்குரியவர் விக்னேஸ்வரரான விநாயகப் பெருமானே. அதற்கு ஏற்ப பொன்முடி புனைதற்கு ஏற்ற உரிய முதல்வர் அவரேயாதலின் பொன்முடி தாங்கிக் காட்சி தருகின்றார்.

இவரது சடைமுடி நீண்டதாயும், செஞ்சடையாயும் உள்ளது. அந்தச் சடையில் சிவபிரானைப் போல மதியை அணிந்துள்ளார். பிறைச்சந்திரன் இவர் எல்லையற்ற இன்பமுடையவர் என்பதை உணர்த்துகிறது. அமுத கலையுடன் முடியில் விளங்குவது ஞானசந்திரக் கலையாகும்.

தவ விரதங்களால் அறியாமை தேய்ந்து உண்மை ஞானம் பெற்ற உயிர்களே மேன்மை பெறும் என்பதனைக் காட்டும்.

இவருக்குப் பாலசந்திரன், சோமகலாதரன், பிறைமதி சூடிய பெருமான், சந்திரமௌலியான், அம்புலிமௌலியான் என்ற பெயர்களும் உண்டு. சிவபிரானைப் போன்று முதிர்ந்த ஞானமும் துறவு நிலையும் கொண்டவர் என்பதை விளக்கும்.

உடல் தேய்ந்தாலும் களங்கம் அகன்றது பிறை. அதுபோலத் தவ விரதங்களால் அறியாமை தேய்ந்து உண்மை ஞானம் பெற்ற உயிர்களே சிரத்தானம் எய்துதற்குரியவை என்பதனைக் காட்டும் அடையாளமாகும்.

மும்மதம்

யானைக்குக் கன்ன மதம், கபோல மதம், பீஜ மதம் என மும்மதங்கள் உண்டு. யானைக்குக் காதுகளில் இருந்தும் கன்னங்களில் இருந்தும் மதநீர் வழியும் என்பர். யானை முகம் கொண்ட பெருமானுக்கு ஒழுகும் மதநீர் 'மெய்ஞ்ஞானம்' என்னும் மதம் ஆகும். பெருமான் ஞானமதமாகிய வெள்ளத்தைக் கொண்டு அன்பர்களின் அறியாமையாகிய மனக்கறையைக் கழுவி பிறவிக் கடலில் சேராமல் தன் துதிக்கையால் காப்பார் என்பதைக் குறிக்கும்.

உவவை இல்லாத கலைஞானமும், உணர்வரிய மெய்ஞ் ஞானமும், திருப்பெருகு சிவஞானமுமாகிய மூன்று மதங்கள். இதனை மும்மதம் என்று உமாபதி சிவம் குறிப்பிடுகின்றது. யானைக்கு மதஜலம் ஒழுவது போல இவருக்கு வலப்பக்கம் அறக்கருணையும், இடப்பக்கம் மறக் கருணையும் பொழி கின்றது. மும்மதம் என்பது இச்சா ஞானக் கிரியைகளின் உருவகம் என்கிறார் சிவாக்ர யோகிகள்.

முப்புரிநூல்

இடை நாடி, பிங்கல நாடி, சுழுமுனை நாடி ஆகிய மூன்றையும் தொழில்படச் செய்பவர் என்பதனை உணர்த்துவதே முப்புரிநூல் அணிவதன் தத்துவம் ஆகும். வேதாந்த ஞானம்தான் அழிவற்ற பிரமம் என்ற உண்மையை உணர்த்த வெளியே காட்டும் அடையாளக் குறியாகும் இது.

திருவாய்

பக்குவிகட்குப் பயன் விளைவிக்கும் அந்தரங்க மந்திரங் களை நுட்பமாக உயிர்க்கும் திருவாயானது கீழ்நோக்கித் தொங்கிக் காணப் பெறுகின்றது. இதனை தெய்வ யோகிகள் அறிந்து தெளிந்து உணர்கின்றனர். அத்திருவாயானது உயிர்களின் கன்மத்திற்குத் தக்க கட்டளையை விறுவிறு என வெளிப்படுத்திக் கொண்டேயிருக்கிறது. அரிய நுண்ணிய கன்ம தேவதைகள் பெருமானின் கட்டளையைச் சிரமேற்று செயல்படுத்துகின்றன. பெருமானின் திருவாயானது யானையின் வாய்க்கு ஏற்ப தொங்கும் வாயாக அமைந்துள்ளது. இதனாலேயே ஔவையார் நான்றவாயும் (தொங்கும் வாயும்) நாளிரு புயமும் எனப் போற்றிப் பாடுகின்றார்.

சர்ப்பாபரணம்

உதரபந்தம் பாம்பு, அணி பாம்பு, பூணூல் பாம்பு. பாம்பு குண்டலி சக்தியின் வடிவமாய் விளங்குகின்றது. மூலாதாரத்தில் குண்டலியே விநாயகர் விளங்கும் இடமாகும். இச்சக்தி சுருண்ட நிலையில் இருந்து நிமிர்ந்தால் பாம்பு படம் விரித்து எழுந்து நின்றது போல மூலாதாரத்தினின்றும் சிரஸ்திராம் வரையில் பரவி ஆன்மாவிடமாக சிவம் பிரகாசிக்கச் செய்யும் என்பதைக் குறிக்கும். உந்தி, மார்பு, கழுத்து, நெற்றி, உச்சி ஆகிய இடங்களில் பாம்பு படம் விரித்து இருப்பது ஆறாதார நிலையில் அங்கங்கே அனுபவிகளுக்குக் கிடைக்கும் குண்டலி தரிசனத்தைக் குறிக்கும். விநாயகரின் திருமேனியில் காணும் பாம்பு மாயையை அவர்தம் விருப்பம்போல இயக்க வல்லவர் என்பதை உணர்த்தும்.

வீட்டில் உள்ள பொருட்களைப் பேழையில் போட்டு வைப்பது வழக்கம். அதுபோல அண்டங்கள் அனைத்தும் அவரது பேழை வயிற்றினுள் அடக்கம். அவருக்குப் புறம்பாயுள்ள பொருட்கள் வேறில்லை. அண்டங்களைத் தன் கட்டுப்பாட்டினுள் வைத்திருப்பதை உணர்த்தும் வகையில் தன் வயிற்றில் அண்டங்களை அடக்கி, சர்ப்பத்தைக் கச்சையாக தொந்தி மீது கட்டிக் கொண்டார். சர்ப்பம் சக்தியின் சின்னமாகும்.

யானை முகம்

விநாயகப் பெருமான் யானை முகம் கொண்டு விளங்குவதற்குப் பல புராண வரலாறுகள் உண்டு. விலங்கினத்தில் மிகப் பெரியது, ஆற்றல் உடையது, எவ்வளவு சுமையையும் வருத்தமின்றிச் சுமப்பது, எவ்வளவு பெரிய படையையும் அஞ்சாது அழித்து வெற்றி காணும் தன்மை, எதிரியைக் காலம் அறிந்து அழிக்கும் நற்குணம், அன்பு செலுத்தி அடிபணிபவரை முடிமேல் வைத்து உயர்த்தும் நற்குணம், இடுக்கண் வராது காத்தல் போன்ற பல்வேறு குணநலன்களைக் கொண்டது யானை. அதே குணங்களையே பெருமானும் கொண்டுள்ளார். அன்புடன் வணங்குபவர்க்கு உயர்வு அளிப்பதும், அல்லாதவர்க்குத் துன்பம் தருவதும் இவரது வழக்கம்.

எனவே இவருக்கு கரிமுகக் கடவுள், கரிமுகத்து யானை முகவன், மதமாமுகக் கடவுள், யானை முகத்தன், வரிமுதற் களிறு, வாரண முகத்தன், வாரண வனத்தேவு, வேழமாமுகன், கற்பகக் களிறு எனப் பல பெயர்கள் உண்டு.

பெருமான் தனக்குத் தானே தலைவனாய், வேறு தலைவன் இன்றி விளங்குபவர். தேவர்கள் யாவருக்கும் இல்லாத ஆற்றல், அண்டம் முழுவதையும் தன் வயிற்றில் அடக்கிச் சுமப்பவர். மாயப் படைகளை எதிர்த்து அடியார்களைக் காத்தல். கணங்கட்கு எல்லாம் பதியாயிருப்பவர்; ஆன்மாக்களுக்கு பக்குவம் வரும் துணையும் பார்த்திருந்து அவர்கள் பரிபாகம் தெரிந்து வினை எதிரியை வேரறத் தொலைப்பவர்.

எங்கிருந்தாலும் அன்பர்களைத் தேடிக் காப்பவர்; திருவடியைத் தொழுபவர்களைத் தலையாய இன்ப உலகில் ஏற்றியிருத்து பவர்; துன்பம் வராமற் பாதுகாப்பவர். உயர்திணை, அஃறிணை என்ற திணைப்பாகுபாடு, ஆண், பெண் என்ற பால் வேறுபாடு இவைகளைக் கடந்தவர் என்பதனை உணர்த்த ஒற்றைக் கொம்பும் யானைமுகமும் தேவ உடலும் கொண்டு விளங்குபவர்.

பிரணவம் என்ற அண்டகோசம் காணும் தேகத்தை விட மும்மடங்கு பெரியது. பிரணவமே அறிவுருவாக தேகத்தை ஆள்கின்றது. யானை தன்னிடம் அன்பு காட்டும் பாகனைத் தன் காலை உயர்த்தி ஏற்றி தனது முடியிற் ஏற்றிக் கொள்ளும். அதுபோல பெருமான் தன்னை வணங்குபவர்கட்குத் தன் திருவடி உதவியால் உயர்ந்த பதவியை அளிக்கின்றார்.

மூஷிக (மூஞ்சுறு) வாகனம்

மூஞ்சுறு எலி வகையைச் சேர்ந்தது. எலி மண், கல், மரம், சுவர்களை எல்லாம் தகர்த்துத் தனக்கு வழியை அமைக்கும். அதுபோல மூலாதாரம், சவாதிஷ்டானம், மணிபூரகம், அநாகதம், விசுத்தி, ஆக்ஞை என்னும் இவை ஒவ்வொன்றுக்கும் இடையே அமைப்பு உள்ளது. சிரசை ஒளி வந்தடையாதபோது இவ்வமைப்புகளை எல்லாம் துளைத்தே மேலேறி சுழுமுக நாடி உச்சிக்கு வருகிறது. சாதகம் செய்பவர்கட்குக் குண்டலிக் கனல் குடுகுடு குறுகுறு என மேலேறிப் பாயும். இவ்வொலி பெருச்சாளியின் முழக்கம் போலிருக்கும். மூலாதாரத்தில் ஓடிப் பாயும் குண்டலிக் கனலேறி அமர்ந்தவர் பெருமான். இது பிண்ட நுட்பமாகும். குண்டலினியே பெருச்சாளி என்பர்.

பிரணவமாகிய அ,உ,ம என்ற சிருஷ்டி, திதி, வாரம் என்றவைகளுக்கு உட்படும் நிலை காரிருள் நிலையாகும். பல்லின் கிரியையால் இருள் ஒழிக்கப்பட்டு குண்டலினி மேலெழுந்த சுழுமுனை நிலையே மூஷிக வாகனம்.

அட்டமாசித்திகளை உடைய பெருமான் அதில் ஒன்றான 'அனிமா' சக்தி மூலம் தமது பருத்த பாரமான உடம்பைச் சிறிய

வடிவுடைய பெருச்சாளி சுமந்து செல்லும் அளவு சுருக்கி அமைக்கிறார். மேலும் தெய்வங்கள் ஒளிமயமானவை. எனவே பெருமானின் ஒளி வடிவினை பெருச்சாளி சுமப்பதில் ஆச்சரியப்படுவதற்கில்லை.

தோற்றத்தில் பெரிய திருவுருவினைக் கொண்ட பெருமான் தம்மைத் தாங்கும் சிறிய திருவுருவான மூஞ்சுறுக்காகத் தம் உடல் பாரத்தினை எளிமையாக்கி அது தாங்கும் நிலையினை ஏற்படுத்துகிறார். அதுபோல் தம்மை சரண் அடையும் அன்பர்களுக்காக எந்தத் தோற்றத்திலும் காட்சித் தருவார் என்பதனையே இது உணர்த்தும்.

கஜமுகன் என்னும் அரக்கன் மனிதன், விலங்கு, ஆயுதம் முதலியவற்றால் கொல்ல முடியாத வரம் பெற்றவன். எனவே விநாயகப் பெருமான் யானை முகமும், மனித உருவமும் கொண்டு தந்தத்தை ஒடித்து மார்பில் குத்தினார். அவன் மூஞ்சூறு வடிவு எடுக்க அவனை அடக்கித் தன் வாகனமாக்கிக் கொண்டார். இது அறியாமையையும் அதன் குறும்புகளையும் அடக்கியாண்டு நல்வழிப்படுத்தும் தத்துவத்தைப் புலப் படுத்துகின்றது. பிரம்மாண்ட திருவுருவினையுடைய இறைவன் மிகச் சாதாரண ஆன்மாவிலும் உறைவதனை உணர்த்துகின்றது.

சவுபரி என்னும் முனிவரின் மனைவியான மனோ மணியைக் கிரவுஞ்சன் என்னும் கந்தர்வன் கெட்ட எண்ணத்துடன் அணுகினான். கோபம் கொண்ட முனிவர் அவனை மூஷிகமாகச் சபித்தார். பின் அவன் பிழையை மன்னிக்க வேண்ட விநாயகப் பெருமானால் பாபவிமோச்சனம் பெறுவாய் என முனிவர் அருளினார். பராசர முனிவர் ஆசிரமத்தில் வாழ்ந்து வந்த விநாயகப் பெருமான் தொல்லை கொடுத்து வந்த மூஷிகத்தை அடக்கி அதனைத் தன் வாகனமாக்கிக் கொண்டார்.

எலி மண்ணைத் தோண்டி வாழும். பாம்பானது எலிக்குப் பகையானது. காம உணர்வு என்னும் எலி மண்ணைக் குடைவது போல கீழ் நோக்கிச் செல்லாமல் பாம்பான குண்டலினி தடுத்து நாதம் உண்டாக்கி மேல் செல்ல வேண்டும்

என்பதாகும். மூஷிகம் என்பது நம்முள்ளே இருந்து நம்மை அழிக்கும் கள்ளத்தனமாக உலகப் பற்றாகும்.

பெருமானை விவசாயக் கடவுளாகக் கருதலாம். உழவர்களுக்கு உதவுவதற்காக பயிரை அழிக்கும் பெருச்சாளிகளை அடக்கி தம் வாகனமாக்கி உழவர்களுக்கு உதவுவதாகவும் கூறுவர்.

சிறிய உடலில் இயங்குவது சிறிய ஆத்மா; பெரிய உடலில் இயங்குவது பெரிய ஆத்மா என்றில்லை. ஆத்மா அளப்பரியது. அது உருவின் அமைவில் கட்டுப்படுவதில்லை. உடலும், உயிரும் சேர்ந்தே ஜீவாத்மா, உடல் வடிவில் ஆத்மா எல்லாம் எல்லையில் அடங்கிய சிறு ஜந்துகள். ஆத்ம சொரூபத்திலோ ஒவ்வொரு ஜீவனும் அளப்பரிய பெரிய பொருள். இதையே மூஷிகத்தின் சிறிய உரு உணர்த்துகின்றது.

ஏரம்பக் கணேசருக்கு சிங்கமும் வாகனமாகும். மயூரோ விநாயகருக்கு கமலாசுரனைக் கொல்ல பெருமான் மயிலை வாகனமாகக் கொண்டதாக புராணம்.

ஓங்கார வடிவு

யானை வடிவு ஓங்காரத்தை நினைவூட்டும், ஞான சொரூபமே, சின்மயானந்த வடிவே ஓங்காரம். படைத்தல், காத்தல், அழித்தல் என்னும் முத்தொழிலைக் குறிக்கும். இவருக்கு ஓங்கார வடிவினன், ஓம் பொருளாளன், ஓங்காரம், பிரணவ சொரூபன், தாரப் பிரம்மம் என்ற பெயர்கள் வழங்குகின்றன.

சடையில் அணிவன

அறுகு, ஆத்தி, கருக்கை, கொன்றை, வெள்ளெருக்கு, தும்பை, கரந்தை, வில்வம், ஊமத்தை இலை, வன்னி இலை, கண்டங்கத்திரி இலை, அரளி இலை, மாதுளை இலை, மருவு, ஜாதி மல்லிகை இலை, தவனம் ஆகியவைகளைத் தரித்திருக்கிறார்.

பொறி, அவல், கடலை

பெருமானுக்கு விருப்பமானவை பொறி, அவல், கடலையாகும். இவை வறுபட்டு முளை இழந்த வித்துக்கள், மீண்டும் முளைக்காத தன்மை உடையன. அதுபோல தன்னை வணங்கும் பக்தர்களுக்கு மீண்டும் பிறப்பு ஏற்படாத மோட்சத்தை அளிப்பேன் என்பதை இதன்மூலம் உணர்த்துகின்றார்.

இதனையே திருமூலர்

ஆணவ மாயையுங் கன்மமு மாமலங்
காணு முளைக்குத் தவிடுமி யான்மாவுஞ்
தாணுவை யொவ்வாமற் றண்டுல மாய்நிற்கும்
பேணுவாய் மற்றுநின் பாசம் பிரித்துமே

என்கிறார்.

ஆணவம் உமியை ஒக்கும். மாயை தவிட்டை ஒக்கும். கன்மம் முளையை ஒக்கும் என்கிறார்.

வினைப்பயன் வறுபட்டு பிறவித் துன்பமுளை இழந்த பேரின்பத்தைக் காட்டுகிறது.

செந்தூரச் சாந்து

சிந்தூரன் என்னும் அசுரன் உலகமனைத்தையும் கொடுமைப்படுத்தினான். அவனை அழிப்பதற்காக விநாயகப் பெருமான் அவதாரம் எடுத்தார். அவனைத் துதிக்கையினால் வாரி எடுத்து நசுக்கித் தமது மத்தகத்தில் மகிழ்வோடு பூசிக் கொண்டார். இதுவே கஜானனருக்குச் சிந்தூரச் சாந்தாயிற்று. அதன் அடையாளமாகவே பெருமான் சிவந்த பொட்டுடன் காட்சி தருகின்றார்.

முகத்தின் கீழ் உள்ள அக்கினி கலை மேலெழுந்து விளங்குவதில் செவ்வொளி காணப்படும். இது நெற்றிக்கு நேரே விளங்குவதால் தன் செந்தூரச் சாந்தினைக் காட்டி இதனை உணர்த்துகின்றார்.

நீலமேனி

விநாயகப் பெருமானின் திருமேனியினைப் பலர் பலவித வண்ணங்களாகக் கொள்வர். விநாயகப் புராணம் லீலா காண்டத்தில் மயூரேசர் திரு அவதாரப் படலத்தில் அவரது திருமேனியினைப் பற்றிய குறிப்பு உள்ளது. கிரேதாயுகத்தில் 10 திருக்கரங்களும், சோதி மேனியும், சிங்க வாகனமும்; திரேதா யுகத்தில் 6 திருக்கரங்களும், வெண்ணிற மேனியும் பெருச்சாளி வாகனமும், கலியுகத்தில் இரு திருக்கரங்களும், நீலமேனியும் குதிரை வாகனமும் விளங்கும் என்ற குறிப்பு உள்ளது. ஔவையார் தம் விநாயகர் அகவலில் ‘நெஞ்சிற் குடிகொண்ட நீலமேனியும்’ என்கின்றார். பெருமானின் மேனியானது மின்னும் மேனி, கண்களுக்கு குளிர்ச்சி தரும் நீலநிறம், காண்பவர் மனதைக் கவரும் மேனி. இவருக்கு சசிவர்ணர் என்ற பெயரும் உண்டு. சசம்-முயல்; சசி-முயல் களங்கம்; சசிவர்ணர்-முயல் களங்கம் கொண்ட சந்திர நிறத்தவர் என்பர். சந்திரனின் இயல்பான நிறம் வெண்மை; காட்சி நிறம் கருமை; இந்த இரு வர்ணங்களின் கலப்பே சசிவர்ணமாகும்.

> **“முகத்தால் கரியனென் ஆகும் தனியே முயன்றவர்க்கு**
> **மிகத்தான் வெளியன் என்றே மெய்யம்மை யுன்னும்**
> **விரும்படியார்”**

என்று நம்பியாண்டார் நம்பிகள் போற்றுகின்றார்.

18. விநாயகப் பெருமானின் ஆயுதங்கள்

விநாயகப் பெருமான் தமது திருக்கரங்களில் பல்வேறு ஆயுதங்களை ஏந்திக் காட்சி தருகின்றார். அவை ஒவ்வொன்றும் பல்வேறு விதமான உட்பொருளை நமக்கு உணர்த்தும் தத்துவங்களாகும்.

*1. **பாசம்:*** பாசம் என்பது கயிறைக் குறிக்கும். இது ஒன்று அல்லது இரண்டு, மூன்று கயிறுகள் சேர்த்து எளிதில் பிரிக்கும் வகையில் சுருக்கு முடிச்சாகப் போடப்பட்டிருக்கும். சிலபோது சுருக்கிடாமல் வளையமாகவும் இருக்கும். தீயனவற்றை செய்யாமல் கட்டுப்படுத்தும். பகைவர்கள் கையையும் கால்களையும் கட்ட உதவும் என ஐதீகம். சிலபோது நாகமே பாசமாகக் காணப்பெறுவதுண்டு. அதனை நாகபாசம் என்பர்.

'புலன் ஐந்தும் மயங்கி அகங்குழையப் பொருவேலோர் நமன் தமரின்' பாசத்தை குறிப்பதாகும். நமன்தமர் எமபாசத்துடன் அணுகுமுன் தன் திருவடி நிழலை அடைந்தால் உய்யலாம் என்பதை உணர்த்தும். குடும்பப் பாசமானது உலகப் பாசமாகும். இது ஒருநாள் எம பாசமாக மாறும். மறுமை இன்பத்தினை அடையப் பற்றினை ஒழித்துவிட்டுப் பற்றற் றாளைப் பற்ற வேண்டும். பாசங்களை ஒரு எல்லைக்குட்படுத்தி மீண்டும் தலை எடுக்காதவாறு செய்தலைக் குறிக்கும். சேதிக்கப்பட்டவை மீண்டும் உற்பத்தியாகாதவாறு ஒளி

பெருக்குவது, பாசத்தால் உணர்த்தப்பட்டது. பாசம் என்பது கட்டுக் கயிறு. பாசங்களை ஒரு எல்லைக்குட்படுத்தி மீண்டும் தலை எடுக்காதவாறு செய்ய வேண்டும். இவ்வாற்றல் மூளையின் இடப்புறம் உள்ளது. எனவே பாசத்தை தம் இடக்கரத்தில் கொண்டுள்ளார் பெருமான்.

2. ***அங்குசம்:*** இது இரும்பினால் செய்யப் பெற்ற வளைந்த மூக்கும், குத்தி அடக்கும் கூரிய நேரான பகுதியும் கொண்ட யானையை அடக்கப் பயன்படும் கருவியாகும். இதனை நீண்ட கழியில் சொருகியிருப்பர். பெருமானின் சிறப்புக் கருவிகளில் இதுவும் ஒன்று. இது யானைப் பாகனின் ஆயுத மாகும். பாகன் இதனை யானையின் காதிலேயே மாட்டி வைப்பதும் உண்டு.

இது அறிவை குறிக்கும். மனம் என்னும் யானையை அறிவு என்னும் அங்குசம் கொண்டு அடக்கி தன் திருவடியின் கீழே ஒன்ற வேண்டும் என்பதைக் குறிக்கவே அங்குசத்தினைத் தன் திருக்கரத்தில் ஏந்தியுள்ளார். அங்குசம் சிருஷ்டி நிலையும், திதி நிலையும் காரியமும் சேதிக்கப்பட்டு வலுவிழக்கும். இது வலப்புற மூளையின் வேலை, இவ்வாற்றல் வலப்புறம் உள்ளது.

ஈதல், ஏற்றல் இரண்டும் கைகளின் செயலாகும். செலுத்துதல், பிரித்தல், சேர்த்தல் ஆகியவற்றை அங்குசமும் பாசமும் செய்கின்றன. ஆணவ யானையை அங்குசத்தால் அடக்கி, பாசத்தால் அதைப் பிணித்து வித்தக உயிர்கட்கு விடுதலை தருபவர் விமல விநாயகர் என்பதையே அவரது பாசமும், அங்குசமும் உணர்த்துகின்றன.

3. ***தந்தம்:*** இது பெருமானின் கொம்பினை ஒடித்த பகுதியாகும். இப்பக்கத்திலேதான் தேவியை அணைத்துள்ளார். உருவ வழிபாட்டுக்கும் அருவ வழிபாட்டுக்கும் எல்லை வகுப்பது பெரிய தந்தம். யானை தன் தந்தத்தால் பெரும் மரங்களையும் சாய்ப்பது போல, கீழுள்ள ஆசைகளைப் பெயர்த்தெடுத்து ஒளி மண்டலத்தில் உள்ள

ஜீவதரிசனத்திற்கு வழி செய்யும் ஆற்றலை உடையது. தந்தத்தினைப் பெரும் பாரக்கோடு என்பர். ஒடித்த தந்தம் எழுது கோலாகவும் பயன்படுத்தப்படுகிறது. எனவே கல்வியை உணர்த்துகிறது.

4. **வேதாளம்:** தசை நாறு இல்லாதும், அச்சமும் அருவெறுப்புந்தரத்தக்க பூத வடிவுடன் இருப்பதாகும். இதனை ஏவிப் பகைவர்களை விழுங்குபவர். இவ் ஆயுதம் வீர கணபதியின் கரங்கள் ஒன்றில் இருக்கும்.

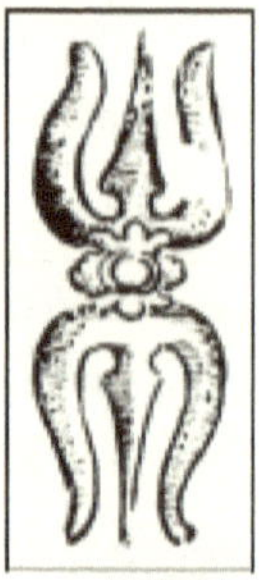

5. **சக்தி:** இது வேலைக் குறிக்கும். தகடு வடிவில் ஆறு கூரிய பகுதிகளைக் கொண்டது. பொதுவாக வேல் முருகனுக்குரிய சிறந்த ஆயுதமாகும். இது சக்தி (உமை) கொடுத்தது. கணபதி வீரகணபதியாக விளங்கும்போது வேலைத் தாங்குகின்றார். இது சிவன் கொடுத்தது என்பது புராணம். இது பிடித்தபடி எறியும் ஆயுதம் ஆகும். இது இருபுறமும் குத்தும் இயல்புடையது.

6. **அம்பு:** கரிய முள் போன்ற நுனியினைக் கொண்ட இரும்பாலான கருவியாகும். இதனை ஒரு கழியின் முனையில் செருகி அதன் கீழ்ப்புறத்தில் கழுகின் இறகு கட்டப்பட்டிருக்கும். இந்த அம்பின் நுனி பிறைமதிபோல கவர்பட்டதாகவும் இருக்கும். இதனை பிறை அம்பு என்பர்.

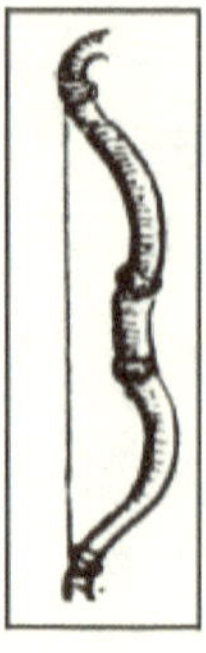

7. **வில்:** இது முன் குறிப்பிட்ட அம்பினைக் குறிபார்த்து எய்யப் பயன்படும் கருவியாகும். இது வளையும் தன்மை கொண்ட மூங்கில், சிலை என்னும் மரம் போன்றவற்றின் இரு முனைகளையும் சேர்த்து தோள் அல்லது நார்க் கயிறைக் கொண்டு நாண் இழுத்து கட்டப்படும். வில்லை வளைத்து, நாண் பூட்டி, அதன் நடுவில் அம்பை வைத்து விடுவர். வில்லின் வலிவு, நாணின்

உறுதி, அம்பின் அமைப்பு, எய்பவனின் வலிவு இவற்றிற்கேற்ப அம்பு விரைந்து சென்று இலக்கைத் தாக்கும்.

இது பிரணவத்தைக் குறிக்கும். மூலாதாரமும் சகஸ்ரதளமும் வில்லின் இரு கோடிகளாகும். சுழும்னாநாடி என்னும் நாணால் இறுக்கி வளைத்து லட்சியமாகிய அம்பை எறிந்தால் பிறவிப்பிணி அகலும் என்பதனைக் குறிப்பதாகும்.

8. ***சக்கரம்:*** பொதுவாக சக்கரம் விஷ்ணுவின் கருவியாகும். இதில் ஒரு வகை தேரின் உருளை போன்றும், மற்றொன்று வளையம் போலும், சில போது அழகுப் பொருளாக பல்வேறு வடிவங்களுடனும் காணப்பெறும். இது தருமவிரோதத்தைச் சென்று சங்கரிக்கப் பயன்படுத்துவது.

9. ***சக்தி:*** இது தலைப்பகுதி குண்டாகத் தடித்துள்ள நீளக் கழியில் கோக்கப் பெற்றிருக்கும். தலைப்பகுதி மண்டை ஓடு போலவும், கம்பு முழங் கால் எலும்பாகவும் கூட அமையும். இதனையே இப்போது பிச்சுவா என்பர். இது பகைவரை அடிக்கப் பயன்படும்.

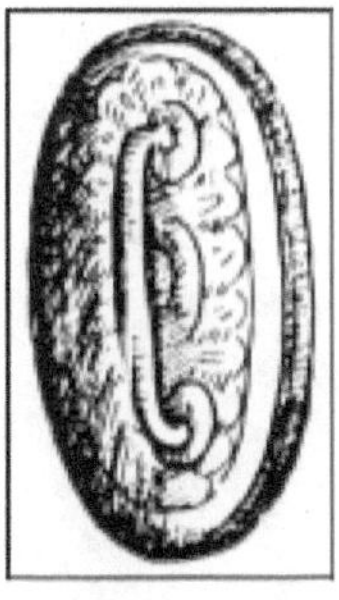

10. ***கேடகம்:*** இது சதுரம், நீள் சதுரம், வட்டம், முக்கோணம் வடிவங்களில் பலகையாலும், எருமை, கடமா, நீர்யானை, காண்டாமிருகம் போன்றவற்றின் தோலாலும் அமைந்தது. கத்தியால் வெட்டு வதனைத் தடுக்கப் பயன்படும் கருவியாகும்.

11. ***சம்மட்டி:*** இரும்பினால் கனத்த தலைப்பகுதியை உடையது. இதன் நடுவில் தொளையிட்டு அதில் கைபிடிக் கம்பைக் கோத்திருப்பர். இது கையில் வைத்தபடி எதிரியை அடித்துத் தாக்கப் பயன்படுத்தப் பெறும் கருவி.

12. **கதை:** பகைவர்களை அடித்து நொறுக்கப் பயன்படும் குண்டாந்தடியாகும். இது கையை விட்டகலாது காவலாக இருந்து கைக்கொண்டவனைக் காப்பதாகும். இது தத்துவ நாசத்தை குறிப்பது.

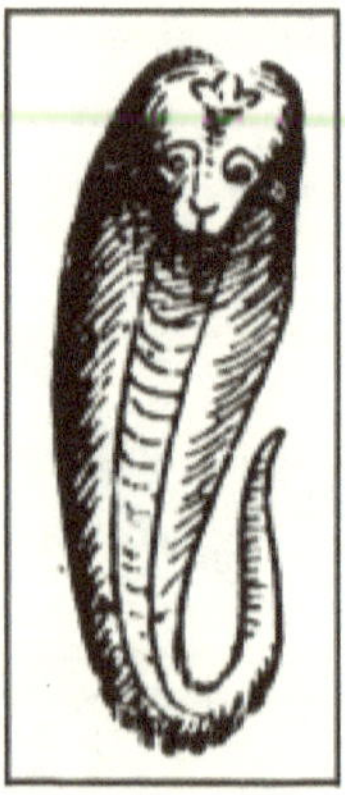

13. **நாக பாசம்:** பாச வகைகளில் ஒன்று, பெருமானின் திருவுடலில் காணும் நாகமே பாசமாக விளங்கும். அதனை நாகபாசம் என்பர்.

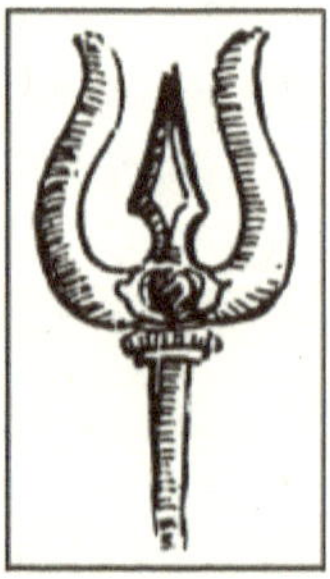

14. **சூலம்:** இது மூன்று நுனிகளைக் கொண்டு சுரை வரை இரும்பினால் செய்யப் பெற்று, நீளமான கொம்பில் கோக்கப்பட்டிருக்கும். இது சிவபெருமானுக்குரியது.

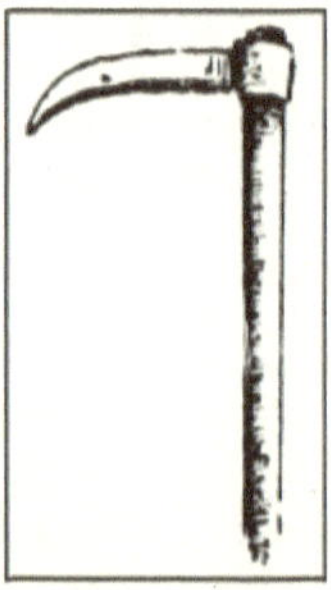

15. **குந்தாலி:** தலை கன மாகவும், கூரிய முனையினையுடைய இரும்பினால் செய்யப்பட்ட கருவி. இது நிலப்பாறைகளை உடைக்கப் பயன்படும் கருவியாகும்.

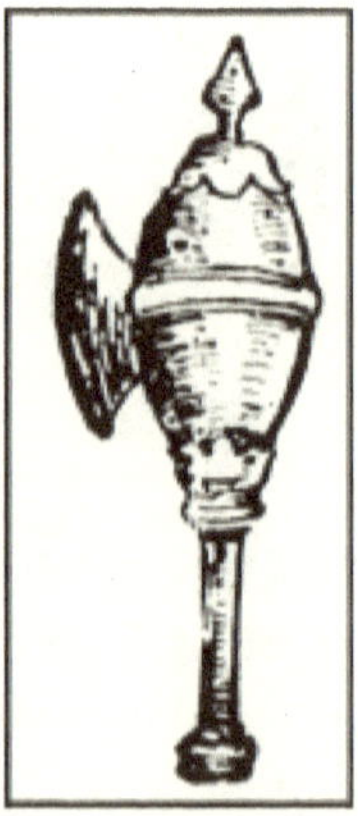

16. **மழு:** மரங்களை வெட்டப் பயன்படும் மிகக் கூர்மையான கருவி. இதன் வாய்ப்பகுதி சதுரமாய் விளங்கும். சொருகப் பெற்றிருக்கும். வளர்ச்சி என்னும் மரம் செதுக்கும் கருவியிலிருந்து முற்றிலும் வேறுபட்டது. தீப்பிழம்பு என்பதும் உண்டு. இது சிவபெருமானுக்கு விருப்பமான கருவியாகும்.

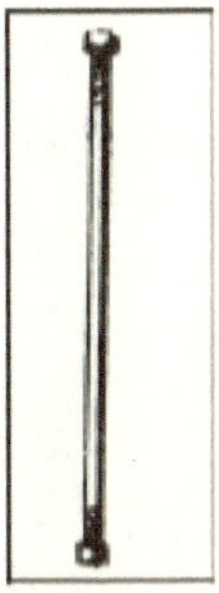

17. **தண்டம்:** மரத்தால் ஆன நீளமான கைத்தடி.

18. **பரசு:** மழுவைப் போன்ற அமைப்பினை உடையது. இதன் வாய்ப்பகுதி சற்று வளைந்து கூரியதாக விளங்கும். இதுவும் மழுப்போன்று காம்பில் செருகப் பெற்றிருக்கும்.

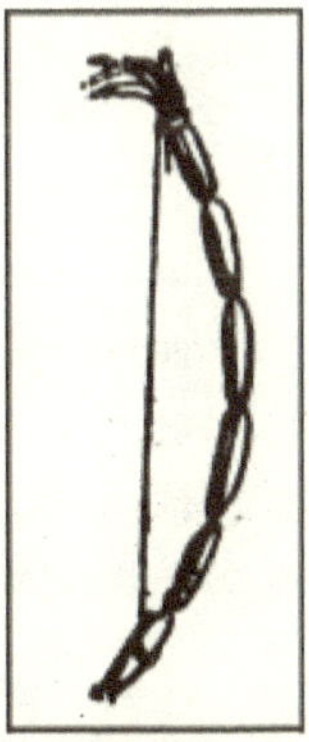

19. **கரும்பு வில்:** கரும்பினை வில் போல் வளைத்திருக்கும் மன்மதனுக்குரிய சிறப்புக் கருவி. யோக நிலையில் விளங்கும் தெய்வங்களும், காமேஸ்வரியாகிய காமாட்சியும் தாங்கியிருப்பர். கரும்பின் கீழ்ப்பகுதி மிகுந்த சுவை உடையது. மேல்பகுதி சுவையற்றது. சுவையுள்ள காமத்தை கீழிழுப்பு உள்ளபோதுதான் அது சுவைக்கும். காமாக்கினியை சுழுமுனா நாடி வழி மேலேற்றி விட்டவர்க்கு அது சுவையற்றதாகிவிடும்.

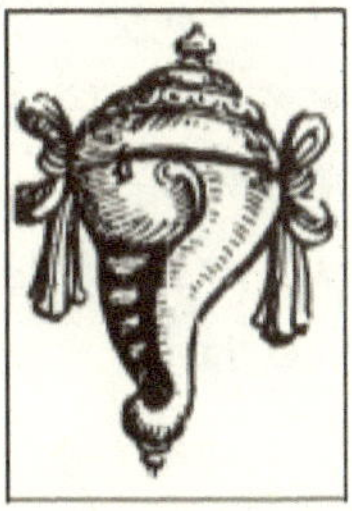

20. **சங்கம்:** இது விஷ்ணுக்குரிய ஆயுதமாகும். வெற்றியை அறிவிக்கும் கருவி. பகைவர்கள் இதன் ஒலி கேட்டதும் ஒடுங்கி அடங்கச் செய்யும். அச்சக் கருவியாகும். இதிலும் பல வடிவங்கள் உண்டு. இது தர்ம விரோதத்தை சங்கரிப்பது.

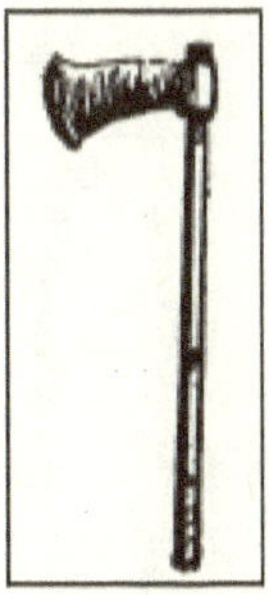

21. **கோடரி:** மரம் பிளக்கப் பயன்படும் கருவி போலப் பகைவரின் உடலைப் பிளக்கப் பயன்படுவது. இரும்பினால் ஆன வாய் கூர்மையாக பின்பக்கம் கனமானதாக அமையும்.

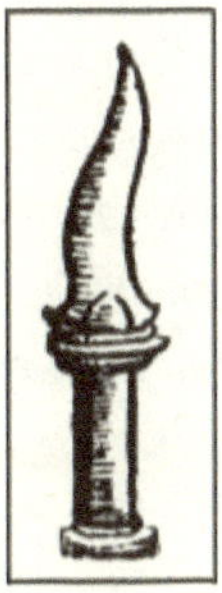

22. **கட்டுவாங்கம்:** பகைவர்களை வெட்டப் பயன்படும் நீளமான கத்தி. இது குத்துக் கத்தியாக கூரிய நுனியுடையது.

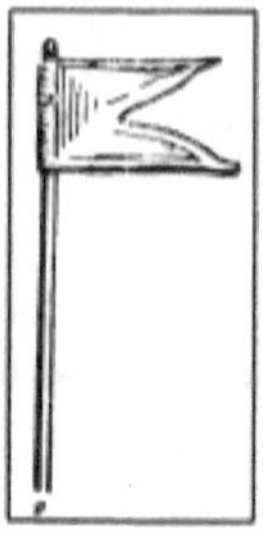

23. கொடி: இது துணியாலானது. வெற்றிக்கு அறிகுறியானது.

24. கமண்டலம்: 'கெண்டி' போன்ற அமைப்பினை உடைய நீர் வைக்கும் கலம். ஒருவகை மலக் காயினாலும் செய்வர். முனிவர்கள் தங்கள் நாட் கடன்களைக் கழிக்க வைத்திருப்பது. இது கருவியல்ல. பெருமான் சில திருவுருவ நிலைகளின் போது வைத்திருப்பது.

25. புஷ்பபாணம்: தாமரை, அசோகு, மா, முல்லை, நீலம் என்னும் ஐந்து பூக்களால் ஆன பாணம். போக நிலையில் உள்ள தெய்வங்கள் தாங்குவர். இவற்றை மன்மதன் மக்களிடத்தில் காமத்தினை நினைவூட்ட எய்வார்.

26. தாமரை: தாமரை சூரிய ஒளியில் மலர்வது. லெட்சுமி, சரஸ்வதி ஆகியோரின் உறைவிடம். விநாயகரை வழிபட்டால் செல்வமும், கல்வியும் கிட்டும் என்பதை உணர்த்துவதாகும்.

27. நிலோத்பலம்: இது சந்திரன் ஒளியில் மாலையில் மலர்வது. காதல் சின்னமாக விளங்குகின்றது.

28. நெற்கதிர்: தானிய லட்சுமியை குறிப்பது. விநாயகரை வழிபட தானியம், செல்வம் பெருகும் என்பதை உணர்த்துவது.

29. அக்ஷமாலை: இது உருத்திராக்ஷமாலை. மிகப் பழமையான திருவுருவங்களில் இது ஓர் ஆயுதம் போல. யோக நிலையினை விளக்குவதாக திருக்கரங்களில் விளங்கும். இது சிந்தனா சக்தியை வளர்ப்பது அவசியம் என்பதை உணர்த்தும். இது தனித்தனியே ஒரு மாலையாகத் திருவுருவங்களில் விளங்கும்.

*30. **சாமரம்:*** இது கவரிமானின் வால் முடியினால் அமைக்கப்பட்டது. இது ஆயுதம் அல்ல.

*31. **தீ அகல்:*** ஒரு தீப்பிழம்பு. தீ அகலாகிய மழுவின் வடிவும் இப்படிப் பட்டதே.

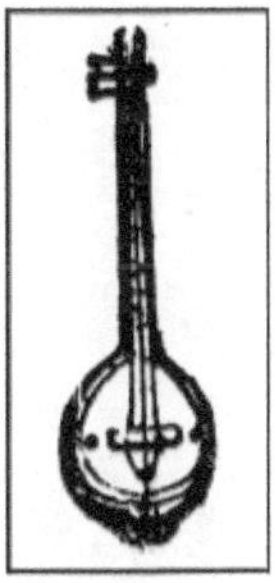

*32. **வீணை:*** இது ஓர் இசைக் கருவி. போரில் தளர்ந்த வீரர்களுக்கு உணர்ச்சியூட்டப் பயன்படுவது. வீணையை உடையது துரதிருஷ்டி உடையவர் என்பதனை உணர்த்துவது.

இவைத் தவிர சில விநாயகப் பெருமான் திருக்கரங்களில் வித்தியாசமாக சில பொருட்களை வைத்துக் கொண்டு காட்சி தருகின்றார்.

திருப்பரங்குன்றம் - கரும்பு
திருவல்லக்கேணி பார்த்தசாரதி கோயில் - வெண்ணெய்
பிள்ளையார்பட்டி - லிங்கம்
பவாணி - வீணை
சங்கரன்கோயில் - நாகம்
உடையார்பாளையம் - வில்
கும்பகோணம் நாகேஸ்வரர் கோயில் - அட்சமாலை
சேலம் சுகவனேஸ்வரர் - இரண்டு கொழுக்கட்டை
திருப்பாப்புலியூர் - பாதிரிப்பூ

விநாயகப் பெருமானும் பஞ்சபூதத் தொடர்பு கொண்ட இருக்குமிடங்களும்

விநாயகப் பெருமான் தாம் விரும்பி அமரும் இடங்களாக பல இடங்களைப் பெற்றுள்ளார். அவ்விடங்கள் பஞ்ச பூதங் களும் அவர் கட்டுப்பாட்டில் உள்ளதை உணர்த்துவதாக அமைந்துள்ளது.

1. அரசமரம் - ஆகாயம்
2. வாதநாராயணமரம் - வாயு
3. வன்னிமரம் - தேயு (அக்னி)
4. நெல்லிமரம் - அப்பு (நீர்)
5. ஆலமரம் - பிருதிவி (மண்)

19. விநாயகப் பெருமானின் திரு வடிவங்கள்

உலகில் காணும் பல மதங்கள் இறைவனைப் பல வடிவங்களில் வழிபடுகின்றன. சிலர் உருவ வடிவிலும், சிலர் அருவ வடிவிலும் வழிபடுகின்றனர். இந்து மதம் இவ்விரு வடிவுகளையும் கொண்டுள்ளது.

உருவ வடிவம் நாம் அறிந்த பல தெய்வங்களின் திருவுருவமாகும். அரு உருவ வடிவமே சிவ லிங்கமாகும். தில்லைச் சிற்றம்பலத்தில் காணும் சிதம்பர ரகசியமும் ஒன்றாகும்.

இந்து தெய்வ வடிவங்கள் பல தலைகள், திருக்கரங்கள், 2,4,6,8,16 என பல்வேறு அளவுகளுடன் காட்சி தரும். விநாயகருக்கு மட்டுமே 5 திருக்கரங்கள் உள்ளன. அதேபோல ஒவ்வொரு தெய்வங்களுக்கும் ஒவ்வொரு வாகனங்களையும் ஆயுதங்களையும் உருவாக்கியுள்ளனர்.

அதேபோல விநாயகப் பெருமானுக்கும் பல்வேறு திருவுருவங்கள் உள்ளன. ஒவ்வொன்றுக்கும் ஒவ்வொரு பெயர்கள் சூட்டி மகிழ்ந்தனர். திருவுருவங்களையும் மூல விக்ரகம், உற்சவர் எனவும் கொண்டனர். யோக, போக, வீர, அபிராமிக நிலையிலும் அமைத்தனர். நின்ற, அமர்ந்த, சயனம், நமனம் எனப் பல கோணங்களில் இறைவனைக் கண்டறிந்து வணங்கினர்.

விநாயகப் பெருமானுக்கு வடமொழி எழுத்தான அகரம் முதல் விகார வரிசையான 51 எழுத்தின்படி 51 திருவுருவங்கள்

என்பர். சிலர் 16,32 வடிவங்கள் சிறந்தன என்பர். ஒவ்வொரு திருவுருவத்திற்கும் உருவ அமைப்பு, உடை, ஆயுதங்கள் இவைகளில் பல்வேறு வேறுபாடுகளையும் அமைத்தனர்.

குழந்தை வடிவினன்	பால கணபதி
குமார வடிவம்	தருண கணபதி
6 திருக்கரங்கள்	பிங்கள கணபதி
8 திருக்கரங்கள்	புவனேச கணபதி
10 திருக்கரங்கள்	மகா கணபதி
16 திருக்கரங்கள்	வீர விக்னேஸ்வரர்
5 திருமுகம் சிங்கத்தின் மீது அமர்ந்த கோலம்	ஹேரம்ப கணபதி

1. பால விநாயகர்

பெருமானின் குழந்தை வடிவத் திருவுரு. நான்கு திருக்கரங்களும் யானை முகமும் கொண்டு இளஞ்சூரியன் போன்ற நிறத்தினை உடையவர். இவரது திருக்கரங்களில் வாழைப்பழம், மாம்பழம், பலாப்பழம், கரும்பு ஏந்தியுள்ளார். விளாம்பழத்தைத் துதிக்கையில் ஏந்தியுள்ளார். சில திருவுருவங்களில் மோதகமும் காணப்பெறும். சிவப்பு நிற உடையணிந்து காட்சி தருகின்றார். இளஞ்சூரியனுக்கு நிகரான திருமேனி உடையராய் எங்கும் ஒளியுடன் விளங்குகின்றார். இவ்வடிவில் நின்று கொண்டும் நர்த்தனம் புரிந்து கொண்டும், பாலகனாய் குழந்தை வேலனுக்கு ஒப்பாகக் காட்சி தருகிறார். ஆரம்ப திசையில் ஞானத்துக்குச் சலனமுண்டு என்பதற்கு ஏற்ப நடமாட்டம் மிகவுடையவராய் விளங்குகிறார்.

2. தருண கணபதி

பெருமானின் இளம் வயதுத் திருவுரு. 6 திருக்கரங் களும் யானை முகமும் கொண்டு, நண்பகல் சூரியன் போன்ற சிவந்த நிறத்தையும் உடையவர். இவரது திருக் கரங்களில் பாசம், அங்குசம், அபூபம், விளாம்பழம், பலாப்பழம், கரும்பு, கொம்பு ஏந்திக் காட்சி தருகின்றார்.

தண்டபாணி தேசிகர் அவர்கள் எட்டு திருக்கரங்கள்; அவைகளில் பாசம், அங்குசம், மோதகம், விளாம்பழம், நாவல்பழம், ஒடிந்த தன் கொம்பு, நெற்கதிர், கரும்புத் துண்டு இவைகளை ஏந்தியுள்ளார் என்று குறிப்பிடுகின்றார். இவர் அறிவுத் துன்பம் நேர்ந்தவர்கட்கு மருந்தாக அமைபவர்.

3. பக்தி கணபதி

இவரைப் பக்த கணபதி என்றும் கூறுவர். நான்கு திருக் கரங்களும், யானை, முகமும் கொண்டவர். இவரது திருக் கரங்களில் தேங்காய், கரும்பு, மாம்பழம், பாயசம், வெல்லப் பாயசம் நிறைந்த பாத்திரம், வாழைப்பழம் ஏந்திக் காட்சி தருகின்றார். வசந்தகால முழுமதி போன்ற வெண்ணிறத்துடன் விளங்குகின்றார்.

4. வீர கணபதி

இவர் பதினாறு திருக்கரங்களும் யானை முகமும் கொண்டவர். இவரது திருக்கரங்களில் கத்தி, வாள், அம்பு,

கேடயம், சுற்றியல் (சம்மட்டி), தடி, அங்குசம், பாசம், சூலம், பரசு, குந்தன், வேதாளம், கதை, கொடி, சக்கரம் ஏந்திக் காட்சி தருகின்றார். இவர் சிவந்த திருமேனியையும், சிறிது சிவந்த திருமுகத்தையும் கொண்டு அச்சுறுத்தும் தன்மை உடைய வராகக் காட்சி தருகின்றார். உணவுப் பொருட்கள் ஏதும் இல்லாமல் ஆயுதங்கள் மட்டும் தாங்கிய திருவுரு இது மட்டுமே ஆகும். இவரது திருக்கர ஆயுதங்கள் பகைவர்களின் இரத்தத்தை உறிஞ்சிவிடும் தன்மைகளைக் கொண்டதாகும் என்பர்.

5. சக்தி கணபதி

இவரை சத்தி கணபதி என்றும் கூறுவர். இவர் செவ்வந்தி வானம் போன்ற நிறத்தவராய் பச்சை நிற மேனி கொண்ட தேவியை அணைத்தவாறும் தேவி பெருமானை ஒரு கரத்தால் அணைத்தவாறும் ஒருவரை ஒருவர் தழுவிக்கொண்டு, குடும்பத் தலைவனை நினைவுறுத்தும் வகையில் அழகு மிளிர வெண்மை நிறத்துடன் காட்சி தருகின்றார்.

இவர் எட்டு திருக்கரங்களும் யானை முகமும் கொண்டவர். இவரது திருக்கரங்களில் கிளி, மாதுளம், தாமரை மலர், பொன் னால் செய்த நீர்ப் பாத்திரம், அங்குசம், பாசம், கல்வதாஸ்திரம், இலைக்குருத்து ஏந்திக் காட்சி தருகின்றார் என கிரியகாமதோதி நூல் குறிப்பிடுகின்றது. தண்ட பாணி தேசிகர் அவர்கள் பூமாலையும் பாசமும் கொண்டு

அஞ்சேலென்ற அபயகரம் கொண்டு, செவ்வந்திவானம் போன்ற நிறத்துடன் விளங்குகின்றார் என்பர். தாமரை மலரின்மீது அமர்ந்து காட்சி தருகின்றார். தேவியின் திருக்கரத்தில் செந்தாமரை காணப்பெறும். அச்சத்தை நீக்குபவர் இவர்.

6. துவிஜ கணபதி

நான்கு திருக்கரங்களும் நான்கு யானை முகங்களும் உடையவர். நான்கு திருக்கரங்களில் புத்தகம், அட்சமாலை, தண்டலம், கமண்டலம் ஆகியவற்றை ஏந்தியுள்ளார். மின்னல் கொடி போன்ற கைவளைகளை அணிந்தவர். சந்திரன் போன்ற வெண்மை நிறம் கொண்டவர்.

7. சித்தி கணபதி

இவர் நான்கு திருக்கரங்களும் யானை முகமும் கொண்டவர். இவரது திருக்கரங்களில் நன்கு பழுத்த மாம்பழம், பூங்கொத்து, கரும்புத் துண்டு, பரசு ஏந்தியும் தும்பிக்கையில் எள் உருண்டை, மோதகம் ஏந்தியும் காட்சி தருகின்றார். பொன் கலந்த பசுமை நிறம் உடையவர். மஞ்சள் நிற ஆடை அணிந்தவர். ஸ்ரீஸம்ருத்தி என்ற தேவியுடன் வீற்றிருப்பவர்.

8. உச்சிஷ்ட கணபதி

இவர் ஆறு திருக்கரங்களையும், யானை முகமும் கொண்டவர். இவரது திருக்கரங்களில் நீலோற்பலம், மாதுளம்,

வீணை, நெற்கதிர், அட்சரமாலை இவற்றைக் கையில் ஏந்தி, நீலநிற திருமேனி கொண்டவர். மந்திரகமாநலா என்ற நூல் இவர் வாழைப்பழம், தனுசு, பாசம், அங்குசம் இவற்றை ஏந்தி சிவந்த முகத்துடன் காட்சி தருகின்றார் என்று கூறுகின்றது.

9. விக்ன கணபதி

இவர் எட்டு திருக்கரங்களை உடையவர். யானை முகத்தவர். இவரது திருக்கரங்களில் சங்கு, கரும்பு, வில், புஷ்பபாணம், கோடரி, பாசம், சக்கரம், கொம்பு, மாலை, பூங்கொத்து, பாணம் முதலியவற்றை ஏந்தியுள்ளார். ஆபரணங்களை ஏராளமாக அணிந்தவர். பொன்னிறம் உடையவர். விரும்பப் பெற்ற அலங்காரங்களினால் மிக்க அழகோடு விளங்குகிறார். *16* திருக்கரங்களை உடையவர் வீரவிக்னேஸ்வரார். பெருச்சாளி மீது அமர்ந்து மாம்பழம் சாப்பிடுவது போன்று காட்சி தருகிறார் விக்ன ராஜ கணபதி.

10. ஷீப்ர கணபதி

நான்கு திருக்கரங்களை உடையவர். யானை முகத்தவர். இரு கால்களையும் ஊன்றிய நிலையில் நின்ற திருக்கோலத்தில்

காட்சி தருபவர். செந்நிற (செவ்வரத்தம்பூப் போன்ற) அழகிய மேனியர். இவரது திருக்கரங்களில் தந்தம், கற்பகக் கொடி, பாசம், அங்குசம், துதிக்கையில் ரத்தக் குழம்பும் ஏந்தியவர். இத்திருவுரு சாந்தமும் அமைதியும் உடையது. இவரைத் தியாகத்தின் சின்னமாகக் குறிப்பிடுவர்.

11. ஹேரம்ப கணபதி

10 திருக்கரங்களும், ஐந்து முகங்களும், பசுமை கலந்த கருமை நிறம் உடையவராகவும் சிங்க வாகனத்தில் அமர்ந்த கோலத்திலும் காட்சி தருபவர். ஏனைய திருவுருவங்களிலிருந்து மாறுபட்ட தோற்றமுடையவர். இவரது நான்கு தலைகள் நான்கு புறங்களை நோக்கியிருக்க முன்பக்கத் தலையின்மேல் மற்றொரு தலை அமையப் பெற்றவர். இவரது திருக்கரங்களில் அபய, வரத முத்திரைகளும், பாசம், தந்தம், அட்சமாலை, பரசு, கோடரி, சம்மட்டி, மோதகம், பழம், ஏந்திக் காட்சி தருகின்றார். இவரை

இளமஞ்சள் நிறத்தவர் என்றும் கூறுவர். இத்திருவுருவினை நேப்பாளத்தில் மிகுதியாகக் காணலாம். திசைகளைக் காக்கும் தன்மை கொண்டவர் என்பர். மகாகணபதி, சித்தி கணபதி, வித்யா கணபதி, சக்தி கணபதி, மோட்ச கணபதி என்ற ஐந்து கணபதி மூர்த்தங்களும் இணைந்த வடிவமே பஞ்சமுகக் கணபதி.

இவரை ஹீரம்ப கணபதி என்றும் கூறுவர். ஹீ என்பது

திக்கற்ற எளியவரையும், ரம்ப என்பது எளியாரைக் காப்பவன் என்றும் பொருள் தரும்.

இவரை நாகை காயாரோகர் கோவிலிலும், திருவானைக்கா அகிலாண்டேஸ்வரி கோவிலிலும், சேலம் கந்தகிரியிலும், புதுக்கோட்டை இராசராஜேஸ்வரி கோயிலும் காணலாம்.

12. லட்சுமி கணபதி

எட்டு திருக்கரங்களை உடையவர். இவர் அமர்ந்த கோலத்தில் இருக்க இருபுறமும் இரு தேவியரும் அமுதப் பிரவாகம் போன்ற வெண்மை நிறத்தோடு செந்தாமரைப் பூவை ஏந்தியவாறு காட்சி தருவார். எட்டு திருக்கரங்களிலும் கிளி, மாதுளம்பழம், கலசம், அங்குசம், பாசம், கற்பகக்கொடி, கட்கம், வரதம் உடையவர். 4 அல்லது 6 திருக்கரங்களும், இலட்சுமியை அணைத்த நிலையிலும் காட்சி தருவார். வரம் தரும் கையை உடையவர்.

13. மஹா கணபதி

ஒரு திருமுகமும், 10 திருக்கரங்களும், யானை முகமும், முக்கண்களும், பிறை முடியும் கொண்டவர். செங்கதிர் போன்ற சிவந்த நிறத்தினர். 10 திருக்கரங்களை உடையவர். மாதுளம்பழம், கதை, கரும்பு, வில், சக்கரம், தாமரை, பாசம், நீலோற்பலம், நெற்கதிர், தந்தம் உடையவர், முக்கண்ணன், பிறை முடியர், துதிக்கையில் ரத்ன கலசம் உடையவர். இடது தொடை

மீது அமர்ந்த தேவியால் தழுவப்பெற்ற நிலையில் அமர்ந்த நிலையில் காட்சி தருபவர். தேவியின் வலத்திருக்கரத்தில் சிவந்த தாமரை மலர் காணப்படும். சில திருவுருவங்களில் தேவி காணப்பெறுவதில்லை. தேவியின் நிறம் வெள்ளை என்றும், சிவப்பு என்றும் கூறுவர்.

கணபதியின் திருநாமத்துடன் "மகா" என்ற அடை மொழியும் சேர்ந்துள்ளது மிகவும் சிறப்புடையதாகும். கணபதி என்ற நாமத்தை விட மகாகணபதி என்ற நாமம் அதிகச் சிறப்புடையது.

நட்சத்திரம் மகத்திலும் சிறப்புடையது மகா மகம், நவமியிலும் சிறப்புடையது மகாநவமி. ஆத்மாவில் சிறப்புடையது மகாத்மா. சக்தியிலும் சிறப்புடையது மகாசக்தி ஆகும்.

மஹா கணபதி என்பதும் வல்லப கணபதி என்பதும் ஒன்றே. விநாயகப் புராணம் வல்லப கணபதி திருமணத்துடன் முடியும். "ஓம் கணபத்யே நம" என்பதைச் சக்தியுடன் கூடிய கணபதி என்றே வழிபடுவர்.

மாரீச முனிவரின் திருமகளாரான வல்லபைத் தேவியைத் தாமே பரப்பிரமம் என்பதைத் தெளிவுபடுத்த மணந்தும், மகாவிஷ்ணுவின் குமரிகளையும் மணந்து, மகாவிஷ்ணுவுக்கு உபதேசம் செய்ததாகவும் புராணம். மணக்கோலம் கொண்ட அவசரம். 10 திருக்கரங்கள், துதிக்கையில் அமிழ்து கொண்ட இரத்தினக் கலசமும் கொண்டு வல்லபையைத் தம் இடது தொடையில் அமர்த்தி ஒடிந்த கொம்புள்ள கையினால் அணைத்துள் ளார்.

14. விஜய கணபதி

நான்கு திருக்கரங்களும் யானை முகமும் கொண்டவர். பெருச்சாளி வாகனத்தின் மீது அமர்ந்த கோலத்தில் செந்நிறத் தோற்றத்துடன் காட்சி தருபவர். இவரது

திருக்கரங்களில் பாசம், அங்குசம், தந்தம், மாம்பழங்களை ஏந்தியுள்ளார்.

இவரை எட்டு திருக்கரங்களைக் கொண்டவர் என்றும் கூறுவர். சங்கு, கரும்பு, வில், மலர் அம்புகள், கொம்புகள், அங்குசம், மாம்பழம், பாசம், நெற்கதிர் உடையவர் என்பவர். இவரை புவனேஸ்வர கணபதி என்றும் கூறுவர். இருக்கும் நிலையில் இத்திருவுரு அமைந்திருக்கும். காமனுக்கு இருப்பதுபோல இவருக்கும் கரும்பு வில்லும், மலரம்பும் இருப்பது குறிப்பிடத்தக்கதாகும்.

15. நிருத்த கணபதி

இவரை கூத்தாடும் கணபதி என்றும் கூறுவர். நடனம் புரியும் திருக்கோலத்தில் காட்சி தருபவர். ஏழு திருக்கரங்களை உடையவர். பாசம், அங்குசம், அபூவம், கோடரி, தந்தம், வளையம், மோதிரம் இவைகளைத் தரித்தவர். பொன் போன்ற நிறமுடையவர். கற்பக மரத்தின் அடியில் எழுந்தருளி யிருப்பார். சில இடங்களில் வலது காலைத் தூக்கிய நிலையிலும் சில இடங்களில் இடக்காலைத் தூக்கிய நிலையிலும் அமைந்திருக்கும். தமிழகத் திருக்கோயில் சிற்பங்களில் பெரும்பாலும் நடன கணபதியே காணப்பெறுவார். தாராபுரம் கோவிலில் ஒரு அங்குலம் முதல் ஓரடி உயரம் கொண்ட பல திருவுருவங் களைக் காணலாம். மேலும், போரூர், மதுரை, சிதம்பரம், ஹளபேடு, கங்கை கொண்ட சோழபுரம், திருஇன்னம்பர், சேயாறு, வேதாரண்யம் முதலிய கோவில்களில் இத்திருவுருவம் உள்ளது. மயிலை கபாலீசுவரர் கிழக்கு கோபுரவாசலினுள் நுழைந்தவுடன் காட்சி தருகிறார்.

16. ஊர்த்துவ கணபதி

ஆறு திருக்கரங்களையும் யானை முகமும் கொண்டவர். இவரது திருக் கரங்களில் காந்தள்மலர், நெற்கதிர், கரும்பு, வில், வாழைப்பழம், கொம்பு, தாமரை மலர் காணப்பெறும். ஒரு திருக்கரம் மடி மீதுள்ள தேவியின் இடையைத் தழுவியவாறு காட்சி தரும். பொன்வண்ணத் திருமேனியும் இடது தொடையில் சக்தி தேவியுடன் காணப்பெறுபவர். தேவியும் பொன்னிறமுடையவர். (தேவியை பச்சை வண்ண முடையவர் என்றும் கூறுவர்)

17. ஏகாட்சர கணபதி

ஓரெழுத்து (ஓம்) விநாயகர் என்பர். சிவந்த நிறத்துடன் பத்மா சனத்தில் காட்சி தருபவர். முக் கண்களை உடையவர். இவரது ஆடை, மலர் அனைத்தும் சிவந்த நிறமுடை யன. பிறை முடியர்; குறுங்கால் களையும் குறுங்கைகளையும் உடையவர். ஐங்கரங்களை உடையவர். பாசம், அங்குசம், வரதம், உபய திருக்கரங்களும் துதிக்கையில் மாதுளம்பழமும் கொண்டவர். பெருச்சாளி வாகனர்.

18. திரியாக்ஷர கணபதி

இவரை மூன்றெழுத்துக் கணபதி என்பர். (அகர, உகர, மகர என்றும் மூன்றெழுத்தாலான ஓம் என்பது). நான்கு திருக்கரங்களை உடையவர்.

பாசம், அங்குசம், தந்தம், மாம்பழம் ஏந்தியவர். துதிக்கையில் மோதகம் உடையவர். பொன் வண்ணமுடையவர். அசைகின்ற திருச்செவிகளில் சாமரை அணிந்தவர். யானை முகத்தவர். அமர்ந்த திருக்கோலத்தில் காட்சி தருபவர்.

19. க்ஷிப்ரப்பிரசாத கணபதி

பாசம், அங்குசம், கற்பக மலர், மாம்பழம் (மாதுளம்பழம்), தாமரை, தருப்பை, விஷ்பரம் ஏந்தியவர். திருவாபரணங்களை அணிந்தவர். பேழை வயிற்றினர். தருப்பைப் புல் இருக்கையின்மீது யோக நிலையில் அமர்ந்தவர். இவரைப் பாடல்களால் மகிழ்ச்சிப்படுத்துவது வழக்கம்.

21. ஹரித்திரா கணபதி

இவரை இரத்தின கணபதி என்பர். முக்கண்ணர். நான்கு திருக் கரங்களை உடையவர். பாசம், தந்தம், அங்குசம், மோதகம் ஏந்தியுள்ளார். மஞ்சள் நிறத்தவர். இவருக்கு மஞ்சள் நிற ஆடையே அணிவிப்பர்.

22. ஏக தந்த கணபதி

ஒற்றைக் கொம்பினை உடையவர் எனப் பொருள். பேழை வயிறும் நீலத் திருமேனியும் நான்கு திருக்கரங்களும் உடையவர். கோடரி, அட்சமாலை, லட்டு, தந்தம் ஏந்தியவர். பரசுராமர் இராசவம்சத்தை அழித்துவிட்டு சிவபிரானிடம் நன்றி கூற வந்தபோது விநாயகர் அவரைத் தடுக்க, அதனால்

கோபம் கொண்ட பரசுராமர், பரசுவை விநாயகப் பெருமான்மீது வீசினார். தந்தையின் ஆயுதமான பரசுவுக்கு இழுக்கு வரக்கூடாதென்பதற்காக அதனைத் தம் கொம்பில் தாங்கினார். அதனால் ஒரு கொம்பு ஒடிந்து ஒற்றைக் கொம்பர் ஆனார் என்பது பிரமாண்ட புராணக் குறிப்பு. இன்னும் சில புராணங்கள் போரிடவும், பாரதம் எழுதவும் தந்தத்தை ஒடித்ததாகவும் குறிப்பிடுகின்றன.

23. சிருஷ்டி கணபதி

நான்கு திருக்கரங்களும் யானை முகமும் உடையவர். பாசம், அங்குசம், தந்தம், மாம்பழம் இவற்றைக் கைகளில் ஏந்தியவர். பெருச்சாளி வாகனத்தின் மீது அமர்ந்த கோலம். சிவந்த திருமேனியர்.

24. உத்தண்ட கணபதி

பத்து திருக்கரங்களை உடையவர். நீலம், தாமரை, மாதுளம்பழம், கதை, தந்தம், கரும்பு வில், பாசம், நெற்கதிர், மாலை ஏந்தியவர். ஒரு திருக்கரத்தால் தம் இடது தொடையில் அமர்ந்த தேவியை அணைத்தவாறும் துதிக்கை யில் இரத்தினக் கலசமும் ஏந்தியவர். தேவி தாமரைப் பூவை ஏந்தியவாறு பச்சை மேனியராக காட்சி தருகின்றார்.

25. ரணமோகன கணபதி

நான்கு திருக்கரங்களை உடையவர். யானை முகத்தவர். வெண்ணிறத் திருமேனியர். செந்நிறப் பட்டாடை உடுத்தியவர். இவரது திருக்கரங்களில் பாசம், அங்குசம், தந்தம், நாவற்பழம்

ஏந்தியவர். ஆபரணங்கள் பூண்ட மேனியர். தியான நிலையில் அமர்ந்துள்ளார். இவருக்கும் செம்பட்டாடை அணிவது வழக்கம்.

26. துண்டி கணபதி

இத்திருவுருவம் காசியிலும், திருச்செந்தூரிலும் காணப்பெறுகின்றது. நான்கு திருக்கரங்களை உடையவர். அட்ச மாலை, கோடரி, தந்தம், இரத்தினக் கலசம் ஏந்தியவர்.

27. துவிமுக கணபதி

இரு திருமுகங்களும், நான்கு திருக்கரங்களும் உடையவர். பசுநீல மேனியர், செம்பட்டாடை பூண்டவர். இரத்தினகிரீடம் அணிந்தவர். கொம்பு, பரசு, பாசம், மோதகம் ஏந்தியவர். இருமுகத்துதிக்கைகளும் ஒன்றை ஒன்று நோக்கியவாறு வளைந்து விளங்கும். அச்சம் அளிக்கும் தோற்றம் உடைய திருவுருவம்.

28. மும்முகக் கணபதி

மூன்று திருமுகங்களும், ஆறு திருக்கரங்களும் உடையவர். வலது திருக்கரத்தில் கூரிய அங்குசம், அட்சமாலை, வரதமும் இடது திருக்கரத்தில் பாசம், அமுத கலசம், அபயம் ஏந்தியவர். பொற்றாமரை ஆசனத்தில் நடுப்பொட்டில் அமர்ந்திருப்பவர். பூவரசம் பூ போன்ற நிறத்தவர். இவரை வணங்குபவரைக் காக்கும் குணம் கொண்டவர்.

29. சிவக் கணபதி

இவரை சிம்ம கணபதி என்பர். மிகவும் சாதுவாகவும், கொடிய வராகவும் சேர்த்து அமைக்கப்படும் திருவுருவம். பெயருக்கேற்ப சிங்க வாகனத்தவர். எட்டு திருக்கரங்களை உடையவர். வலது திருக்கரத்தில் வீணை, கற்பகக்கொடி சிங்கம், வரதம் இடது திருக்கரத்தில் இரத்தினக் கலசம், பூங்கொத்து, தாமரையும் முன் இரு திருக்கரங்களில் அபய வரத முத்திரையுடனும் காணப்பெறுவார். வெள்ளை நிறத்தவர்.

30. யோக கணபதி

இவர் மிகவும் பொறுமை உடையவராக யோக நிலையில் யோகப் பட்டம் தரித்துக் கொண்டு அமர்ந்திருப்பார். நான்கு திருக்கரங் களை உடையவர். பாசம், அட்ச மாலை, யோகதண்டம், கரும்பு ஆகியன திருக்கரங்களில் காணப் பெறும். இந்திர நீலம் (கருநீல நிறம்) ஆடை அணிந்தவர். இளஞ்சூரியனின் வெண்ணிறம் கொண்ட திருமேனியர்.

31. துர்க்கா கணபதி

எட்டு திருக்கரங்களை உடையவர். சுட்ட பசும்பொன் (மஞ்சள்) நிறத்தவர். பெரிய திருமேனி உடையவர். இவரது வலது திருக்கரங்களில் அங்குசம், பாணம், அட்சமாலை, தந்தமும், இடது

திருக்கரங்களில் பாசம், வில், கொடி, நாவற்பழமும் ஏந்தியவர். செந்நிற ஆடை அணிந்தவர்.

32. சங்கடஹர கணபதி

இவரையே பெரும்பாலான மக்கள் சதுர்த்தியன்று வணங்குவர். இவர் தமது இடது தொடை மீது சக்தியை உடையவர். நான்கு திருக்கரங்களை உடையவர். இவரது வலது கையில் அங்குசமும், வரதமும் இடது திருக்கரத்தில் பாசமும் கொண்டவர். இவரது திருக்கரத்தில் ஒன்று தேவியை அணைத்தவாறும் துதிக்கையில் பாயசப் பாத்திரம் விளங்கவும் செந்தாமரை பீடத்தில் எழுந்தருளியவாறு காட்சி தருவார். நீல நிற ஆடை அணிந்தவர். தேவி பசிய திருமேனி கொண்டு நீலப்பூவைக் கையில் ஏந்திக் காட்சி தருகின்றார்.

33. பிங்கள கணபதி

நான்கு திருக்கரங்களை உடையவர் என்பர். சிலர் ஆறு திருக்கரங்கள் என்பர். இலட்சுமி தேவி அருகில் அமர்ந்திருப்பார். இவரது திருக்கரங்கள் ஆறு எனில் மாம்பழம், நெற்கதிர், மலர்க்கொத்து, கரும்பு, மோதகம், பரசும், நான்கு எனில் மாங்கனி, பரசு, மலர்க்கொத்து, மாதுளம்பழம் முதலியனவும் காணப்பெறும்.

34. பிரசன்ன கணபதி

இவரது திருவுரு. தாமரை பீடத்தின் மேல் நிற்கும் நிலையிலும், பத்மாசன நிலையிலும் உள்ளன. சிவந்த மேனியர். இருகரங்களில் பாசமும், அங்குசமும் சிலவற்றில் மோதகமும் கொம்பும் காணப்பெறும். இரு திருக்கரங்களில் அபய, வரத முத்திரையுடன் விளங்கும். இவர் தம்மை

வணங்குபவர்களைக் காக்கும் தன்மையவர். ஒரு திருக்கரத்தில் உள்ள மோதகத்தை வாயில் போடுவது போன்ற தோற்றத்துடன் காட்சித் தருவார்.

35. நரமுக விநாயகர்

யானை முகமின்றி மனித முகம் கொண்டு ஆதி காலத்தில் விநாயகரை வழிபட்டனர். இவரை நரமுக விநாயகர் என்பர். சிதம்பரம் தெற்கு வீதியிலும், திருச்செங் காட்டங்குடியிலும் நரமுக விநாயகர் காட்சி தருகிறார்.

இது தவிர பல்வேறு வடிவங்களில் சிற்பங்களில் காட்சி தருகின்றார். மகோற்கட விநாயகர், உருண்டி விநாயகர், மயூரேச விநாயகர், தூமகேது விநாயகர், கணேச விநாயகர், விக்கின விநாயகர், சிந்தாமணி விநாயகர், பாலச்சந்திர விநாயகர், உத்தண்ட விநாயகர் போன்றோரும் உண்டு.

வைணவப் பிள்ளையார்

விநாயகப் பெருமானை பல்வேறு சமயத்தாரும் போற்றி வணங்குகின்றனர். எல்லோருமே இவரை வினை நீக்குபவராகவே கொண்டாடுவர். வைணவ சமயத்தினர் விநாயகப் பெருமானை ஸ்ரீமந் நாராயணனின் அம்சம் என்றும் ஏத்திப் போற்றி வழிபடுகின்றனர். இவர் வானம் போல எங்கும் வியாபித்தவர், அழிவற்றவர் என விஸ்வக்சேனஸம்ஹிதை குறிப்பிடுகின்றது. யாகத்தை தடுக்கும் தீய சக்திகளை ஒடுக்க இவர் யானை முகத்தவராக யாகத்திலிருந்து தோன்றினார் என்பர். இவரும் பாசம், அங்குசம், மோதகம், பழம் தாங்கிக் காணப்படுகின்றார்.

இவர் வெண்ணிறம், கருநிறம், கருநீலம் அல்லது செந்நிற மேனி, யானை முகம், நான்கு கரம், முக்கண் வாசுகியை பூணூலாகத் தரித்தவர். வெண்பட்டு உடுத்தியவர். கைகளில் சங்கு, சக்கரம் (பாசம், சரசும் இருக்கும்) வலது மேற்கரத்தில் சக்கரம், இடது மேற்கரம் சங்கு இடது தாழ்கரம் கதை, அங்குசம் விளங்கும். இவர் முன்பு மூஷிகம் அல்லது கருடன் இருக்கும். நாராயணனின் அம்சமாதலால் கருடன் இருப்பது சிறப்பு.

வல்லபை கணபதி

வல்லபை தேவு மாரீச முனிவர் திருக்குமாரி ஆவார். விநாயகப் பெருமான் தாமே பரப்பிரமம் என்பதைத் தெளிவுபடுத்த வல்லபை தேவியை மணம் செய்து கொண்டார். இந்தத் திரு அவதாரத்தில் பத்து திருக்கரங்கள் உடையவராய், அமிழ்தம் கொண்ட இரத்தின கலசத்தைத் துதிக்கையில் ஏந்திய வராய், வல்லபை தேவியைத் தம் இடது தொடையில் அமர்த்தி, ஒடிந்த கொம்புகளை உடைய திருக்கரத்தினால் அணைத்தவாறு காட்சி தருகின்றார். மாதுளம்பழம், கதை, கரும்பு, வில், சக்கரம், தாமரை, பாசம், நீலோத்பலம், நெற்கதிர், தந்தம் ஆகியன திருக்கரங்களில் காணப்பெறு கின்றன. முக்கண்ணர். பிறை முடியர்.

வல்லபை தேவி செந்நிறத் துடன் தம் திருக்கரத்தில் செந் தாமரையுடன் காட்சி தருகின்றார். அவரது இரு திருவடிகளும் கீழ்நோக்கியுள்ளது.

இப்பெருமானுக்குரிய மூலமந்திரம்:

ஓம், ச்ரீம், ஹ்ரீம், க்லீம், க்லௌம்
கம், கணபதியே வீரவரத, ஸர்வ
ஜனமே வசமான யஸ் ஸ்வாஹா.

பெருமான் தமது வலக்காலினைத் தொங்கவிட்டும், இடது காலினை மடக்கி வல்லபை தேவிக்கு உட்கார இடம் கொடுத்த நிலையிலும் காட்சி தருகின்றார்.

ஆறுமுக கணபதி

ஆறு திருமுகங்களுடன் விளங்குபவர் ஆறுமுக கணபதி. இவரை பாண்டிச்சேரி மணக்குள விநாயகர் கோவிலில் காணலாம்.

கூத்தாடும் பிள்ளையார்

விநாயகப் பெருமானை *32* வகையான திருவுருவ அமைப்பில் வகைப்படுத்தியுள்ளனர். இது தவிர பல்வேறு திருவுருவங்கள் உள்ளன. *32* வகைகளுள் நிருத்த (நடன, கூத்தாடும்) கணபதியும் ஒருவராவர்.

நம்மைச் சுற்றியுள்ள அண்டங்கள் அனைத்தும் பூமியும் ஆடல் வல்லானாம் சிவபிரானின் திருநடனத்தால் இயங்குவதாக நம் முன்னோர்கள் கூறினர். இதனை வலியுறுத்தும் வகையிலேயே ஆடல் வல்லானின் திருத்தலமாக சிதம்பரம் விளங்குகின்றது. நடமாடும் அம்பலவாணனின் திருவுரு காண்போரைக் கவரும் தனி அழகு பெற்றது. விரித்த சடையும், வீசி ஆடும் திருக்கரங்களும், தூக்கிய திருவடியும் தனி அழகு.

நம் விநாயகப் பெருமான், பெருத்த உடலும், தடித்த கரங்களும், கால்களும், விரிந்த தொந்தியும் உடைய பெருமான். இவர் அழகுத்

திருநடனம் புரிவது சிறப்பாகும். இவரும் திருக்கரங்கள், திருக்கால்களை வீசி சளிப்பின்றி, இனிய பாவத்துடன் திருநடனம் புரிகின்றார்.

இவர் விரல்களில் மோதிரங்கள் அணிந்து, திருக்கரங்களில் பாசம், அங்குசம், ஆபூபம், கோடரி, தந்தம் இவைகளைக் கொண்டு கற்பக மரத்தின் அடியில் பொன்னிறத் திருமேனிய ராகக் காணப்படுகின்றார்.

கூத்தாடும் பெருமானை நச்சினார்க்கினியர்

"தடந்தாட் கொத்த தமனியச் சிலம்பு
படந்தாழ் கச்சைப் பாம்போடு மிளிர
வெண்றாடு திருத்தாதை வியந்து கை துடிகொட்ட
நின்றாடு மழகளிற்றை நினைவாரோ வினையிலரே"

என்று போற்றுகின்றார்.

பொதுவாக இத்திருவுருவினை உற்சவ மூர்த்தியாகவும், சிற்பங்களில் மட்டுமே காணலாம்.

சிதம்பரம்

மேலைக்கோபுரத்தை அடுத்து நிருத்த கணபதியின் சந்நிதி உள்ளது. இங்கு இவர் தம் தந்தைக்கு நிகராக ஆடும் நிலையில் பாவத்துடன் காட்சி தருகிறார். இவரது திருநடனம் தேவர்களும் கண்டு களிக்கும் நிலையில் காணப் பெறுகின்றது.

சேயாறு

இங்குள்ள கோயிலில் நான்கு அடி உயரத் திருவுருவுடன் பிரபையுடன் சேர்த்து ஒரே கல்லில் செதுக்கப்பட்ட அரிய திருவுருவுடன் காணப்பெறுகின்றார். இவர் வீரநடனம் புரிகின்றார்.

திருப்பேரூர்

கோயமுத்தூரின் அருகிலுள்ள பேரூர் திருக்கோவில் சிற்பக்கலைச் சிறப்புடையது. இங்குள்ள வெள்ளிச் சபையின் எட்டு தூண்களும் சிற்பக்கலையின் உயர்வுக்கு எடுத்துக்

காட்டாய் விளங்குகின்றது. ஒரு தூணில் மூஞ்சுறுவின் மீது திருநடனம் புரியும் பெருமானின் அழகிய திருவுருவம் ஒன்றுள்ளது. 8 திருக்கரங்களில் 8 ஆயுதங்களுடன் காட்சி தருகின்றார். தன் மீது ஆடும் பெருமானின் ஆட்டத்தை மூஞ்சுறு ஆனந்தமாக தலையைத் தூக்கிப் பார்த்து ரசிக்கும் பாவனையில் அமைந்துள்ளது.

கங்கை கொண்ட சோழபுரம்

தெற்கு பிரகாசத்தின் மேல் தளத்தில் கூத்தாடும் பெருமானும், அருகில் மேற்குப் பக்கம் சிவபிரானின் திருத்தாண்டவமும் அருகருகே காணப்படுகின்றது. தாராசுரம், திருஇன்னம்பர், வேதாரண்யம், ஹளபேடு ஆகிய இடங்களிலும் கூத்தாடும் பெருமானைக் காணலாம்.

விநாயகப் பெருமானுக்குரிய சடாட்சர மந்திரம்

'ஓம் வக்ர துண்டாய ஹூம்' என்பதுவே சடாட்சர மந்திரமாகும். இதனை ஓதி வந்தால் பகைவர்கள் அழிவர்.

முருகப் பெருமான் இம்மந்திரத்தை உச்சரித்து தாராசுரனைக் கொன்றார். வாமன அவதாரம் எடுத்த திருமால் தன் தந்தையான சாசிபரிடம் இம்மந்திரத்தை உபதேசம் பெற்று உச்சரித்து மாவலியின் மமதையை அடக்கினார். பரசுராமர் இம்மந்திரத்தை உச்சரித்து 21 தலைமுறை அரசரை அழித்தார். திருமால் இம்மந்திரத்தை உச்சரித்து மதுகைடபர்களை மாய்த்தார். இந்திரன் கௌதமர் இட்ட சாபத்தினால் தன் உடல் முழுவதும் இருந்த யோனி மயத்தை இம்மந்திரத்தால் நீக்கிக் கொண்டார்.

விநாயகருக்கு 16, 21 நாமங்களைச் சொல்லி வழிபடுவதும் சிறப்பு.

கணபதி பஞ்சாயதனம்

சூரியன், அம்பிகை, விஷ்ணு, பிள்ளையார், சிவன் ஆகிய ஐம்பெரும் தெய்வங்களையும் ஒரே நேரத்தில் ஒரே பீடத்தில்

வைத்து பூஜை செய்வர். அப்போது உபாசனா மூர்த்தியாக விநாயகப் பெருமானை மத்தியில் வைத்து மற்ற நால்வரையும் நான்கு மூலைகளில் அமைத்து அவாஹனாதி உபசாரம் செய்வர். இதனையே கணபதி பஞ்சாயதனம் என்பர்.

பெருமானின் பல்வேறு திருப்பெயர்கள்

விநாயகர், விக்னேஸ்வரர், வக்கிரதுண்டர், கணபதி, லம்போதரர், பிள்ளையார், கணேசர், யானைமுகன், ஐங்கரன், முன்னவன், ஓங்காரன், பிரணவ சொரூபம், நர்த்தன கணபதி எனப் பல திருப்பெயர்களால் போற்றப் பெறுகின்றார்.

காணாபத்திய கணபதியின் திருப்பெயர்கள்

1. மகா கணபதி
2. ஹரித்திரா கணபதி
3. உச்சிஷ்ட கணபதி
4. நவநீத கணபதி
5. சுவர்ண கணபதி
6. சந்தான கணபதி

சக்தியோடு கூடிய கணபதி

1. உச்சிட்ட கணபதி
2. மகா கணபதி
3. ஊர்த்துவ கணபதி
4. பிங்கள கணபதி
5. லெட்சுமி கணபதி

பெருமானின் சக்தியர் நால்வர்

1. வல்லபை தேவி
2. புத்தி தேவி
3. நீல சரஸ்வதி தேவி
4. சித்தி தேவி

பெருமானின் பன்னிரு அவதாரங்கள்

1. கஜானனர்
2. விநாயகர்
3. சிந்தாமணி
4. மயூரேசர்
5. விக்கினராஜா
6. விக்கிர துண்டர்
7. கணபதி
8. பாலசந்திரர்
9. மகோற்கடர்
10. வல்லபை கணேசர்
11. துண்டி விநாயகர்
12. தூமகேது

20. விநாயகரின் திரு அவதாரங்கள்

வக்கிரதுண்ட விநாயகர்

கோடி சூரியப் பிரகாசத்தை விட அதிகமாக ஜோதி வீசும் திருவுருவுடன் நவரத்தினம், குடம், குண்டலம், தோள் கவசம், சரப்பளி, பதக்கம், பாதச்சிலம்பு முதலிய ஆபரணங்கள் பூண்டு துதிக்கையில் நீண்டு வளர்ந்த தந்தங்களும் மதம் பொழியும் முகமும் கத்தி, கேடகம், வேல், வில், ஆயுதம் தரித்த திருக்கரங்களும் தாமரை மலரென இரு திருவடிகளும் சந்திரகாரத்தையும், கொன்றை மாலையும் தரித்திருக்கும் அழகிய திருமார்பும் நெற்றிக் கண்ணும் கொண்டு காட்சி தருகின்றார்.

மகோற்கட விநாயகர்

திருக்கரங்கள் இரண்டு. ஒன்றில் தாமரை மலரையும் மற்றொன்றில் வாளாயுதமும் ஏந்தி, கறுப்பு நிறக் குதிரையில் ஏறி அமர்ந்தவாறு தாமிர வர்ண நிறத்துடன் காட்சி தருகின்றார்.

கஜமுக அனுக்கிரகர்

விநாயகப் பெருமான் கஜமுகாகரனுடன் போர்புரியச் செல்லும் முன்பு தன் பெற்றோரிடம் ஆசி பெற வணங்கிய திருக்கோலம் இது என்பர்.

சோமாஸ் கந்தர் வடிவத்தில் முருகப்பெருமான் பெற்றோர் நடுவில் அமர்ந்திருப்பது போல இதில் விநாயகப் பெருமான்

அமர்ந்திருப்பார். ஸ்ரீதத்துவ நிதி இதனை 'விக்நேசுவரப் பிரஸந்த மூர்த்தி' எனக் குறிப்பிடுகின்றது. உமாதேவி அருகிருக்க சிவபிரான் தனது தொடையின் மீது விநாயகப் பெருமானை அமர்த்திக் கொண்டிருக்கும் திருக்கோலமே விக்னப் பிரஸந்த மூர்த்தி என்பர்.

விக்னேசுவரப் பிரஸந்த மூர்த்தி என்பதற்கு விக்னேசுவரர் முன்பு காட்சி தந்த பெருமான் எனப் பொருள். இவ்வடிவத்தில் சிவபிரான் மூன்று கண்களும், நான்கு திருக்கரங்களும், சடைமுடியும் கொண்டிருப்பார். அவரது வலக்கரங்களில் ஒன்றை அபயஹஸ்தமாக விநாயகரின் சிரசின் மேல் வைத்திருப்பார். முன் இடக்கரம் வரதமாகவும், ஏனைய இருகரங்களில் மானும், மழுவும் தரித்திருப்பார். வலப்புறம் விநாயகர் இருக்க சிவபிரான் வலது காலை மடித்து வைத்து இடதுகாலைத் தொடங்கி விட்டு அமர்ந்திருப்பார்.

அவரது இடப்பக்கத்தில் உமாதேவி சிரித்த முகத்துடன் சர்வாரலங்காரத்துடன் வலக்கால் மடித்து இடக்கால் தொங்கவிட்ட நிலையில் அமர்ந்த கோலத்தில் காட்சி தருவார். அவரது இரு திருக்கரங்களில் வலக்கரம் நீலோற்பலத்தையும் இடது கரம் வரத முத்திரையும் கொண்டிருக்கும். முக்கண்ணுடைய இவர் சியாம வர்ணத்தினர்.

விநாயகப் பெருமான் சிவப்பு வண்ணத்தராய் கிரீட மகுடம் தரித்து, நமஸ்கார முத்திரையாக இரு கரங்குவித்து காட்சி தருவார். எஞ்சிய இரு கரங்களில் பாசமும், அங்குசமும் காணப்பெறும். இறைவனும் இறைவியும் ஒரே பீடத்தில் அமர்ந்திருப்பர்.

இத்திருவுருவம் மதுரை மீனாட்சியம்மன் திருக்கோயிலில் உள்ள நந்தி மண்டபத்தில் காணப்பெறும். விக்கினப் பிரஸாத

மூர்த்தியின் வண்ண ஓவியம் தில்லைச் சிற்றம்பலக் கோயிலின் திருமூலநாதர் சன்னதி வெளிச்சுற்றுச் சுவரில் காணப் பெறுகின்றது.

உமாசுதன்

கணபதியை உமாசுதன் என்றும் முருகப் பெருமானை சிவசுதன் என்றும் கூறுவர். உமாசுதனாகிய கணபதிக்குச் சிவபிரான் பூரண அனுக்கிரகம் செய்து அவரைக் கணங்களின் பதியாக்கி மஹா கணபதியாக்கினார்.

சிவசுதனான முருகப் பெருமானுக்கு அம்பிகை தன் சக்தி ஆயுதத்தைக் கொடுத்து சூரசம்ஹாரம் செய்யப் பூரண அனுக்கிரகம் செய்தார்.

கஜானனி

விநாயகப் பெருமானின் திருவுருவை கஜானனி என்று பெண்பாலாக குறிப்பிடுகின்றார் கோரக்கர். சிற்பத்திலும் கஜானனி திருவுரு இருப்பதாகத் தெரிகின்றது.

ஜபல்பூர் அருகில் உள்ள பீரோகேட்டிலும், தமிழகத்தின் கன்னியாகுமரி மாவட்டத்திலுள்ள சுசீந்திரம் என்னும் ஊரில் உள்ள தாணுமாலையப் பெருமாள் திருக்கோயிலிலும் விநாயகரின் பெண் திருவுரு உள்ளது.

சிதம்பரம், பவானி, திருச்செந்தூர், கோயிலிலும் வாசுதேவ நல்லூர் தேரிலும் விநாயகரின் பெண் வடிவத்தினைக் காணலாம். பெண் வடிவுகளை விநாயகி, வைநாயகி, கணேசாணி, விக்கினேஸ்வரி என்றும் கூறுவர்.

மூலாதார கணபதி

யோக நெறி கூறும் ஆறு ஆதாரங்கள் மூலாதாரம், சுவாதிஷ்டானம், மணிபூரகம், விசுத்தி, அநாகதம், அக்ஞை ஆகும்.

மூலாதாரம் மனித உடலின் தண்டுவடம் முடியும் இடத்தில் முக்கோண வடிவில் உள்ளது. அதில் நான்கு இதழ்களுடன் கூடிய தாமரையும், அதன் நடுவில் அதி தெய்வமாக குண்டலினியை வழி நடத்தும் நாயகராக விநாயகப் பெருமானும் விளங்குகிறார். எனவே இவரை மூலாதார கணபதி என்பர்.

குண்டலினி சக்தியின் மூல சக்தியான கணபதியே ஆடிக் காண்பித்து மூலாதாரத்தின் பெருமையை நமக்கு உணர்த்து கின்றார்.

திருவாரூர் மூலாதார கணபதி

திருவாரூர் பூங்கோயில் முதல் சுற்றில் ஐந்து தலைநாகம் சுருண்டு படுத்திருக்க, அந்த சுருளின் மத்தியில் விரிந்த தாமரை மலரும், அம்மலரின் மீது கூத்தாடும் விநாயகப் பெருமானும் காட்சித் தருகின்றார். இவர் பாசம், அங்குசம், மோதகம், தந்தம் ஏந்தி தன் இருபக்கமும் பக்கத்துக்கு ஒரு பூதகணம் மேளமும் தாளமும் இசைக்கும் நிலையில் காட்சித் தருகின்றார். இத்திருவுரு யோக சாஸ்திரப்படி அமைக்கப்பட்டுள்ளது.

பிள்ளையார்

பாலகணபதியின் முன்பு பூனையொன்று வந்தது. அதைத் துரத்திப் பிடித்து விளையாடினார். அப்போது பூனையின் முகத்தில் காயம் ஒன்று ஏற்பட்டது. அது விளையாடும்போது ஏற்பட்டதால் அதனை அவர் பெரிதாக எண்ணவில்லை. பின்பு தன் தாய் உமாதேவியைக் காணச் சென்றார். தாயின் முகத்தில் காயம் ஒன்று காணப்பட்டது. காயத்திற்கான காரணம் என்னவெனக் கேட்டார். அது நீ செய்த குற்றம் எனத் தேவி கூறினார். விநாயகர் தான் அப்படி ஏதும் தங்களுக்குச்

செய்யவில்லையே என்று கூறினார். தேவி பெண் உலகு அனைத்தும் தன் வடிவம். அதனால் நீ பெண் பூனைக்குச் செய்த குற்றம் தனக்குச் செய்தது ஆகும் என்றார். அதைக் கேட்ட பெருமான் இனிதான் பிரம்மச்சாரியாகவே இருக்க முடிவு செய்தார் என்றும், தன் பெற்றோருக்கும் பிள்ளை யாகவே இருக்க வேண்டுமெனவும் தீர்மானம் செய்தார்.

பெருமானுக்குப் பெண் பாகம் கிடையாது. ஆண், பெண் என்ற பேதங்களுக்கு இவர் அப்பாற்பட்டவர். இவரை இரு தேவியருடன் இணைத்துக் கூறுவது இவரது மகிமைகளைக் கூறும் தத்துவமே ஆகும். பெருமானை வணங்கி அவர்வழி நடப்பவர் சித்தி பெறுவர். லாபம் உண்டாகும். அவர்களது புத்தி (நல்லறிவு) வளரும் என்பதையே உணர்த்துவதாகும் என்பர்.

சிந்தாமணி விநாயகர்

கபில முனிவர் அருந்தவம் செய்து பெற்ற சிந்தாமணியைக் கணன் என்னும் அசுரன் கவர்ந்து கொண்டான். அதனை மீட்க எண்ணிய கபில முனிவர் கடும் தவத்தினை மேற்கொண்டார். அவரது தவத்தில் கனல் அகில உலகையும் பொசுக்கியது; வருத்தியது.

அப்போது விஷ்ணுவின் மாயையாகிய சாருகாசினி வெளிப்பட்டு 'இழந்த பொருளைத் திரும்பப் பெற விநாயகரை நோக்கி தவம் செய்; சிவபிரானே விநாயகர்' எனக் கூறி மறைந்தனள்.

கபிலரும் விநாயகப் பெருமானை நோக்கி தவம் செய்ய லானார். அவருக்குக் காட்சி தந்து சிந்தாமணியை மீட்டுத் தருவதாக அருளினார் விநாயகப் பெருமான்.

விநாயகப் பெருமானின் தேவியாகிய சித்திதேவி தாமே சென்று சிந்தாமணியை மீட்டு வருவதாக கூறிச் சென்று கணனின் படைவீரர்களை அழித்தார். கணனின் புதல்வர்கள் இருவரையும் சிறைப்பிடித்து விநாயகப் பெருமானிடம்

கொண்டு வந்து சேர்த்தார். தன் புதல்வர்கள் இருவரையும் மீட்க கணன் வரவே விநாயகப் பெருமான் சிங்க வாகனத்தில் எழுந்தருளி கணனை அழித்தார். அப்போது கணனின் தந்தை வந்து மகனின் தவறை மன்னிக்கும்படி வேண்டி சிந்தா மணியைக் கபில முனிவரிடம் கொடுத்தார்.

கபில முனிவரும் சித்தி புத்தி தேவியருடன் எழுந்தருளி யிருநத விநாயகப் பெருமானை அடைந்து வணங்கி, முற்றும் துறந்த முனிவனான எனக்கு இச்சிந்தாமணியால் யாதொரு பயனும் கிட்டப் போவதில்லை. இதனைத் தாங்களே தங்கள் திருமேனியில் தரித்துக் காட்சி தரும்படி வேண்டினார்.

அதனை ஏற்றுக் கொண்ட பெருமானும் சிந்தாமணியை தன் கண்டத்தில் தரித்துக் கொண்டு காட்சி கொடுத்து அருளினார். அதுமுதல் அவர் சிந்தாமணி விநாயகர் எனப் பெயர் கொண்டு போற்றப் பெறலானார்.

விக்கினராசர் அவதாரம்

விநாயகப் பெருமான் குழந்தை (அவதாரம்) உருவில் காட்டில் உள்ள ஒரு மடுக்கரையில் இருந்தார். குழந்தையின்றி வருந்திக் கொண்டிருந்த பராசர முனிவர் அக்குழந்தையை மடுக்கரையில் கண்டு எடுத்து, அக்குழந்தையைத் தம் மனைவி வீரியவத்ஸலையிடம் கொடுக்க, இருவரும் அக்குழந்தையைப் போற்றி வளர்த்தனர். குழந்தை நாளொரு மேனியும் பொழுதொரு வண்ணமுமாக வளர்ந்து வந்தது.

சவுபரி முனிவரால் சபிக்கப் பட்ட சிரவுஞ்சன் என்னும் கந்தர்வன் மூஷிகமாக (பெருச்சாளி) உருவெடுத்து உலகில் தொல்லை களை ஏற்படுத்தி வந்தான். பராசர முனிவரின் ஆசிரமத்தையும் நாசம்

செய்தான். இதனைக் கண்ட விநாயகப் பெருமான் மூஷிகத்தை அடக்க அதன்மீது தன் பாசக் கயிற்றை ஏவினார். மூஷிகம் பலவாறு முயன்றும் முடியாது பாசக் கயிற்றால் கட்டுண்டது. பாசம் மூஷிகத்தைக் கட்டி விநாயகர் திருமுன்பு கொண்டு வந்து நிறுத்தியது.

மூஷிகம் விநாயகப் பெருமானை அறிந்து அவரை வணங்கியது. தன் முன் பிறப்பையும் தன் தகாத செயலினால் முனிவரின் சாபத்திற்கு ஆளாகி மூஷிக வடிவம் பெற்றதையும் கூறி, தன்னை மன்னித்து பெருமானின் வாகனமாக ஏற்று தனக்கு சாப விமோசனம் அருளும்படி வேண்டியது. விநாயகப் பெருமானும் அதனைத் தன் வாகனமாக ஏற்று அருள் பாலித்தார்.

பராசர முனிவரும் தேவர்களும் யாகங்களை நடத்த விடாது தங்களைத் தடுக்கும் விக்கினனை அடக்கும்படி விநாயகரை வேண்டினர். விநாயகப் பெருமானும் அவர்களுக்கு அபயம் அளித்து மூஷிக வாகனத்தில் அமர்ந்து விக்கினன் இருப்பிடம் அடைந்தார். தன் அங்குசத்தை அனுப்பி விக்கினனைப் பிடித்து வர ஏவினார். விக்கினன் பல வடிவங்கள் எடுத்தும், போரிட்டும் முடியாது போய் கடைசியில் விநாயகப் பெருமானின் திருவடிகளில் சரண டைந்தான்.

பெருமானும் சரணடைந்த விக்கினனை ஏற்று இனி என் பக்தர்கள் எவருக்கும் நீ தொல்லைகள் தரக்கூடாது; எனக்கு அபசாரம் செய்பவர்கள், என்னை நினைக்காதவர்கள், வணங்காதவர்களை நீ உன் விருப்பப்படி பல விக்கினங்கள் அளித்து தொல்லை கொடுக்கலாம் என அருளினார். அவனும் அதனை ஏற்று தன் பெயரை தங்கள் திருநாமத்தோடு ஏற்று அருளும்படி வேண்டினான். விநாயகப் பெருமானும் அவனது வேண்டுகோளை ஏற்று இன்று முதல் ‘விக்கினராஜ விநாயகர்’ என என்னைத் துதிப்பவர்கட்குத் துன்பம் தராமல் இரு என அருளினார்.

மயூரேச விநாயகர் அவதாரம்

கமலாசுரன் என்னும் அசுரன் வேதங்களைத் திருடி கடலில் அதனை மறைத்து வைத்தான். அதனை மீட்க விநாயகப் பெருமான் மல்லாளன் என்னும் அந்தணச் சிறுவனாகத் தோன்றினார்.

கமலாசுரனை அழிக்க விநாயகப் பெருமான் மயிலை வாகனமாகக் கொண்டு அதில் ஏறி கமலாசுரனை அழித்தார். இவரை மயூரேச விநாயகர் என்பர்.

கமலாசுரனை அழிக்க நடைபெற்ற போரின்போது புத்திதேவி யுத்தகளத்தில் தன் கண்கள் சிவக்கச் சீறி தன் கோப நெருப்பிலிருந்து ஒரு வீரனை உருவாக்கினார். அவனுக்கு இலாபன் எனப் பெயர் சூட்டினார். இவர் விநாயகப் பெருமானின் திருக்குமாரன் எனப் புராணங்கள் கூறுகின்றன.

கமலாசுரனை அழித்த தலத்தில் மயூரேசருக்குப் பிரம்மா ஒரு ஆலயம் அமைத்தார். கமலாசுரனின் உடல் மூன்று துண்டுகளாக விழுந்த இடம் ஆதலால் அந்த இடத்திற்கு திரிசத்திக்ஷேத்திரம் எனப் பெயர் வந்தது.

பால விநாயகர் அவதாரம்

சிந்து என்னும் அசுரன் பிரம்மா, விஷ்ணு முதலான தேவர்களைச் சிறையில் அடைத்தான். அவர்கள் விநாயகப் பெருமானைத் துதித்து சதுர்த்தி விரதமும் இருந்தனர். அவர்கட்கு அருள்பாலிக்க விரும்பிய விநாயகப் பெருமான் அவர்கள் முன்பு தோன்றி செந்தூராசனை சம்ஹாரம் செய்ய உமாதேவியிடம் ஒரு குமாரனாக அவதரித்து மயில் வாகனத்தில் எழுந்தருள்வேன் என அருளினார்.

திரிசத்திக்ஷேத்திரத்தில் கௌதமர் முதலிய முனிவர்கள் தவம் இருக்க அங்கு உமாதேவியுடன் சிவபிரான் காட்சி தந்தார். முனிவர்கள் சிந்துவின் தொல்லைகளைக் கூறி அவனை அழிக்கும் வரை அங்கேயே எழுந்தருள வேண்டினர். பரமேஸ்வரனும் அதற்கு இணங்கி அங்கேயே தங்கினார்.

ஒருநாள் சிவபிரான் கண்மூடித் தியானத்தில் இருக்கும் போது உமாதேவி சிவபிரானிடம் விஷ்ணு, பிரம்மா முதலிய தேவர்கள் தங்களை நோக்கித் தியானம் செய்கின்றனர். அப்படியிருக்க தாங்கள் யாரை நோக்கித் தியானம் இருக்கின்றீர்கள் எனக் கேட்டார். சிவபிரானும் என்னால் தியானம் செய்யப்படும் பொருளும் உள்ளது. அது ஆதியந்தம் இல்லாதது. அருவமாகவும், உருவமாகவும், நித்தியமாகியும், ஆனந்தமாகியும் இப்படியாகப் பல சிறப்புகளை உடையது. அப்பொருள் உன்னிடத்தில் புத்திரனாக அவதரித்து தேவர்களின் துன்பங்களை நீக்கும். அம்மெய்ப்பொருள் விநாயகப் பெருமானே. நீ 12 ஆண்டுகள் விநாயகரின் ஏகாட்சர மந்திரத்தை ஜெபித்து பூஜை செய் எனக் கூறினார். அதன்படி தேவியும் அத்தலத்தில் இருந்த மயூரேச விநாயகர் ஆலயத்தில் அமர்ந்து தவம் புரிந்தார்.

விநாயகப் பெருமானும் மூன்று முகங்களோடு ஆறு திருக்கரங்களுடன் வெள்ளை ரிஷப வாகனத்தின் மீது எழுந்தருளிக் காட்சி தந்து தேவிக்கு மகனாகப் பிறப்பதாக வாக்களித்தார். தேவியும் விநாயக சதுர்த்தி விரதம் அனுஷ்டித்து பூசிக்க விநாயகர் ஒரு பெருஞ் ஜோதி வடிவினராக எண்ணற்ற கண்களும், எண்ணற்ற வாய்களும், எண்ணற்ற செவிகளும், முகங்கள் பலவும், எண்ணற்ற கை, கால்களுமாக விசுவரூபத்துடன் காட்சி தந்தார். தேவி இவ்வுருவம் நீங்கி பச்சிளம் பாலகனாக வேண்ட பெருமானும் ஆறு திருக்கரங்களுடன் ஆனை முகத்தோடு பச்சிளம் பாலகனாகத் தேவியின் மடியில் அமர்ந்தார்.

அவர் அவதரித்த நாள் ஆவணி மாத பூர்வ பட்ச சதுர்த்தியும் விசாக நட்சத்திரமும் கூடிய சோமவாரத்தில் சிம்ம லக்னமாகும்.

கணேசர் அவதாரம்

அசுரன் ஒருவன் அருந்தவம் பல செய்து விநாயகப் பெருமானிடம் வரம் பல பெற்றான். பின்னர் அவ்வரங்களின் துணை கொண்டு கொடுமைகள் பலவற்றைத் தேவர்களுக்குச் செய்யலானான். தேவர்கள் சிவபிரானிடம் சென்று அசுரனின் கொடுமைகளைக் கூறி முறையிட்டனர். சிவபிரானும் தேவர்கட்கு அபயம் அளித்தார்.

அப்போது அவரது திருமுகத்திலிருந்து ஐந்து முகங்களோடு விநாயகர் அவதரித்தார். அவருக்கு 'கணேசர்' என்னும் திருநாமம் சூட்டினார். அசுரனைக் கொல்லும் ஆற்றல்களும், வரங்களும் சிவபிரான் அளித்தார் என்பது புராணம்.

இதனையே சிவபிரானின் திருமுகத்திலிருந்து ஜோதி ஒன்று தோன்றியது. அதிலிருந்து புத்திரர் தோன்றினார். அவரது திருமேனியிலிருந்து எழுந்த ஜோதியின் பிரகாசம் உமா தேவியின் கண்களைக் கூசச் செய்தது. அதைக் கண்ட தேவி அப்புத்திரனது திருமேனி ஒளி இழந்து, யானைத் தலையும், தேவ கரங்களும், பூத உடலும் பொருந்துவதாக எனக் கூறினார். உடனே கஜானனமும், லம்போதர முதலிய உறுப்புகளும் தோன்றின என்றும் புராணங்கள் கூறுகின்றன.

சிவபிரான் அப்புத்திரனைக் கணங்களின் தலைவனாக இருந்து தம்மை வழிபட்டுத் தொடங்கும் காரியங்களுக்கு இடையூறு ஏற்படாமல் காக்கும்படியும், தண்டிக்கும்படியும் அதிகாரம் அளித்தார். கணங்களின் தலைவராவதால் கணபதி எனவும், கணேசர் எனவும் பெயர் பெற்றார்.

21. அஷ்ட விநாயகர்

மகாராஷ்டிர மாநிலத்தில் பூனே நகரத்தினைச் சுற்றி மிகப்பழமையான 8 விநாயகர் திருக்கோவில்கள் உள்ளன. இவற்றை அஷ்ட விநாயகர் கோவில் என்பர். இங்கு

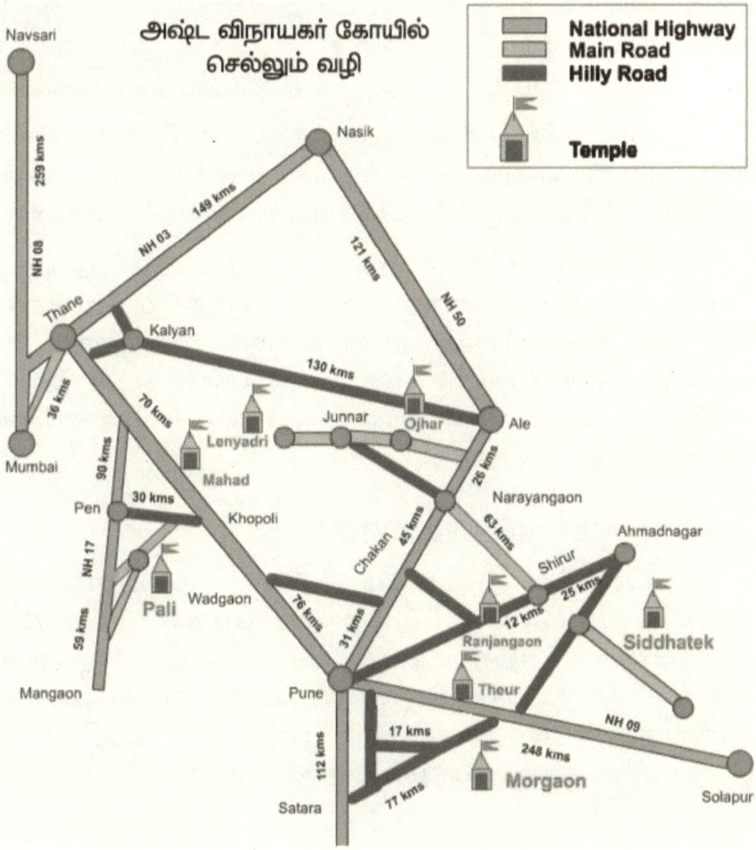

எழுந்தருளியுள்ள விநாயகப் பெருமான் தாமே தோன்றிய (சுயம்பு) திருமேனியினை உடையவர். இவ்விநாயகர்கள் சிறந்த வரப்பிரசாதி பெற்றவர்கள்.

1. மோர்காவ்-மயூரேஸ்வரர்

அஷ்ட விநாயகர் கோவிலில் முதன்மையானவர். இப்பெருமானின் திருநாமம் மயூரேஸ்வரர். இவர் சிந்து, கமலாசுரன் போன்ற அரக்கர்களுடன் மயில் மீது ஏறி போர் செய்து அழித்ததால் இத்தலத்திற்கு மோர் காவ் என்ற பெயர் வந்தது. இறைவனும் மயூரேஸ்வரர் எனப் பெயர் பெற்றார்.

இக்கோவிலில் நான்கு வாயில்கள் உண்டு. கிழக்குப் பக்கம் லக்ஷ்மி நாராயணனும், மேற்குப் பக்கம் மன்மதனும், தெற்கில் பார்வதி பரமேஸ்வரரும் வடக்கில் மஹிவராகரும் உள்ளனர்.

இக்கோவிலின் எட்டு மூலைகளிலும் எட்டு விநாயகப் பெருமானின் திருவுருவங்கள் உள்ளன. ஏகநாதர், மஹோதரன், விகடன், விக்னராஜன், தூம்ரவருணன், வக்ரதுண்டன், கஜானனன், லம்போதரன் என்னும் திருப்பெயருடன் அருள் பாலிக்கின்றனர். மயிலை வாகனமாகக் கொண்ட விநாயகப் பெருமான் இவர் ஒருவரே.

2. வெண்யாத்ரி-ஸ்ரீகிரிஜாத்மஜன்

இக்கோவில் முழுவதும் கல்லில் குடையப்பட்டு அமைக்கப்பட்டுள்ளது. இங்கு 285 படிகள் அமைக்கப் பட்டுள்ளன. தெற்கு நோக்கி அமைந்த இக்கோயிலில் விநாயகப் பெருமானின் திருவுருவம் வடக்கு நோக்கி அமைந்துள்ளதால் இப்பெருமானுக்குப் பூஜைகள் நடப்பதில்லை. பெருமானின் திருப்பெயர் ஸ்ரீகிரிஜாத்மஜன்.

இப்பெருமானைப் பற்றி ஒரு கதை உண்டு.

பெருமானை மகனாகப் பெற வேண்டிய அம்பிகை இக்குகையில் 12 ஆண்டுகள் கடும் தவம் புரிந்தார். அம்பிகையின் தவத்தினைக் கண்டு மகிழ்ந்த பெருமான் தேவியின் வேண்டுகோளை ஏற்று வரம் தந்து அருளினார். அதன்படி ஒரு சதுர்த்தசி அன்று தேவி மண்ணால் கணபதி விக்கிரகம் அமைத்து பூஜை செய்ய அவ்விக்ரகம் உயிர்பெற்று தேவியின் விருப்பப்படி அவதரித்ததாக அருள்மொழி வழங்கியது. அக்குழந்தைக்குக் கணேசர் எனப் பெயர் சூட்டினர். கணேசர் அங்கேயே வாழ்ந்து வந்தார். பிரம்மா தன் புத்திரிகளான சித்தி புத்தியை அவருக்கு மணமுடித்தார். பின்னர் கார்த்திகேயனுக்குத் தன் மயிலை அளித்துவிட்டு எல்லோரிடமும் விடை பெற்றுக் கொண்டார்.

3. ஓஜர்-ஸ்ரீவிக்னேஸ்வரர்

ஓஜர் நகரில் விநாயகப் பெருமான் கிழக்கு நோக்கி உள்ளார். இவரது துதிக்கை இடப்புறமாகத் திரும்பி உள்ளது. இவரது இரு கண்கள், நெற்றி, தொப்புள் இவற்றில் வைரங்கள் இழைக்கப்பட்டுள்ளன. இவருக்கு இருபுறமும் சித்தி, புத்தி என்னும் இருதேவியர் சிலைகள் உள்ளன. இங்கு கார்த்திகை பௌர்ணமி முதல் 5 நாட்கள் திருவிழா நடைபெறுகின்றது.

இப்பெருமான் பற்றியும் ஒரு கதை உண்டு.

ஹேமாவதி நகர அரசன் மிகப்பெரிய யாகம் ஒன்றினைச் செய்தான். இந்த யாகம் முழுமையாக நடந்து முடிவடைந்து விட்டால் தனது பதவி போய்விடும் எனப் பயந்த இந்திரன் இந்த யாகத்தைப் பாதியிலேயே தடுத்து நிறுத்த முடிவு செய்தான். பயங்கர உருவம் கொண்ட கலா (கலாவை மக்கள் விக்நா என்பர்) என்ற அசுரனை அழைத்து யாகத்தைத் தொடர்ந்து நடக்க விடாது தடுத்துவிடும்படிக் கூறினான். கலாவும் இந்த யாகத்தை அழித்ததுடன் முனிவர்கள் பலர் செய்த யாகத்தையும் நடத்த விடாமல் இடையூறுகள் செய்தான். இதனால் முனிவர்கள் கஜானனை நோக்கி வணங்கி தங்களைக் காக்கும்படி வேண்டினர். 5 வயதுடைய திருவுருவ கணபதி அசுரனுடன் போரிட்டு அவனைத் தோற்கடித்தார். சரணடைந்த அசுரன் பெருமான் தன் பெயருடன் தனது அசுரப் பெயரையும் இணைத்து அருள்புரிய வேண்டினான். அதனை ஏற்ற பெருமானும் தன்னை விக்னேஸ்வரன் என்று அழைக்கக் கூறினார். இவரை விக்னராஜ் என்றும் அழைப்பர்.

4. ஸித்தடேக் ஸ்ரீசித்தி விநாயகர்

மலை உச்சியில் வடக்கு நோக்கி அமைந்த கோயில். மூன்றடி உயரம் கொண்ட சுயம்பு வடிவாகப் பெருமான் காட்சி தருகின்றார். இவரது துதிக்கை வலப்புறம் சுழித்து வலம்புரி விநாயகராகக் காட்சி தருகின்றார். இவரது ஒரு தொடையில் புத்தி சித்தி அமர்ந்துள்ளனர். பெருமானின் திருவுருவம் மலையோடு இணைந்துள்ளதால் இவரை வலம் வருவதாயின் மலையுடன் சேர்த்து 5 கி.மீ. சுற்றி வலம் வரவேண்டும்.

5. தேவூர் சிந்தாமணி விநாயகர்

இத்தல விநாயகர் கிழக்கு முகமாக அமர்ந்து துதிக்கை இடப்புறம் வளைந்த நிலையில் காட்சி தருகின்றார்.

இவரைப் பற்றியும் ஒரு கதை உண்டு.

அபிஜித் மன்னின் மகனான கணு சங்கரரை வழிபட்டு மூவுலகின் தலைமைப் பதவியைப் பெற்றான். அவன் ஒருநாள் வேட்டையாடி வரும்போது கபில முனிவர் ஆசிரமம் சென்று தங்கி களைப்பாறினான். அவனை வரவேற்ற கபில முனிவர் தன்னிடம் உள்ள சிந்தாமணி என்ற அபூர்வமான மணியின் துணைகொண்டு மன்னருக்கும், அவரது படையினருக்கும் சுவைமிக்க அறுசுவை உணவினை அளித்தார். மணியின் அதிசய சக்தியினை அறிந்த மன்னன்-மணியினை முனிவரிடமிருந்து கவர்ந்து சென்றான்.

கபில முனிவர் கணேசனை வழிபட்டு தன் இன்னலைக் களைந்த சிந்தாமணியை மீட்டுத் தர வேண்டினார். கபிலர் பெரும்படையுடன் வந்து தன்னுடன் போரிடுவது போலக் கனவு கண்ட மன்னன் மகன் கணு, தந்தை தடுத்தும் கேளாது கபிலரைக் கொல்ல பெரும்படையுடன் புறப்பட்டான். அதைக் கண்ட கணபதியின் தேவியான சித்தி தேவி இலட்சம் கைகள் கொண்ட ஒரு வீரனைப் படைத்து மன்னனின் படைகளை அழித்தார். கணபதி கணனை வெட்டிக் கொன்றார்.

தவறை உணர்ந்த அபிஜித் மன்னன் சிந்தாமணியைக் கபில முனிவரிடம் திரும்பக் கொடுத்து தம்மை மன்னிக்கும்படி வேண்டினான். கபில முனிவர் சிந்தாமணியை விநாயகப் பெருமானுக்கு அணிவித்து மகிழ்ந்தார். அதுமுதல் விநாயகப் பெருமானுக்கு சிந்தாமணி விநாயகர் என்ற பெயர் ஏற்பட்டது.

6. பாலி ஸ்ரீபல்லாலேஸ்வரர்

இக்கோயில் மிகவும் அழகு மிளிரக் காட்சி தருகின்றது. கிழக்கு நோக்கிய சந்நிதியின் இடப்புறம் துதிக்கை வளைந்த நிலையில் எழுந்தருளி உள்ளார். பெருமானின் பின்புறம் வெள்ளியால் ஆனது. ரித்தி, சித்தி தேவியர் இருவரும் சாமரம் வீசுகின்றனர். பெருமானின் கண்கள், தொப்புள் இவற்றில் வைரங்கள் இழைக்கப்பட்டுள்ளன.

தக்ஷிணாயன காலத்தில் சூரிய உதயத்தில் சூரியக் கதிர்கள் பெருமானின் திருவுருவில்படும் சிறப்பு பெற்றது.

இவ்விநாயகர் மிக்க சக்தி பெற்றவர். சிறந்த வரப்பிரசாதி. சுத்த சதுர்த்தியன்று கஜானனே நேரில் வந்து நைவேத்தியத்தை உண்பதாக ஐதீகம். அஷ்ட விநாயகப் பெருமான்களில் இவர் மிகவும் சிறப்பு பெற்றவர்.

7. மஹட்-ஸ்ரீவரத விநாயகர்

கிழக்கு நோக்கி அமைந்த திருக்கோயில். இவரது துதிக்கை இடப்புறம் வளைந்துள்ளது. சதுர்த்தியன்று நிவேதித்த தேங்காயை உண்டால் குழந்தை இல்லாதவர்களுக்குக் குழந்தைப் பேறு உண்டாகும்.

8. ரஞ்சன்காவ்-ஸ்ரீமகா கணபதி

சங்கரர் கணேச சகஸ்ர நாமத்தைக் கற்று ஓதினார். கடவுளர்க்கு முன்பாகக் கணேசர் தோன்றினார். அந்த இடத்தில் சிவன், கணேசர் திருக்கோயில் ஒன்றினைக்

கட்டினார். இத்தல விநாயகப் பெருமானுக்கு மஹாகணபதி என்று பெயர். கிழக்கு நோக்கிய பெருமானின் துதிக்கை இடப்புறம் வளைந்து காணப் பெறுகின்றது. இவரது இருபுறமும் ரித்தி, சித்தி தேவியர் காட்சி தருகின்றனர். மிகவும் அழகு வாய்ந்த திருவுருவம் ஆகும்.

இத்திருவுருவத்தின் கீழே மூடப்பட்ட அறையின் உள்ளே *10* துதிக்கைகளும், *20* திருக்கரங்களும் கொண்ட மற்றொரு பெருமானின் திருவுருவமும் உள்ளது. இவரை மஹோர்க்கட கணபதி என்பர். இவரை வழிபட்டால் எண்ணியவை அக்கணமே நிறைவேறும் என்பர். முகமதியர் படையெடுப்பின்போது இவரை மறைத்து வைத்திருந்தனர் என்பர்.

22. விநாயகப் பெருமானின் திருவிளையாடல்கள்

இராவணனை ஏமாற்றிய பிள்ளையார்

இராவணன் கயிலை மலையை அடைந்து சிவபெருமானை நோக்கி கடும்தவம் புரிந்தான். அவனுக்குக் காட்சி தந்த சிவபெருமான் அவனது தவத்தினை மெச்சி வேண்டும் வரம் கேள் என அருளினார். இராவணனும் "உலகமே அழியும் பிரளயக் காலத்திலும் தன் இலங்கை நாடு மட்டும் அழியாதிருக்கும் வரம் தந்தருள வேண்டும்" என வேண்டினான். அவனது வரத்தின் உட்பொருளை உணர்ந்த பெருமான், தான் வரம் தருவதாக அருளியதையும் கருத்தில் கொண்டு அவனுக்கு வரம் கொடுக்க முடிவு செய்தார். சிவபெருமான் தன் ஆத்மலிங்கம் ஒன்றினை இராவணனிடம் அளித்து 'இராவணா இந்த ஆத்மலிங்கத்தை உன் நாட்டில் பிரதிஷ்டை செய்து வழிபட்டால் உன் எண்ணம் ஈடேறும்; ஆனால், இந்த லிங்கத்தை உன் நகரத்திற்கு எடுத்துச் செல்லும்பொழுது சித்த சுத்தியோடு வாகனத்தைப் பயன்படுத்தாது கால்நடையாகவே எடுத்துச் செல்ல வேண்டும். எக்காரணம் கொண்டும் வழியில் கீழே பூமியில் வைக்கக் கூடாது. அவ்வாறு வைத்தால் மீண்டும் இந்த லிங்கம் உனக்குக் கிடைக்காது" எனவும் அருளினார். இராவணனும் லிங்கத்தைப் பணிந்து பெற்று தன் நாடு நோக்கி எடுத்துச் செல்லலானான்.

இவ்விவரங்களை அறிந்த இந்திரன், இராவணன் லிங்கத்தைத் தன் நாட்டில் பிரதிஷ்டை செய்துவிட்டால்

அவனால் ஏற்படும் தொல்லைகளை எண்ணி அவனைத் தடுக்க எண்ணினார். அதற்கு விநாயகப் பெருமானே சரியானவர் எனவும் முடிவு செய்தார். பிள்ளையாரை அணுகி விவரம் கூறினார். விநாயகப் பெருமானும் "நல்லது நடக்கும்" என இந்திரனுக்கு வாக்கு அருளினார்.

இராவணன் இலங்கை நோக்கிச் செல்லும் வழியில் சிறு பிராமணச் சிறுவன் வடிவில் பெருமான் வந்தார். இராவணன் சிறுவனைக் கண்டதும் மகிழ்ந்து, "தம்பி! இந்த லிங்கத்தைக் கையில் வைத்துக்கொள்; நான் சந்தியாவந்தனம் செய்து பின் வந்து வாங்கிக் கொள்கிறேன்" என்றார். விநாயகரும், "நானோ சிறுவன், என்னால் இந்த லிங்கத்தை நீண்ட நேரம் கையில் வைத்திருக்க முடியாது. விரைவில் வந்து வாங்கிக் கொள்ள வேண்டும்; என்னால் கையில் வைத்திருக்க முடியாதபோது தங்களை மூன்று முறை கூப்பிடுவேன்; நீங்கள் உடனே வந்து வாங்கிக் கொள்ள வேண்டும்; இல்லையெனில் கீழே வைத்து விடுவேன்" எனக் கூறினார். இராவணனும் அதற்கு இசைவு தெரிவித்து லிங்கத்தைக் கொடுத்துச் சென்றார். இராவணன் கொஞ்ச தூரம் சென்றதும் விநாயகர் மூன்றுமுறை அவசர அவசரமாகக் கூப்பிட்டுவிட்டு லிங்கத்தைக் கீழே வைத்து விட்டார்.

இராவணன் ஓடிவந்தார்; சிவலிங்கம் கீழே வைக்கப் பட்டிருப்பது கண்டு மனம் பதைபதைத்தார். லிங்கத்தை உடனே தரையிலிருந்து எடுக்க முயன்றார். முடியவில்லை. லிங்கம் பூமியில் ஆழப் புதைந்துவிட்டது. தன் முழுப் பலத்தையும் உபயோகித்தார். முடியவில்லை. மீண்டும் இருகைகளைக் கொண்டும் இழுத்தார். சிவலிங்கம் பசுவின் காதுபோல குழைந்ததே தவிர வெளியே வரவில்லை. (எனவே இந்த லிங்கம் கோகர்ணம் எனப் பெயர் பெற்றது. கோ-பசு; கர்ணம்-காது. இத்தலம் கோகர்ணம் என அழைக்கப்படுகிறது. இதை விநாயக லிங்கம் என்றும் கூறுவர்.)

இராவணனின் முயற்சிகள் பலிக்கவில்லை. 'அடேயப்பா! இது மகாபலம் வாய்ந்தது' எனக் கூறினான். (எனவே இவரை மகாபலேசுவரர் என்று அழைக்கின்றனர்.)

இராவணனின் கோபம் சிறுவன் மீது திரும்பியது. சிறுவனின் தலையில் ஓங்கிக் குட்டினார். விநாயகப் பெருமான் தன் உண்மை வடிவத்தை எடுத்தார். தும்பிக்கையினால் இராவணனைத் தூக்கி வீசி தன் கால்களால் உதைத்தார்.

இராவணன் விநாயகப் பெருமானை வணங்கி தன் பிழை பொறுக்கும்படி வேண்டினான். பிள்ளையாரும் அவனை மன்னித்து என் தலையில் குட்டிய நீ இப்போது உன் தலையிலும் குட்டிக் கொள் என்றார். இராவணனும் தன் தலையில் குட்டிக் கொண்டு வணங்கினார்.

விநாயகப் பெருமானும் இனி என்னை இவ்வாறு குட்டி வணங்குவோர் துயரங்களையும், பிழைகளையும் பொறுத்து அருள் வழங்குவோம் என அருள் வாக்கு அளித்தார். இதி லிருந்துதான் விநாயகப் பெருமானின் முன்பு தலையில் குட்டும் பழக்கம் வந்தது.

கஜமுகாசுரனை வென்ற விநாயகர்

கஜமுகாசுரன் என்னும் அசுரன் 4000 ஆண்டுகள் மகாமேரு மலையில் தவம் இருந்து சிவபெருமானிடம் “தேவர்களாலோ, விலங்குகளாலோ, ஆயுதங்களாலோ எனக்கு மரணம் ஏற்படக் கூடாது” என வரம் பெற்றான்.

வரம் பெற்ற தைரியத்தில் கஜமுகாசுரன் தேவர்களையும், முனிவர்களையும் துன்புறுத்தினான். இன்று முதல் என்னை வணங்க வரும்போது எல்லாம் இருகைகளையும் முட்டி பிடித்து தலையில் மூன்றுமுறை குட்டிக் கொள்ள வேண்டும். பின் இரு காதுகளையும் மாறு கைகளால் பிடித்துக் கொண்டு என்னைப் பார்த்து தோப்புக்கரணம் போடவேண்டும்” எனக் கட்டளையிட்டான். இந்த அவமானம் தாங்காது தேவர்கள் விநாயகப் பெருமானிடம் முறையிடச் சென்றனர்.

நாளுக்குநாள் கஜமுகாசுரனின் தொல்லைகள் பெருகு வதையும் அதனால் தாங்கள் துன்புறுவதையும் தேவர்கள் பெரு மானிடம் எடுத்துக்கூறி அதிலிருந்து தங்களைக் காத்தருளுமாறு பணிந்து வேண்டினர். பெருமானும் அதனை ஏற்று அசலன்

என்னும் பூதத்தின் முதுகில் அமர்ந்து கஜமுகாசுரனை அழிக்கப் புறப்பட்டார்.

ஆணவத்தில் இருந்த கஜமுகாசுரன் பெருமானை நோக்கி "சிறுவனே இதுவரை என்னை எதிர்த்துப் போரிட்டு வென்றவர் யாரும் இல்லை. நான் சிவபெருமானிடம் பெற்ற வரங்கள் தெரியுமா? என்னை யாராலும் அழிக்க முடியாது; வீணாக என்னுடன் யுத்தம் செய்யாமல் திரும்பிப் போ" என்றான்.

விநாயகப் பெருமான் "நான் யார் தெரியுமா? உனக்கு வரம் அளித்த அதே சிவபெருமானின் புதல்வன். உன்னை அழித்து தேவர்களைக் காக்கவே நான் வந்துள்ளேன்" என்றார்.

யுத்தம் தொடங்கியது; யுத்தத்தின் முடிவில் கஜமுகா சுரனின் சேனைகள் அழிந்தன. ஆயுதங்களால் இரவா வரம் பெற்றவனாதலால் பெருமான் தன் கொம்பில் ஒரு முனையை ஒடித்து ஏவினார். அது அவன் மார்பைக் குத்திக் கிழித்துக் கொன்றது.

அவன் பெற்ற வரமும் கெடாமல் மனித முகம் இல்லாமல் இருப்பதால் மனிதன் இல்லை; மனித உடலும் யானைத் தலையும் பெற்றதனால் விலங்கு இல்லை; ஆயுதம் எதுவும் இன்றிக் கொம்பினை ஏவினார். அவன் தன் உடலை விடுத்து பெருச்சாளி வடிவமெடுத்தான். பெருமான் அதை அடக்கித் தன் வாகனமாக்கிக் கொண்டார். அது முதல் அவருக்கு ஒரு கொம்பு மட்டும் உடைந்த நிலையில் காட்சி தருகின்றது என்பர்.

தேவர்கள் வந்து விநாயகப் பெருமானை வணங்கி "கஜமுகாசுரனிடம் இருந்து எங்களைக் காப்பாற்றினீர்கள். அவன் முன் வெறுப்புடன் நாங்கள் போட்ட தோப்புக் கரணத்தை உங்கள் முன்பு உவப்புடன் போடுகின்றோம் என்றனர். விநாயகப் பெருமான் தோப்புக் கரணம் போடுங்கள். ஆனால் அவன் முன் 108 முறை போட்டதுபோல அல்லாமல் மூன்றுமுறை போடுங்கள் போதும் என்றார்.

அரக்கியைக் கொன்ற பாலகன்

சதமகிஷ பக்ஷினி என்னும் கொடிய அரக்கி விநாயகப் பெருமானை அழிக்க நினைத்தாள். தேவ மாதரைப் போன்ற உருவம் எடுத்து உமாதேவியை அடைந்தாள். தாயே! நான் புலோமசை என்ற முனிவரின் பத்தினி. என் கணவரை சிந்துராஜன் சிறையில் கொடுமைப்படுத்துகின்றார்; என்னைக் காப்பாற்றுங்கள் என வேண்டினாள்.

தேவியும் அதனை உண்மை என நம்பி தன் ஆடை ஆபரணங்களை அளித்து அவளது கணவனை மீட்டுத் தருவதாக வாக்களித்தார்.

ஒருநாள் யாரும் இல்லாத நேரத்தில் பால விநாயகரை தன் இடுப்பில் தூக்கிக் கொண்டு வான வெளியில் பறந்தாள். அரக்கியின் உண்மை வடிவத்தினையும் நோக்கத்தினையும் அறிந்து கொண்ட பெருமான் அரக்கியின் காதைப் பிடித்து இழுத்து நெஞ்சில் மிதித்தார். பெருமானின் உதை தாங்காமல் அரக்கி அலறியவாறு பூமியில் விழுந்து இறந்தாள். விநாயகப் பெருமான் அவளைச் சாம்பலாக்கினார்.

இதுபோல பல அசுரர்களை அழித்தார்.

முருகப் பெருமானுக்கு வள்ளியை மணம் செய்வித்தார்

முருகப் பெருமான் வள்ளியை திருமணம் செய்ய விரும்பி முதியவர் வடிவமெடுத்து தினைப்புனம் வந்தார். முருகப் பெருமானை உணராத வள்ளி மறுத்து விலக, முருகப்பெருமான் தம் தமையனார் உதவி வேண்ட, விநாயகப் பெருமான் யானை வடிவுடன் தினைப்புனத்தில் வள்ளிக்கு எதிரே தோன்றினார். வள்ளி பயந்து திரும்பி ஓடிவந்து முதியவரைக் கட்டிப்பிடிக்க முருகப்பெருமான் வள்ளிக்குத் தம் சுயஉருவினைக் காட்டி மகிழ்வித்தார். பின் திருமணம் செய்து கொண்டார்.

மாங்கனி பெற்றார்

சிவபிரானும், பார்வதி தேவியும் கயிலையில் இருந்த போது நாரதர் மாங்கனி ஒன்றினைப் பெருமானிடம் கொடுத்தார். அப்போது அங்குவந்த விநாயகப் பெருமானும், முருகனும் அக்கனியை வேண்டினர். நாரதர் அக்கனியை முழுமையாக ஒருவரே பெற வேண்டும் என்றார்.

அதனை இருவரில் யார் பெறுவது என்ற போட்டி ஏற்பட உலகை யார் முதலில் சுற்றி வருகின்றார்களோ அவர்களுக்கே கனி என்று சிவபிரான் கூறினார். உடனே முருகப்பெருமான் மயில்மீது ஏறி உலகை வலம் வரப் புறப்பட்டார்.

விநாயகப் பெருமான் கனியை எப்படியும் பெற விரும்பினார். நாரதரிடம் தாய், தந்தையரே உலகம்தானே. அவர்களைச் சுற்றி வந்தால் உலகைச் சுற்றியதாகத்தானே பொருள் எனக் கேட்டு அதன்படி தாய், தந்தையரை வலம் வந்து கனியைப் பெற்றார்.

உலகைச் சுற்றி வந்த முருகப் பெருமான் கனி விநாயகரிடம் இருக்கக் கண்டு சினம் கொண்டு உலகை வெறுத்து ஆண்டியாய் பழனியில் அடியார்களைக் காக்கச் சென்றார்.

இதன் தத்துவம் முருகப்பெருமானது செயல் பிரபஞ்சம் முழுவதும் இறைவன் இடங்கொண்டுள்ளதையும், விநாயகப் பெருமானது செயல் இறைவனிடம் பிரபஞ்சம் முழுதும் ஒருங்கி நிற்பதையும் உணர்த்துகின்றது.

இதனையே மாங்கனிக்குப் பதில் மாதுளம் கனி என்றும் கூறுவர்.

மோதகம் வந்த கதை

சப்தரிஷிகள் விநாயகப் பெருமானை கோணபத்ரம் என்னும் இலையின் வடிவில் வணங்கினர். அங்கு எழுந்தருளிய விநாயகப் பெருமான் அந்த இலைகளை எடுத்து விழுங்கி தானே விநாயகப் பெருமான் என்பதை உணர்த்தியும்

சப்தரிஷிகள் புரிந்து கொள்ளவில்லை. வேறு ஒரு இலையில் வரித்துப் பூசித்தனர்.

விநாயக தத்துவத்தை உணர்த்திட ரிஷி பத்தினியான அருந்ததி அண்டத்திற்கும் உள்ளே விநாயகர் வியாபித்து நிற்பதை எடுத்துக்காட்ட மாவுக்குள் பூரணம் வைத்து மோதகம் செய்து அதனை வசிஷ்டர் வழி விநாயகப் பெரு மாளுக்கு அளித்தார். விநாயகரும் அருந்ததிக்கு அருள் புரிந்தார்.

அருந்ததிபோல மோதகம் செய்து வழிபடுவோருக்கு நன்மை தருவேன் என்பதனை உணர்த்தும் வகையில் தம் கைகளில் மோதகம் தாங்கிக் காட்சி தருகின்றார் பெருமான்.

தந்தையின் தேர் அச்சினை இறுத்தல்

விக்னேஷ்வரப் பெருமான் தம்மை வணங்காதவர்களுக்கு இடையூற்றை (விக்னம்) ஏற்படுத்துவார். தம்மை வணங்குபவர் கட்கு இடையூற்றை அகற்றி நலம் பயப்பார். இதனை உணர்த்த ஒரு கதை உண்டு.

தேவர்களுக்கும், முனிவர்களுக்கும் துன்பம் விளைவித்த திரிபுர அசுரர்களை அழிக்கப் போர் தொடுக்க சிவபிரான் புறப்பட்டார். அப்போது பூமியைத் தேராகவும், சூரிய சந்திரர்களைத் தேரின் இருசக்கரங்களாகவும் நான்கு வேதங்களைக் குதிரைகளாகவும், மேருவை வில்லாகவும், வாசுகியை நாணாகவும், திருமாலை அம்பாகவும், பிரம்மனை சாரதியாகவும் கொண்டு புறப்பட்டுச் சென்றார். இத்தேரை அமைக்கு முன் தேவர்கள் விநாயகப் பெருமானை முறைப்படி வணங்க மறந்துவிட்டனர். இதனை அவர்களுக்கு உணர்த்த விரும்பிய விநாயகப் பெருமான் தேரின் அச்சினை ஒடியும்படிச் செய்தார். பின் தேவர்கள் பிழை உணர்ந்து வேண்ட தேர் அச்சு நேராகியது.

இந்நிகழ்ச்சி நடைபெற்ற இடமே அச்சிறுப்பாக்கம் என்பர்.

23. அருகின் பெருமை

பல்வேறு நறுமணமலர்கள் இருக்க விநாயகப் பெருமானுக்கு மிகவும் உகந்ததாக அருகினையே அருச்சித்து வருகின்றோம். அதன் சிறப்பு அளவிட முடியாததாகும்.

“அருகுபோல் வேரூன்றி” என்பர் பெரியோர். அருகு ஓரிடத்தில் முளைத்து ஆறு இடங்களில் வேர் ஊன்றி நீண்டு வளர்ந்து கொண்டே போகும் தன்மையினை உடையது. அதுபோல் விநாயகர் எளிமையான தோற்றத்தில் அபாரமான சக்தியை தம் முள் அடக்கி நம்மைக் காப்பவர். விநாயகப் பெருமான் மூலாதார மூர்த்தியாகிய குண்டலினியில் வசிப்பர். இவரே குண்டலினியாகி அறுவகை சுவாதிட்டானம் முதலிய ஏனைய ஐந்து இடங்களிலும் பொருந்தச் செய்து சகஸ்திராரத்தில் பல அணிகளாகத் தழைக்கச் செய்பவர். எனவே அவருக்கு அதே குணம் கொண்ட அருகினைச் சாத்தி பூசிப்பது ஏற்புடையதாகும்.

உயிர்கள் உடலைவிட்டுப் பிரிந்ததும் வினைக்கீடாக வெற்றுடம்பை மேவ புல்நுனியைப் பொருந்தி பசுவயிற்றில் புகுந்து எருவின் வழியாக பயிர்களோடு பரவி புருஷ கர்பத்தில் தங்கும் என்பது உபநிஷதக் கருத்தாகும். அதன்படி உயிர்கள் புல் நுனியில் தங்குவதே முதல்படியாதலின் இறைவன் படைப்பில் முதல் படைப்பாகிய விநாயகப் பெருமானுக்கு அருகம்புல் அருச்சனை மிகவும் விருப்பம் தருவதாயிற்று.

பக்திநெறி, ஞானநெறி இரண்டிலும் மிகவும் முக்கிய மானது மனத்தாழ்மைதான். தான் என்ற அகங்காரம் இல்லாமல்

இருக்க வேண்டும். இதனைப் பக்தர்களுக்கு உணர்த்தவே விநாயகப் பெருமான் அருகம்புல்லை விரும்பி ஏற்கிறார்.

பிற எந்தத் தெய்வத்திற்கும் தரையில் விழுந்த, உதிர்ந்த பூ இலைகளைப் பயன்படுத்தக் கூடாது. ஆனால் விநாயகப் பெருமானுக்கு அனைவரது காலடியிலும் மிதிபடும் புல்லே உகந்ததாகின்றது.

இந்தப் புல் பல பிராணிகளின் உணவாகின்றது. அந்தப் பிராணிகள் மனிதருக்கும் மற்றும் பல உயிரினங்களுக்கும் உணவாகின்றது. தானிய வகைகளும் புல் இனத்தைச் சேர்ந்ததே. இவ்வாறு எல்லா உயிர்களுக்கும் இன்பத்தை பயக்கும் அடியார்கள் பெருமானுக்கு விருப்பமானவர் ஆவர்.

பெருமானுக்கு அர்ப்பணம் செய்யும் அருகம்புல் ஒரே காம்பில் *3* கவர்களை உடையதாக இருக்க வேண்டும். அந்த *3* முனைகளும் ஊசிமுனையாக இருக்கும். அடியில் ஒன்று சேர்ந்து இருக்கும். இவ்வாறே விக்கினங்களை விலக்கி, வாழ்வில் வெற்றி பெற விரும்புவோர், மனம், வாக்கு, காயம் மூன்றையும் கூர்மைப்படுத்த வேண்டும். மூன்றையும் ஒற்றுமைப்படுத்தி ஏகாக்கிர சித்தத்தைப் பெற வேண்டும்.

புராணங்களில் இதுபற்றி-இச்சிறப்பை விளக்கும் வகையில் பல்வேறு கதைகள் உள்ளன. அவற்றில் ஒருசிலவற்றை இங்கே காண்போம்.

கவுண்டிண்ய முனிவர் தினமும் பதினாயிரம் அருகுகளைக் கொண்டு விநாயகப் பெருமானை அருச்சித்து வந்தார். அவர் மனைவி நமக்கு பசியும் வறுமையும் மாறவில்லையே? ஒரு அருகு கொண்டு பூசிப்பவர்கட்குக் கூடப்பெருஞ்செல்வம் அளிக்கும் விநாயகப் பெருமான் பதினாயிரம் அருகு சாத்தும் நமக்கு அளிக்கவில்லையே' என வருந்தினார். இதனை உணர்ந்த முனிவர் ஒரு அருகினை மனைவியிடம் கொடுத்து 'இவ் அருகினை இந்திரனிடம் கொடு; வேண்டிய பொன் தருவார்' என்றார்.

முனிவரின் பத்தினியும் அவ்வாறே செய்தார். இந்திரன் குபேரனிடம் அனுப்பினார். குபேரன் பொன் குவியலைக் காட்டி தேவையான பொன்னை எடுத்துக் கொள்ளும்படி வேண்டினான். ஆனால் ரிஷி பத்தினி 'ஐயா! என் கணவர் இந்த அருகின் எடைக்கு எடை பொன் வாங்கி வரும்படிக் கூறினார்; எனவே இதன் எடைக்கு எடை பொன் அளித்தால் போதும்' என்று கூறினார். குபேரனும் தராசு ஒன்றின் ஒரு தட்டில் அருகினை வைத்து மறுதட்டில் பொன்னை எடுத்து வைத்தான். தட்டு சமம் ஆகவில்லை. அங்கிருந்த பொன் அனைத்தையும் வைத்தும் அருகு இருந்த தட்டு சமமாகவில்லை.

இதனை அறிந்த இந்திரன், குபேரன், திருமூர்த்திகள் தங்கள் செல்வங்கள் அனைத்தையும் கொணர்ந்து ஒரு தட்டிலும் அருகினை மறுதட்டிலும் வைத்தும் அருகின் எடைக்குச் சமமாகாமையால் தாங்களே ஏறி அமர்ந்தனர். அப்போதும் எடை சமமாகவில்லை. மூவரும் முனிவரின் ஆசிரமம் வந்து நாங்கள் அறியாமையினால் அருகின் எடைக்குச் சமமான பொன்னைக் கொடுக்க எண்ணி விட்டோம். அருகின் மதிப்புக்கு பொன் ஏதும் கிடையாது என்பதை உணர்ந்தோம் என்று கூறி வணங்கினர். ரிஷிபத்தினியும் அருகின் பெருமையைப் புரிந்து கொண்டார்.

சுலபன் என்னும் மன்னனும் அவனது மனைவி சுபத்திரையும் அரண்மனை மண்டபத்தில் அமர்ந்திருந்தனர். அங்கு மதுசூதனன் என்னும் ஏழை அந்தணன் வந்து மன்னனிடம் பொருள் வேண்டி யாசித்தான். அந்தணனின் ஏழ்மைக் கோலத்தைக் கண்ட மன்னன் அவனைக் கண்டு ஏளனமாக நகைத்தான். அந்தணன் அது கண்டு கோபம் கொண்டு மன்னனை 'எருதாகக் கடவது' என சபித்தான். அந்தணனின் கோபம் கண்டும், அவனது சாபத்தைக் கண்டும் அதிர்ச்சி அடைந்த அரசி மன்னன் முறை தவறி நடந்திருப் பினும் அரசன் எனக் கருதாமலும் அவசரப்பட்டு முன்கோபம் கொண்டும் சபித்த நீ வேதம் படித்த அந்தணனா என்று கேட்டு 'நீ கழுதையாகக் கடவது' எனச் சபித்தார். அதனால் கோபம்

கொண்ட அந்தணன் அரசியை 'நீ புலைச்சியாகக் கடவது' என்று சபித்தான். மூவரும் சாபத்தின்படி உருவெடுத்து துன்புற்றனர்.

ஒரு சதுர்த்தி நாளன்று பெருமழை பெய்தது. புலைச்சி புல் கட்டுடன் விநாயகர் கோவில் மண்டபத்தில் தங்கினாள். சாபம் கொண்ட எருதும், கழுதையும் அங்கு வந்தது. மண்டபத்தில் புலைச்சி வைத்திருந்த புல்லைத் தின்னத் துவங்கின. புலைச்சி எருதை விரட்ட, எருது, கழுதையை முட்டியது. கழுதை எருதை உதைத்தது. ஆக அங்கு பெருங்குழப்பம் ஏற்பட்டது. அதைக்கண்டு அங்கிருந்த முனிவர்கள் அவற்றை விரட்டினர். இரண்டும் ஒன்றை ஒன்று விரட்டியபடி விநாயகரைச் சுற்றி வந்தன. புலைச்சியும் அவற்றைப் பின்தொடர்ந்து ஓடி அடித்தாள். அப்போது அவற்றின் வாயில் தங்கியிருந்த புல்லும், புல்லச்சியின் கையில் இருந்த புல்லும் விநாயகப் பெருமான் திருமேனியில் விழுந்தன. குளிரும் பசியும் தாங்காமல் மூவரும் இறந்தனர். இறையடி சேர்ந்தனர். சாபவிமோசனம் பெற்றனர்.

இதைக்கண்ட முனிவர்கள் பெருமானிடம் அவர்களுக்கு முக்தி அளித்தது ஏன் எனக் கேட்க அவர்களது முற்பிறவிக் கதையைக் கூறி இன்று சதுர்த்தித் திருநாள். அவர்கள் என்னைச் சுற்றிவந்து அருகம்புல் சாத்தினர்; அறியாமல் செய்தாலும் அருகின் மகிமை அவர்கட்குப் பலன் தந்தது என்றார். அறியாமல் செய்ததற்கே இவ்வளவு பலன் என்றால் தினமும் அருகம்புல் சாத்தி விநாயகரை வணங்கினால் எவ்வளவு நன்மைகள் கிட்டும்.

அனலாசுரன் என்பவன் தேவர்கட்குப் பெருந்துன்பம் தர, விநாயகப் பெருமான் அவனை அள்ளி எடுத்து விழுங்க எண்ணி அவனைக் கையில் எடுத்தார். 'அனலாசுரனே! இந்த உலகத்தைப் பல வகைகளிலும் நீ துன்புறுத்திவிட்டாய். இவ்வுலகம் தவிர பல பழைய உலகங்கள் என் வயிற்றினுள் உள்ளன; அவற்றையும் நீ பார்' எனக் கூறி அவனை முழுங்கி னார். அதைக் கண்ட தேவர்கள் வியந்தனர். விநாயகரின் வயிற்றினுள் அனல் தோன்றி வாட்டியது. அனைவரும்

கணபதியின் வயிறு குளிர்ந்தால்தான் நம் வயிறும் குளிரும் என்பதைத் தெரிந்து கொண்டனர். எனவே பலவாறாக விநாயகப் பெருமானைக் குளிரச் செய்ய முயன்றனர். அமுத கிரணங்கள், பூக்கள், அபிஷேகம் எனச் செய்வித்தும் குளிரவில்லை. கடைசியில் 80,000 முனிவர்கள் தனித்தனியே 21 அருகுகளை எடுத்து பெருமானின் திருவடி முதல் திருமுடி வரை சாத்தினர். உடனே அவரது வெக்கை தணிந்தது. மூவுலகங்களும் குளிர்ந்தன.

விநாயகப் பெருமானும் பல்வேறு பூசைகள், உபசாரங்கள் செய்தாலும் அதில் அருகு ஒன்று இல்லையெனில் நான் அருள்புரிய மாட்டேன். 21 அருகுகளினால் பூசை செய்ய முடியாதவர்கள் ஓர் அருகாவது கொண்டு என்னை வணங்க வேண்டும் என்று அருளினார். அருகம்புல் கொண்டு அர்ச்சனை செய்தால் நல்ல கல்வியும் செல்வமும் நீண்ட ஆயுளும் கிட்டும்.

24. வன்னி இலையின் சிறப்பு

பெருமானுக்குப் பல்வேறு பூஜை பொருட்கள் இருந்தாலும் அருகம் புல்லுக்குச் சமமான மகிமையும், பெருமையும் வன்னி இலைக்கும், மந்தார மலருக்கும் உண்டு. எந்தப் பூஜை பொருளும் இல்லாவிடினும் ஓர் வன்னியிலை கொண்டு பூசிக்க அருகினால் பூசித்ததற்கு ஒப்பாகக் கருதி பலன் தருவார்.

வீமன் என்னும் கொடிய வேடன் ஒருவன் வழிப்பறிக் கொள்ளை செய்தான். அதைக்கண்ட ராட்சதன் ஒருவன் அப்பொருட்களைத் தான் அடைய எண்ணி வீமனை விரட்டினான். பயந்து ஓடிய வீமன் அருகில் இருந்த மரம் ஒன்றின் மேல் ஏறினான். அது வன்னிமரம். அவன் ஏறியபோது இலை ஒன்று அம்மரத்தடியில் இருந்த வரத கணபதி திருவுருவின் மீது விழுந்தது. அரக்கனும் தொடர்ந்து வந்து மரத்தில் ஏற மேலும் ஓர் இலை விநாயகர் திருமேனியில் விழுந்தது. மரத்தின் மேலேயே இருவரும் கட்டிப் பிடித்து சண்டையிட்டனர். இறுதியில் இருவரும் கீழே விழுந்து உயிர் துறந்தனர். இருவரும் தீவினையுருவம் விடுபட்டு பெருமானின் திருக்கருணையினால் தேவலோகம் சென்றனர்.

அறியாமல் செய்த அந்த வன்னி இலை அருச்சனைக்கே இவ்வளவு மகிமையும், சிறப்புப் பலனும் கிடைத்தது. மேலும் இந்த இலை வெப்பம் தணிக்கும் மூலிகையுமாகும். வன்னி மரக்கட்டையிலிருந்து நெருப்பு வெளிப்படுகையில் ஓமம் முதலியவற்றுக்குப் பயன்படும். வன்னி இலை விநாயகருக்கு உகந்ததாயிற்று. இதனால்தான் பெருமான் இதனைத் தன் திருப்பெயருடன் சேர்த்து வன்னியடி விநாயகராகக் காட்சி தருகின்றார்.

25. விநாயகப் பெருமானுக்கு உகந்த பொருட்கள்

எருக்கம்பூ

எருக்கம் பூவின் பால் விஷப்பூச்சிகளைக் கொல்லும் சக்தியைக் கொண்டது. அம்மாலையை விரும்பி அணியும் விநாயகர் பெருமான் நமது கஷ்டங்களை விலக்கக் கூடியவர். அதனாலேயே அவருக்கு எருக்கம் பூவினால் பூஜை செய்கிறோம்.

பத்திரங்கள்

முல்லை இலை, கரிசலாங்கண்ணி இலை, வில்வம், வேரோடு கூடிய வெள்ளறுகம்புல், இலந்தை இலை, ஊமத்தை இலை, துளசி, வன்னி இலை, நாயுருவி இலை, கண்டங்கத்திரி இலை, அரளி இலை, எருக்கிலை, மருதை இலை, விஷ்ணு கிரந்தி இலை, மாதுளை இலை, தேவதாரு இலை, மருவு, அரச இலை, ஜாதிமல்லி இலை, தாழை இலை, அகத்தி இலை உகந்தவையாகும். துளசியினை சதுர்த்தி அன்று மட்டும் பயன்படுத்தலாம்.

மலர்கள்

மந்தாரைப்பூ, செம்பருத்தி, ரோஜா, தாமரை, தும்பைப்பூ, சங்குபுஷ்பம், எருக்கம்பூ சிறப்பாகும். தாழம்பூ பயன்படுத்தக் கூடாது. பொதுவாக சிவ பூசைக்கு உகந்த எல்லாப் பத்திர புஷ்பங்களும் விநாயகருக்கு ஏற்றவையே.

நிவேதனப் பொருட்கள்

அதிரசம், அப்பம், அமுது, அவரை, அவல், இளநீர், எள்ளுருண்டை, கரும்பு, கடலை, கற்கண்டு, சர்க்கரைப் பொங்கல், சீனி, தயிர், சுகியன், திணைமா, தேங்காய், தேன், தோசை, நாவல்பழம், நெய், பணியாரம், பச்சரிசி, பயிறு, பனங்கிழங்கு, பாகு, பலாப்பழம், பால், பிட்டு, பொரிமா, பொரி, மாம்பழம், மாதுளங்கனி, துவரை, பருப்பு, புளியோதரை, மிளகு, மிளகுசாதம், மோதகம், லட்டு, வடை, வள்ளிக்கிழங்கு, வாழைப்பழம், வெண்ணெய், வெண் பொங்கல், வெள்ளரிக்காய், வெள்ளரிப்பழம், வெல்லம், விளாம்பழம் விருப்பமானவையாகும்.

அபிஷேகப் பொருட்கள்

சந்தானதித் தைலம், மாப்பொடி, மஞ்சள்பொடி, திரவியப் பொடி, பஞ்சகவ்யம், ரஸ பஞ்சாமிர்தம், பழ பஞ்சாமிர்தம், நெய், பால், தேன், கருப்பஞ்சாறு, பழரசங்கள், இளநீர், சந்தனம் சிறப்பாகும்.

26. தலையில் குட்டி தோப்புக் கரணம் போடுவதேன்?

பொதுவாக நாம் எல்லாத் தெய்வங்களையும் இருகரம் கூப்பியும், சாஷ்டாங்கமாக விழுந்தும் வணங்குகின்றோம். ஆனால் விநாயகப் பெருமானை மட்டுமே தலையிலும், முன் நெற்றியிலும் இரு கைகளின் முட்டியினால் குட்டி இரு கைகளாலும் மாறு காதுகளைப் பிடித்துக்கொண்டு தோப்புக் கரணம் போட்டு வணங்குகின்றோம். இதுவே விநாயகப் பெருமானுக்குப் பிடித்த வழிபாடாகும். இவ்வாறு வழிபடுவதற்கும் ஒரு கதை உண்டு.

அகத்திய முனிவர் தவம் இருந்தபோது அவரது கமண்டலத்தை ஒரு காக்கையின் வடிவம் எடுத்து வந்த விநாயகப் பெருமான் கவிழ்த்தார். பின் வேதியச் சிறுவன் வடிவில் வந்து அகத்திய முனிவர் முன் நின்று சிரித்தார். கோபம் கொண்ட முனிவர் சிறுவனைப் பிடித்துக் குட்ட முற்பட்டார். பின்னரே விநாயகப் பெருமானே சிறுவனாக வந்தார் என்பதனை அறிந்து பெருமானைக் குட்டியதற்காக வருந்தி தன் தலையில் தாமே குட்டிக் கொண்டார். அது முதல் தலையில் குட்டும் பழக்கம் வந்தது என்பர்.

கஜமுகாசுரன் என்ற அசுரன் தேவர்களை எல்லாம் கொடுமைப்படுத்தி தன் முன் தோப்புக்கரணம் போட வைத்தான். விநாயகப் பெருமான் அவனை அழித்து தேவர்களைக் காத்தார். தேவர்கள் அசுரனின் முன் பயத்துடன் போட்ட தோப்புக் கரணத்தை விநாயகர் திருமுன்பு பக்தியுடன்

போடுவதாகவும் அதனை ஏற்குமாறும் வேண்டினர். விநாயகப் பெருமானும் அதனை ஏற்றுக் கொண்டார். அதுமுதல் தோப்புக்கரணம் போடும் பழக்கம் வந்தது என்பர்.

தோப்புக் கரணம் போடுவதும் நெற்றியில் குட்டிக் கொள்வதும் மூலாதாரத்திலுள்ள சுஷும்னா நாடியைத் தட்டி எழுப்புகின்றது. இதனால் சுஷும்னா நாடி திறந்து கொள்கிறது. நெற்றிப் பொட்டில் குட்டிக் கொள்வதனால் அங்கே உள்ள அமிர்த கலசத்தை மேலே எழுப்பி அந்த அமிர்தம் தேகம் முழுவதும் பரவுகிறது. இதனால் உடம்பில் சுறுசுறுப்பும் உள்எழுச்சியும் உண்டாகிறது. தியானத்திற்கு ஏற்ற மன ஒருமைப்பாடு இதனால் கிடைக்கின்றது.

27. சிதறு தேங்காய் உடைப்பது ஏன்?

விநாயகப் பெருமான் மகோற்கடராக அவதாரம் செய்தார். காசிப முனிவரின் ஆசிரமத்திலிருந்து அவரை காசி மன்னர் அழைத்துச் சென்றார். அவர்களைத் தடுத்து நிறுத்த விரும்பிய அசுரன் ஒருவன் அரண்மனை வாசலின் முன் மலைபோல் உருவெடுத்து வழியை மறைத்து நின்றான். விநாயகப் பெருமான் பூரண கலசங்களில் உள்ள தேங்காய்களை எடுத்து வீசி எறியச் செய்தார். மலை உருவில் வந்த அசுரன் பொடிப்பொடியாக வழி கிடைத்தது. அதுமுதல் விக்கினங் களை விலக்க விக்கினேஸ்வரருக்குச் சிதறுகாய் உடைப்பது வழக்கமாயிற்று.

சிதறு விடுவது பிள்ளையாருக்குப் பிடிக்கும். சிதறு தேங்காய் பிள்ளைகளுக்குப் பிடித்தமானதைப் போல. குழந்தைக் கடவுளான பிள்ளையாரின் வழிபாட்டில் குழந்தைகளுக்கும் பங்கு தர வேண்டும் என்பதே இதன் தத்துவமாகும்.

இதற்கு மற்றொரு கதையும் உண்டு. ஈசுவரனை நோக்கி விநாயகர் அவரது சிரசைப் பலியாகத் தரக் கோரினார். ஈசுவரன் தம்மைப் போன்றே மூன்று கண்களை உடைய தேங்காயைப் படைத்து விநாயகரிடம் பலியாகத் தந்து உடைத்து, அவரது கோரிக்கையை நிறைவேற்றினார் என்பர். (எல்லாவற்றிலும் எது உயர்ந்ததோ அதை கணபதிக்கு தந்து தியாகம் செய்தால் அது அவருக்கு பிரீதி என்பது பொருள்).

மூன்று கண்களை உடைய, ஓட்டைக் கொண்ட தேங்காய் ஆணவம், கன்மம், மாயை என்ற மும்மலங்களால் அனாதியாய்

கட்டுப்பட்டிருக்கும் ஆன்மாவை விளக்கும். அதனை வீசி உடைத்துச் சிதற வைப்பது அம்மலக்கட்டை அறுத்து தன்னலத்தை முழுதும் நீக்கி, ஆன்மாவை இறைவனுக்கு அர்ப்பணம் பண்ணி இறைபணியில் ஈடுபடுவதைக் காட்டுவ தாகும். சிதற விட்ட காயைத் தானே எடுப்பது குற்றமாகும். சிதறி ஓடும் காய் சிறிதும் பெரிதுமாய் இருக்கும். அதனை எடுத்துப் பிறருக்குக் கொடுத்தாலும் ஒருவருக்குப் பெரியது, மற்றவருக்குச் சிறியது எனக் கொடுக்க நேரிடும். அது அருளான்மாவிற்குக் குற்றம் ஆகும். அதனால் விடலை பொறுக்குவோருடைய நல்வினை, தீவினைக்குத் தக்கபடி பெரிதும் சிறிதுமாக அவரவர் கைக்கு அகப்பட்டதை எடுத்துக் கொள்ளும்படி விட்டுவிடுவதே முறையாகும்.

வணங்கும் முறை

விநாயகப் பெருமானின் திருவுருவின் முன்பு பணிவுடன் நின்று முதலில் வலக்கையால் முகத்திற்கு மேலாக (நெற்றியின் இரு பொட்டுகளிலும்) இடப்பக்கத்திலும், பின் இடக்கையால் வலப்பக்கத்திலும் மூன்று முறை குட்டி, காதுகளைப் பிடித்துத் தோப்புக்கரணம் இட்டு வணங்க வேண்டும். உருண்டு திரண்ட நம் பாவங்கள் பெருமானின் திருவருளால் சிதறுவதாக நினைத்து தேங்காயை ஓங்கி பெருமானின் திருமுன்பு அடித்துச் சிதரவிட்டு, அதனால் நம் தீவினைகள் தொலைந்ததாக எண்ணி வணங்க வேண்டும்.

28. வெளிநாடுகளில் விநாயகப் பெருமான்

இலங்கை

தமிழர்கள் மிகுந்த இலங்கையில் விநாயகப் பெருமான் வழிபாடு தமிழகம் போலவே மிகவும் சிறப்புடன் காணப்பெறுகின்றது. இங்குள்ள கதிர்காமத்தில் விநாயகப் பெருமான் தனிக்கோவிலில் "முறி வண்டி விநாயகர்" என்னும் திருப்பெயருடன் காட்சி தருகின்றார். இவரை இந்துக்கள் மட்டுமின்றி வண்டியில் பயணம் செய்யும் அனைவரும் இக்கோவிலின் வழியாக வந்தால் இறங்கி இப்பெருமானை வழிபட்டுச் செல்வதை வழக்கமாகக் கொண்டுள்ளனர். இவ்வாறு வணங்காமல் சென்றால் வண்டி அச்சு முறிந்துவிடும் என்பது நம்பிக்கை. இதன் காரணமாகவே இவருக்கு முறிவண்டி விநாயகர் என்னும் பெயர் வழங்கலாயிற்று. திரிபுரசம்காரத்திற்காகச் சென்ற சிவபிரானின் தேரின் அச்சினை முறித்த பெருமானின் கதை நினைவுக்கு வருகின்றது.

இங்கிருந்து 5 கிலோ மீட்டர் தொலைவில் மாணிக்க விநாயகர் காட்சி தருகின்றார். மிகிந்தலே, பொலனடுவா ஆகிய இடங்களில் விநாயகர் திருவுரு உள்ளது.

பர்மா

பர்மிய மக்கள் விநாயகப் பெருமானை வினைதீர்க்கும் கடவுளாகவே எண்ணி வழிபடுகின்றனர். பர்மிய மொழியில் விநாயகப் பெருமானை "மகாபைணி" என்று குறிப்பிடுகின்றனர். புத்தர்கள் மிகுந்த இந்நாட்டில் புத்த ஆலயங்களிலும் விநாயகப் பெருமானின் திருவுருவங்கள் உள்ளன. குறிப்பாகக் கிழக்குப் பர்மாவில் அதிக அளவில் பெருமானின் திருவுருவங்கள் காணப் பெறுகின்றன. பொதுவாக இங்கு பெருமானின் திருவுருவங்கள் மிகச் சிறிய வடிவில் உள்ளன. நான்கு திருக்கரங்களுடன் பத்மாசனத்தில் அமர்ந்த திருக்கோலத்தில் காட்சி தருகின்றார். இடர் தீர்க்கும் தெய்வமாகவே வழிபடுகின்றனர். கிழக்கு பர்மாவில் விநாயகர் சிலைகள் அதிகம் உள்ளன. பர்மாவில் மகாபிணி என்ற பெயருடன் நடைபெறும் வழிபாடு விநாயகர் வழிபாடே.

நேபாளம்

நமது அண்டை நாடான நேபாளம் இன்று புத்த மதம் தழைத்து ஓங்கி சிறந்து விளங்கும் நாடாகும். இங்குள்ள புத்தக் கோவில்களில் விநாயகப் பெருமானின் திருவுருவங்கள் உள்ளன. இங்கு பெருமான் புத்த மதத்தோடு தொடர்புடையவராகவே காட்சி தருகின்றார். பௌத்தர்கள் இவரை வினைகளுக்குத் தலைவனாகவும், வினைகளை அகற்றுபவ

ராகவும் போற்றித் துதிக்கின்றனர். இந்நாட்டில் இரு வடிவில் பெருமான் காட்சி தருகின்றார். ஒரு திருமுகமும், ஆறு திருக்கரங்களுடன் இரட்டை மூஞ்சுறுவை வாகனமாகக் கொண்டு விளங்குகின்றார். மற்றவர் ஐந்து திருமுகங்களுடன் காட்சி தருகின்றார். காட்மாண்டு நகரில் உள்ள விநாயகப் பெருமானுக்கு நாகம் குடை பிடித்த நிலையில் உள்ளது. இவர் ஆறு திருக்கரங்கள் கொண்டவர்.

புத்த பிரான் தன் சீடரான ஆனந்தா என்பவருக்கு (விநாயக ஹிருதயம்) கணபதி மந்திரத்தை அருளியதாகப் புராணம். இது 'கணபதி இருதயம்' என வழங்கப்படுகின்றது. இந்த மந்திரத்தைக் கூறிய பின்னரே நேபாள மக்கள் எந்தக் காரியத்தையும் செய்யத் தொடங்குவர். நேபாள மக்கள் தாம் கொண்டாடும் அறுவடைத் திருநாளில் விநாயகரை வணங்குவர்.

திபேத்

இங்கும் பௌத்த மதத்துடன் தொடர்பு கொண்டவராகவே பெருமான் விளங்குகின்றார். இங்கு தீய ஆற்றல்களுக்கும், பூத கணங்களுக்கும் தலைவராக விளங்குகின்றார். கணேசினியாகவும் காணப் பெறுகின்றார். இவரை திபேத்திய மொழிப்படி டிஸ்-ஆக்ஸ்ப்பாக், பாடாக்போ, பிக்கஸ் பாங் என்று குறிப்பிடுவர்.

புத்த மடங்களில் புத்தர் சிலையருகே விநாயகருக்கும் இடம் கொடுக்கப்பட்டுள்ளது. புத்த சமய ஓவியங்களிலும் விநாயகர் இடம் பெறுகின்றார். பெண் வடிவில் கணேசினியாகவும் உலாவரும் வழக்கம் உள்ளது. நடனமாடும் கோல விநாயகரும் உள்ளார்.

விநாயகப் பெருமானைத் தேவியாகக் கொண்டு 'கமேசாயினி' என்ற பெயருடன் தேவி வழிபாடு போன்று கொண்டாடப்படுகிறது.

இங்குள்ள நடன விநாயகர் சிவந்த நிறத்தினர், சூரிய விநாயகர் மண்டை ஓடு, எலும்பு மாலை, மார்பில் சிந்தாமணி மாலை, கையில் கமண்டலம், மோதகம், கோடரி, திரிசூலம்

கொண்டவர். நெற்றியில் சந்திர திலகம் காணப் பெறும். மேற்கு திபேத்தில் விநாயகர் திருவுரு பரவலாகக் காணப்பெறுகின்றது. கோவிலின் முன்வாசலில் விநாயகர் திருவுரு காவல் தெய்வமாக வைக்கப்பட்டுள்ளது.

சயாம்

இங்கு விநாயகர் வழிபாடு சிறப்பாகக் காணப் பெறுகின்றது. இங்கு பெருமான் நான்கு திருமுகங்களுடன், பேழை வயிறுடன் காட்சி தருகின்றார். இவரது திருமேனியில் பூணூலாக பாம்பு காணப்பெறும். இங்கு பிரம்மாபோல் இவரை சதுர்முகக் கணபதியாகக் கொண்டு வணங்குவர். நின்ற திருக்கோலம், அமர்ந்த திருக்கோலம் என இரு கோலங் களிலும் காட்சி தருகின்றார். சில வடிவங்களில் எலி வாகனமும், ஆமை வாகனமும் காணப் பெறுகின்றது. பழைய சுவடிகளிலும் விநாயகர் திருஉருவம் உள்ளது.

பாங்காக்கில் உள்ள விநாயகர் கையில் ஒரு எழுத் தாணியுடன் காட்சி தருகின்றார். கி.பி.6ம் நூற்றாண்டைச் சார்ந்த திருவுருவமாகும்.

சீனா

கி.பி.5ம் நூற்றாண்டில் பௌத்த சமய நூல்களை ஆய்வு செய்ய வந்த பாஹியான் என்றும் சீன யாத்திரிகர் மூலம் வராகர் வழிபாடு சைனா சென்றது என்பர். இங்கு சிலை உருவுடன் இயந்திர வடிவிலும் விநாயகர் வழிபடப் பெறுகின்றார். இவருக்கு “குவன்ஹீடியிக்” எனப்பெயர்.

கோட்டான் என்றும் இடத்தில் கிடைத்துள்ள திருவுருவங்கள் இறுக்கமான, முழங்கால் அளவுள்ள கறுப்பு நிறக் கால் சட்டையை அணிந்து, புலித்தோலை மேலாடை யாகத் தரித்தும், முத்துமாலை, தோள்வளையம், திருமுடி இவற்றுடனும் காட்சி தருகின்றார். திண்டில் சாய்ந்த வடிவிலும், மலைச் சரிவுகளில் விநாயகர் உருவம் வடிக்கப் பெற்றும் காட்சி தருகின்றது.

டுங்கூரங் என்னும் இடத்தில் கோவில் சுவரில் விநாயகர் உருவம் பொறிக்கப்பட்டுள்ளது. இது கி.பி.513ஐச் சேர்ந்தது என்பர்.

மங்கோலியா

இங்கு சிவனின் அம்சமான மாகாளருடன் விநாயகரை வணங்குகின்றனர். நான்கு கைகளுடன் கூடிய நிருத்த கணபதியைச் சிறப்பாக வழிபடுகின்றனர். இங்கு தோத்கார் அபுன்கான் என்று அழைப்பர். இங்கு விநாயகருக்குச் சந்தனப் பொட்டு இடுகின்றனர். இங்கு தோத்கார், அவுன்காசுரன் என்று விநாயகர் அழைக்கப்படுகிறார்.

ஜப்பான்

இங்கு காங்கி-டெக் என்ற புத்தமதக் கடவுளுடன் இணைத்து ஒருருவில் வணங்கப் பெறுகின்றார். இங்கு கவான்வின் ஷேர் விநாயக்ஷா என்ற பெயரில் வழிபடுகின்றார். இங்கு யோக நிலையிலும் விநாயகர் சிலைகள் உள்ளன. யோகப் பயிற்சியாளர்கள் இவ்வடிவினைச் சிறப்புடன் வழிபடுகின்றனர். நான்கு திசைகளுக்கும் நான்கு விநாயகரை உரிமையாக்கி வழிபடுகின்றனர்.

டுன்ஹீவாங், குன்ஹ்ஸீன் ஆகிய இடங்களில் கி.பி.6ம் நூற்றாண்டைச் சேர்ந்த விநாயகர் சிலைகள் உள்ளன. இங்கு பௌத்த சமயத்தை விநாயகர் காத்ததாகப் பல கதைகள் உள்ளன.

கம்போடியா

இங்கு விநாயகப் பெருமானை "ப்ராஹ் கணேஷ்" என்பர். இவரை அறிவின் தெய்வமாகக் கொண்டாடுகின்றனர். இங்கு

சந்தனகிரி (சோக்குங்)இல் சந்தனப் பிள்ளையார் கோயில் உள்ளது. இங்கு விநாயகர் திருவுரு அழகுமிளிரக் காட்சி தருகின்றது. ஒற்றைக் கொம்பைக் கையில் ஏந்தி முக்கண் உடையவராகவும், பூணூல் அணிந்தவராகவும், கையில் கமண்டலம், மண் ஓடு, கரண்டியுடனும் காட்சியளிக்கின்றார். இங்கு சிவனுக்கும் விநாயகருக்கும் கோயில்கள் உள்ளன.

ஜாவா

இங்கு காணப்பெறும் விநாயகப் பெருமான் முற்றிலும் மாறுபட்ட திருவுருவுடன் காட்சி தருகின்றார். இவரை இங்கு அறிவின் தெய்வமாகக் கொண்டு ஆற்றங்கரையில் அமர்த்தியுள்ளனர். பொதுவாக இங்கு சுயம்பு கணபதியே அதிகம் காணப் பெறுகின்றது. யானை முகத்தில் இரு தந்தங்கள் உடையாமல் கூர்மையாக உள்ளன. பேழை வயிறுடன், அணிகலன்கள் அணிந்த நிலையில், மொட்டைத் தலையுடன் மண்டை ஓடும், எலும்பு அணிகல மாலைகளும் அணிந்து காட்சி தருகின்றார். இவர் கோடரி, கரண்டியைத் திருக்கரங்களில் ஏந்தியவாறு காட்சி தருகின்றார்.

பாலித்தீவு

இங்கு மிகக் குறைந்த அளவில் விநாயகர் திருவுருவங்கள் காணப்பெறுகின்றது. வெண்கலத்தால் விநாயகர் திருவுரு வங்கள் அமைக்கப்பட்டுள்ளன. இங்கு பிரமிட் என்னும் இடத்தில் மூன்று மகுடங்களுடன் காட்சி தருகின்றார். அவரது திருமுடி தாமரை மலர்போன்று விளங்குகின்றது.

போர்னியா

இங்கு விநாயகப் பெருமான் சடாமுடியுடன், தும்பிக்கை வளையாது நேராகவும், நெற்றியில் பிறை வடிவுடனும் காணப்பெறுகின்றார். இவரைச் சுற்றிலும் வேள்வித் தீ எறிவதுபோல் செய்யப்பட்ட படங்களும் சிலைகளும் உண்டு. தாமரை மலர்மீது அமர்ந்த திருக்கோலத்திலும் காட்சி தருகின்றார். இங்கு விநாயகர் வணக்கம் சிறப்புடையது.

ஆப்கானிஸ்தான்

முஸ்லீம் நாடான இது முன்காலத்தில் இந்தியாவுடன் சேர்ந்து இருந்தது. கார்டெஸ் என்னும் இடத்தில் விநாயகரின் சிலைமிகப் பெரிய அளவினதாய் கண்டு பிடிக்கப்பட்டது. நின்ற நிலையில் நான்கு கைகளுடன் கூடியதாகவும், பாம்பைப் பூணூலாக அணிந்தும், கழுத்தில் உருத்திராச்ச மாலை தரித்தும் இடது தந்தம் ஒடிந்தும் காணப்படுகிறது. இச்சிலை இப்போது தரிக்காபீர் ரச்சஞ்நாத் கோவிலில் வைத்து வழிபடப் பெறுகின்றது. நாகர்சார் என்னும் இடத்திலும் விநாயகர் சிலை கிடைத்துள்ளது.

எகிப்த்

இங்கு விநாயகப் பெருமானைப் போர்க்கடவுளாகவும், அமைதிக் கடவுளாகவும் வழிபடுகின்றனர். இறைவழிபாட்டில் விநாயகருக்கே முதலிடம். இங்கு கையில் சாவியுடன் காணப் பெறுகின்றார். மேலுலக வாயிலைத் திறந்து மக்களை மோட் சத்திற்கு அனுப்பும் செயலைச் செய்பவராகக் கொண்டாடு கின்றனர். கேதேஸ் என்றால் எகிப்திய விநாயக வழிபாடு.

கிரேக்கம்

இங்கும் தமிழகம் போன்று விக்னேஷ்வரராக (தம்மை வணங்காதவர்கட்கு இடையூறையும், வணங்குபவர்களுக்கு வெற்றியையும் அளிப்பவராக) வழிபடுகின்றனர். இங்கு நெடுஞ்சாலைகளில் உள்ள மைல் கல்கள் கணபதி வடிவில் அமைக்கப்பட்டுள்ளன. மக்களுக்கு நல்வழி காட்டி அவர்களைத் தத்தம் குறிக்கோளை அடைய வழிகாட்டுபவராக உணர்த்தும் வகையில் இவ்வாறு அமைந்து உள்ளதாகக் கருதுகின்றனர்.

ரோம்

ஆண்டின் முதல் மாதமான ஜனவரி இந்நாட்டு ஜேன்ஸ் என்னும் கடவுளின் பெயரால் ஏற்பட்டது என்பர். இவர்

கணபதியே என்பர். ஜேன்ஸ் கடவுளுக்கு இரு முகங்கள் உண்டு. அதில் ஒன்று யானைமுகம். மற்றது மனித முகம். அவர் கையில் சாவியுடன் காட்சி தருகின்றார். அது மேலுலக வாசலைத் திறந்து மக்களை மோட்சத்திற்கு அனுப்புபவர் என்பதை உணர்த்தும். இவருக்கு கோதுமையும் திராட்சை ரஸமும் படைக்கின்றனர். இவரை அறுவடைக்குரிய தெய்வமாகப் போற்றுகின்றனர். விழாக்களில் இவருக்கே முதலிடம் தருகின்றனர்.

சீன துருக்கிஸ்தான்

இங்கு விநாயகர் திருமுகம் கரடி முகம் போலவும், தும்பிக்கை வலப்புறம் சுழித்தும், புலித்தோலில் செய்யப்பட்ட கால்சட்டை அணிந்தும் திருக்கரங்களில் சூரிய சந்திரரை ஏந்தியும், கபில அல்லது கறுப்பு நிற உடையுடனும் அமர்ந்த கோலத்தில் உள்ளார். இவருக்கு இரு துவாரபாலகர்களும் உண்டு.

அமெரிக்கா

பழங்குடி மக்களால் அறுவடைக்குரிய தெய்வமாக வழிபடப் பெறுகின்றார். வட அமெரிக்காவின் மெக்ஸிகோவிலும் தென் அமெரிக்காவின் பெருவிலும் விநாயகர் சிலைகள் உள்ளன. இங்கு மார்பில் தலைமாலையும், எலும்பு ஆபர்ணமும் காணப்படுகின்றது. சில உருவங்களைப் பாம்பு படம் விரித்து குடைபிடிப்பது போல உள்ளது.

விவேகானந்தர் தம் அமெரிக்க விஜயத்தின்போது இங்கு விநாயகருக்கு ஒரு கோவிலை அமைத்து பெருமானை பிரதிஷ்டை செய்துள்ளார்.

இந்தியர்கள் இப்போது குடியேறி வசிக்கும் அமெரிக்கா, கனடா, இங்கிலாந்து, ஆப்ரிக்க நாடுகளிலும் விநாயகர் கோவில்கள் அமைக்கப்பட்டுள்ளன.

வெளிநாடுகளில் விநாயகரின் திருப்பெயர்கள்

சைனா	- க்வான்ஷிடியிக் குவன்ஹீபியின்
ஜப்பான்	- விணாயக்ஷா, க்வான்ஷன், ஷேடென்
பர்மா	- மகாபைணி
கம்போடியா	- ப்ராஹ்கணேஷ்
மங்கோலியா	- தோத்கார், அபுன் தாம்
ரோம்	- ஜேன்ஸ்
கிரேக்கம்	- டயோஸிஸஸ்
எகிப்து	- கேதேஸ், குனீஸ் கோனீஸ்

29. பிற மாநிலங்களில் விநாயகர் வழிபாடு

கேரளம்

திருவிதாங்கூர் மன்னர் ஆட்சிக் காலத்தில் விநாயகப் பெருமான் மன்னரது படை வீரர்களின் தெய்வமாக விளங்கி அவர்களால் சிறப்பாக வழிபடப் பெற்றுவந்தார். விநாயகர் சதுர்த்தியும் படைவீரர்களாலும் பொது மக்களாலும் சிறப்பாகக் கொண்டாடப்பட்டது.

திருவனந்தபுரம் கிழக்குக் கோட்டையின் வடக்கு வாயிலில் விநாயகப் பெருமான் காவல் காத்து வருகின்றார். அங்கு பழமையான அங்காடி ஒன்று இருந்தது. எனவே இப்பெருமான் பழங்காடிப் பிள்ளையார் என வழங்கப் பெறுகின்றார்.

சிதறு காய் என்றும் தேங்காயை விநாயகர் முன் எறிந்து உடைப்பதனை இங்கு விடலை போடுதல் என்பர். கேரளத்தை ஒட்டிய தென்பாண்டி நாட்டிலும் விடலை போடுதல் என்றே அழைக்கப்படுகின்றது.

கேரள நாடோடிப் பாடலிலும் விநாயகப் பெருமான் இடம் பெற்றுள்ளார்.

கணபதி பகவானே நன்மதன் ஒன்று இரப்பன்
துணைப்பட்ட சிவபுத்ரா; தூயபச்சரிசிச் சோறு தந்தேன்
கற்றைச் செஞ்சடை கரைகண்ட மண்பிள்ளை
ஒற்றைக் கொம்பன் அழகிய விநாயகன் கணபதிக்கு அபயமே
கார் நெல்லும் பொரியவல் கரும்புதேன் இளநீரும்
கறைகண்ட மகன் பிள்ளை கணபதிக்கு அபயமே.

கர்நாடகம்

இங்கு நஞ்சன்கூடு என்னும் ஊரில் நடனம் ஆடும் கோலத்தில் அரிய விநாயகர் திருவுருவம் உள்ளது. கர்நாடக மாநிலத்தவர் விநாயகரை வணங்காமல் எச்செயலையும் செய்வதில்லை.

ஆந்திரம்

ஆந்திர மக்கள் விநாயகர் சதுர்த்தியை 11 நாட்கள் கொண்டாடுகின்றனர். விநாயகர் சதுர்த்தியன்று சந்திரனைப் பார்க்க மாட்டார்களாம். சந்திரனைப் பார்த்தால் துன்பம் ஏற்படும் என்பது ஐதீகம்.

அமராவதியில் விநாயகப் பெருமானின் அரிய சிற்பங்கள் உள்ளன.

மகாராஷ்டிரம்

இந்தியாவில் விநாயகர் வழிபாடு சிறப்பாக உள்ள மாநிலம் இது. இங்கு பூனாவைச் சுற்றி 8 விநாயகர் கோவில்கள் உள்ளன. மக்கள் பெருமளவில் வணங்குகின்றனர். அங்கிருந்த அரசர்கள் விநாயகரைக் குலதெய்வமாகப் போற்றி வழிபட்டனர். போரில் வெற்றியைத் தேடித்தரும் கடவுளாகக் கருதினர். முன்னாள் மன்னர்களான பேஷ்வாக்கள் தம் அரண்மனைக்கு 'கணேஷ் மஹால்' என்று பெயரிடப்பட்டுள்ளனர்.

இங்கு எல்லோரா குடவரைக் கோயில் மூலஸ்தானத்தைச் சூழ்ந்துள்ள சுற்று மண்டபத்தில் பிள்ளையாருக்கும் தனிச் சன்னதி உள்ளது.

இங்கு போர்க்கடவுளாக மட்டுமன்றி கல்விக் கடவுளாகவும் போற்றுகின்றனர். விநாயகர் சதுர்த்தியின்போது விநாயகப் பெருமானை மண்ணில் அமைத்து வழிபட்டு இறுதியில் அதனை ஆறு, குளம் போன்ற நீர் நிலைகளுக்கு மேளதாளத்துடன் ஊர்வலமாக எடுத்துச் சென்று நீரில் கரைத்து விழாவை நிறைவு செய்வர்.

மத்தியபிரதேசம்

நர்மதை ஆற்றின் கரையில் அமைந்த பன்னிரு ஜோதிர்த் தலங்களில் ஒன்றான ஓங்காரம் என்னும் கோவிலில் ஐந்து திருமுகங்களை உடைய அரிய விநாயகர் காட்சி தருகின்றார். புர்மா என்னும் இடத்தில் குப்தர் காலக் கோவில்களில் விநாயகர் திருவுருவங்கள் உள்ளன.

ஜபல்பூரை அடுத்த பீராகாட்டில் பெண் வடிவாக-கணேசாயினி வடிவில் உள்ள அரிய திருவுருவமும் உள்ளது.

குஜராத்

இங்கு விநாயகர் சதுர்த்தி சிறப்பான வழிபாடாக உள்ளது. இங்கும் சதுர்த்தியன்று சந்திரனைப் பார்ப்பது கிடையாது. கூர்ச்சரத்தில் உள்ள குடவரைக் கோயிலில் விநாயகர் வடிவங்கள் உள்ளன. இவரை சமண சமயத்தினரும் வழிபட்டதாக வரலாறு.

ராஜஸ்தான்

இங்கு ஜோத்பூருக்கு அருகில் உள்ள காட்டியாலா என்னும் இடத்தில் கல்வெட்டுகள் பொறித்த கல் தூணின் உச்சியில் பக்கத்திற்கு ஒன்றாக நான்கு விநாயகர் திருவுருவங்கள் உள்ளன. இது கி.பி. 862ல் பொறிக்கப்பட்டது என்பர்.

30. விநாயகப் பெருமானின் முக்கியத் திருத்தலங்கள்

கேரளபுரம்

இத்தலம் கன்னியாகுமரி மாவட்டம் பத்மநாப புரத்திலிருந்து மேற்கே 2 கி.மீ. தொலைவில் உள்ளது. இங்குள்ள சிவன் (மாசான மூர்த்தி) கோயிலின் வெளிப்புறம் ஆலமரத்தின் கீழே மேற்கூரை இன்றி விநாயகப் பெருமான் எழுந்தருளியுள்ளார். இவர் ஆவணி மாதம் முதல் தை மாதம் முடிய ஆறு மாத காலம் வெள்ளை நிறத்தவராகவும், மாசி மாதம் முதல் ஆடி மாதம் முடிய ஆறு மாத காலம் கறுப்பு நிறத்தவராகவும் காட்சி தருகின்றார். இவரது வெள்ளைநிற மேனியைத் தொடர்ந்து நீண்ட நேரம் பார்க்க முடியாதபடி கண்ணைக் கூச வைக்கும் வெள்ளை நிறத்துடன் காட்சி தருவார். சந்திரகாந்தக் கல்லால் உருவாக்கப்பட்ட திருவுருவம் என்பர்.

இப்பெருமானின் ஒரு கால் ஒடிந்த நிலையில் உள்ளது. இதற்கு ஒரு கதையும் உண்டு. முன்னொரு காலத்தில் இக்கோவிலின் குருக்களாக இருந்தவர் தினமும் வேசி வீடு செல்லும் பழக்கமுடையவர். அப்போது அவரை ஒரு முதியவர் தடுப்பது வழக்கமாய் இருந்தது. அவ்வாறு ஒரு நாள் தடுத்த முதியவரைக் குருக்கள் கீழே பிடித்துத் தள்ளிவிட முதியவரின் கால் ஒடிந்துவிட்டது. குருக்கள் முதியவரைக் கண்டு கொள்ளாமல் அப்படியே விட்டுச் சென்றுவிட்டார். மறுநாள் வழக்கம்போல கோவிலுக்கு வந்த குருக்கள் அங்குள்ள

விநாயகப் பெருமானின் ஒரு கால் ஒடிந்திருக்கக் கண்டு உண்மை உணர்ந்து உள்ளம் வருந்தினார். தம்மைத் தீய வழியில் செல்லாது தடுத்தவர் பெருமானே என்று உணர்ந்து, தம் தீய பழக்கத்தை விட்டு ஒழித்தார். இவ்வாறு அடியவர்களை நல்வழிப்படுத்தி ஆட்கொண்ட சிறப்பினைப் பெற்றவர்.

காசி

காசி விசுவநாதர் கோவில் செல்லும் வழியில் அமைத்துள்ள விநாயகர் துண்டி விநாயகர். இவரை துண்டி மகராஜ் என்பர். முழுமையாக இல்லாது காணப்படும் திருவுருவம். இங்கு கணபதிக்குக் காசி முழுவதும் விக்கிர வழிபாடு நடைபெறுகின்றது. காசி விசாலாட்சி அம்மன் கோவிலிலும் கணபதி விக்கிரகம் உள்ளது.

சுசீந்திரம்

கன்னியாகுமரி மாவட்டம், நாகர்கோவிலை அடுத்த சுசீந்திரம் தாணுமாலையப் பெருமாள் கோவில் வரலாற்றுச் சிறப்பினை உடையது. தாணு, அயன், மால் (சிவன், விஷ்ணு, பெருமாள்) ஆகிய மூவரும் ஒரே லிங்க வடிவில் காட்சிதரும் தலம். இதனைத் தீன்மூர்த்தி கோயில் என்பர். இக்கோயிலில் விநாயகப் பெருமானின் பல்வேறு சிறப்புத் திருவுருவங்கள் உள்ளன. இங்கு பெருமான் பெண் வடிவம் கொண்டு "கணேசினி"யாகக் காட்சி தருகின்றார். ஆண் தெய்வமாகக் கொண்டு தனியாகவும் சக்தியுடன் கூடியும் வழிபடப் பெற்றுவரும் ஒரு ஆண் தெய்வத்தை பெண்ணாவும் (தாயாக) எண்ணி வழிபடுவது நம் இந்து மத தனிச்சிறப்பு.

இங்குள்ள உதயமார்த்தாண்ட விநாயகரைக் கோவிலின் காப்பாளராகக் கூறுவர். இவர் தம் திருக்கரங்களில் அங்குசம், பாசம், மோதகம்,

தந்தம் இவைகளை ஏந்தியுள்ளார். இவ்வுருவின் பின்பக்கம் மிகச்சிறிய எலி உருவம் உள்ளது. இவ்விநாயகப் பெருமான் உதயமார்த்தாண்டவர்மனால் உருவாக்கப்பட்டதால் இப்பெருமான் இப்பெயர் பெற்றார்.

வசந்த மண்டபம் அருகில் நீலகண்டர் என்பவரால் ஸ்தாபிக்கப் பெற்ற பெருமான் காட்சி தருகின்றார். இவர் மிகப் பெரிய உருவம் கொண்டவர். இவரை முக்குருணி விநாயகர் என்பர். இரு எலிகள் ஊர்தியாக உள்ளன. இந்தத் திருவுரு சிதம்பரம் கோவிலில் காணும் திருவுருவுடன் ஒற்றுமை உடையதாகும். நீலகண்ட விநாயகர் மனைவியை மடியிலே வைத்துக் காட்சி தருகின்றார்.

சித்திர சபையின் கிழக்கே உள்ளவர் தேவேந்திர விநாயகர். தன் பழி நீங்க தேவேந்திரன் வணங்கிய விநாயகராதலால் இவருக்கு தேவேந்திர விநாயகர் என்னும் பெயர் வந்தது. எதிரில் உள்ள குளத்தில் குளித்தபின் தேவேந்திரன் இவ்விநாயகரை வணங்கியதாகப் புராணம்.

நவக்கிரக மண்டபத்தின் அருகில் தேவியான மாயையுடன் அமர்ந்துள்ளார். ஒரு கரம் கொண்டு தேவியை அணைத்தும் மறுகரத்தில் மலரும், துதிக்கையில் நீர்க்குடமும் விளங்க 10 கரங்களுடன் காட்சி தரும் இவரை மாய விநாயகர் என்பர்.

செண்பக ராமன் மண்டபத்தின் தென்பாகத்தில் அமர்ந்த கோலத்தில் காட்சிதரும் விநாயகர் காட்சி விநாயகர். இவர் சந்திரனுக்குச் சாபவிமோசனம் கிடைத்ததற்குச் சாட்சியாக நின்றதனால் இப்பெயர் பெற்றார்.

விநாயகரின் பெண் வடிவினை சிதம்பரம், பவாணி, திருச்செந்தூர் கோவில்களிலும் வாசுதேவநல்லூர் தேரிலும் காணலாம். இவ்வாறான பெண் வடிவினை விநாயகி, வைநாயகி, கணேசானி, விக்னேஸ்வரி என்றும் வழங்குவர்.

பிள்ளையார்பட்டி

பெருமானின் திருப்பெயரால் வழங்கும் இந்த ஊர் காரைக்குடிக்கும் திருப்பத்தூருக்கும் இடையே குன்றக்குடிக்கு

மிக அருகில் அமைந்த தலம். இத்தலப் பெருமானின் திருநாமம் தேசிவிநாயகப் பிள்ளையார் என்னும் கற்பக விநாயகர். இவர் சிறந்த வரப்பிரசாதி.

மற்ற தல விநாயகரின் திருவுருவங்களிலிருந்து இவர் வேறுபட்டுக் காட்சி தருகின்றார். குடவரைக் கோயிலில் புடைச்சிற்பமாக எழுந்தருளியுள்ள பெருமானின் துதிக்கை வலம் சுழித்தும், பிற தலங்கள் போல் நான்கு திருக்கரங்கள் இல்லாமல் இரு திருக்கரங்கள் பெற்றும் காட்சி தருகின்றார். படைக்கலன்களாகிய அங்குச பாசங்கள் இன்றி, அன்புத் திருவுருவமாக, வயிறு ஆசனத்தில் படியாமல், அர்த்த பத்ம ஆசனம் போன்று கால்கள் மடிந்திருக்க அமர்ந்த கோலத்தில் காட்சி தருகின்றார். இடக்கரத்தை கடி கஸ்தமாக இடையில் நாட்டி பெருமிதக் கோலத்துடன், வலக்கரத்தில் மோதகம் தாங்கியும், வலத் தந்தம் நீண்டும், இடத்தந்தம் குறுகியும், சுமார் 6 அடி உயரத்தோற்றப் பொலிவுடன் காட்சி தருகின்றனர்.

இரு கரங்கள் மட்டும் இருப்பது புதுமையாகும். இந்த இடக்கரத்தை இடுப்பில் ஊன்றியும் வலது கரத்தில் மோதகம் ஏந்தியும் காட்சி தருகின்றார். சிலர் அதை மோதகம் அல்ல சிவலிங்கம் என்பர். இங்கு தலைமீது வழக்கமாகக் காணப்பெறும் கிரீடம் இல்லை. சடைமுடியே உள்ளது.

இங்கு தனிச் சிறப்புத் திருவுருவம் கொண்ட பல விநாயகர் திருவுருவங்கள் உள்ளன. கஜமுகாசுரனை வதம் செய்து விட்டுத் தந்தை சிவபிரானை வழிபடும் நிலையில் ஒரு திருவுருவம் உள்ளது. மற்றொரு திருவுருவம் ஜடாமுடியுடன், வடக்கு நோக்கி பத்மாசனக் கோலத்தில் அமர்ந்த நிலையில்

காட்சி தருகிறது. வலப்புறம் துதிக்கை சுழன்று இருக்கும் நிலையில் சுமார் 6 அடி உயரத் திருவுருவுடன் விநாயகப் பெருமான் ஒரு கரத்தில் சிவலிங்கமும் மற்றொரு கரத்தில் மலரும் ஏந்தி இரு கரங்களுடன் காட்சி தருகின்றார்.

வாதாபியிலிருந்து கணபதியைக் கொண்டு வந்து திருச்செங்காட்டங்குடி வாதாபி கணபதியாக நிறுவினார் பரஞ்ஜோதியார். பின் தமிழகத்தில் வேறொரு கணபதியையும் நிறுவ விரும்பினார். அதனை அறிந்த நரசிம்மவர்மன் இத்தலத்தில் ஒரு குடவரைக் கோயிலை அமைத்தான். உலோகம் இல்லாமல் கற்றளியாகத் தமிழகத்தில் வடிவமைக்கப்பட்ட முதல் குடவரைக் கோயில் இதுவே. சுமார் 1600 ஆண்டுகள் பழமையானது என்பர் ஆராய்ச்சியாளர்கள்.

இத்தலத்திற்கு எருக்காட்டூர், மருதங்குடி, திருவீங்கைக்குடி, திருவீங்கைச்சுவரம், இராசநாராயணபுரம் என்ற பெயர்களும் உண்டு.

தேசிவிநாயகப் பிள்ளையார் என்றால் ஒளி அழகு மிக்க ஒப்பற்ற தலைவனான மூத்த பிள்ளையார் என்பது பொருள். தேசி, தேசிகன் என்ற சொல் வணிகர்களைக் குறிக்கும். வணிகர் குலம் பணியும் பிள்ளையார் எனப் பொருள். திருவேட்பூருடையார் என்னும் கோத்திரத்தவரான நகரத்தார் சமூகத்தினர் இக்கோவிலை நிர்வகித்து வருகின்றனர். இங்குள்ள விநாயகப் பெருமானுக்கு வெள்ளை ஆடை மட்டுமே அணிவிக்கின்றனர். சகஸ்ரநாம அர்ச்சனைக்காகத் தினமும் 108 மோதகம் படைக்கின்றனர். விநாயகர் சதுர்த்தியன்று (முக்குருணி) ஒரே மோதகம் அமைத்துப் படைப்பர், 8 படி அரிசியில் செய்வதற்கு 3 நாட்கள் ஆகும். மறுநாள் இதனை

சிறு துண்டுகளாக எடுத்து பிரசாதமாக வழங்குவர். 10 பேர் தூக்கி வந்து இறைவனுக்குப் படைப்பார்கள். இங்கு அபிஷேக நீர் காண்டாமிருகக் கொம்பின் வழிவிழுவது போல அமைந்துள்ளது சிறப்பு.

இங்குள்ள நடராசர் திருவுருவத்தின் வலக்கரத்தில் உள்ள உடுக்கை மட்டும் உலோகத்தால் ஆனது. அதனைத் தட்டினால் உடுக்கை ஒலி கேட்கிறது. இத்தல அலங்கார மண்டபம் சுரங்கக் கிணறுகள் காணவேண்டிய ஒன்று.

திருவண்ணாமலை

கோயிலின் அடிவாரத்தில் இருக்கும் விநாயகரின் திருவுருவமே தமிழகத்தில் இருக்கும் பெரிய திருவுருவாகும். சுசீந்திரம், மதுரை, திருச்செந்தூர், திருவண்ணாமலை ஆகிய இடங்களில் இருக்கும் பெரிய திருவுருவினை உடைய விநாயகரை முக்குறுணி விநாயகர் என்று அழைப்பர். இவர்களுக்கு முக்குறுணி அரிசியில் மோதகம் செய்து படைப்பது வழக்கம்.

சிதம்பரம்

இங்குள்ள நடராஜர் திருக்கோவிலில் தெற்குக் கோபுரவாசல் அருகே முக்குறுணி விநாயகர் காட்சி தருகின்றார். இவர் சுமார் 8 அடி உயரம் கொண்ட பெரிய திருவுருவினை உடையவர். இவ்வளவு பெரிய திருவுருவம் வேறு எங்கும் இல்லை என்பர்.

விருத்தாசலம்

இங்குள்ள விருத்தகிரீச்வரர் ஆலயத்தில் ஆழத்துப் பிள்ளையார் கோவில் சுமார் 18 அடி ஆழத்தில் கிழக்கு நோக்கி அமைந்துள்ளது. இதுபோன்று அமைந்த கோவில் வேறு எங்கும் இல்லை.

இத்தலத்தில் பொன்னுக்கு மாற்றுரைத்த விநாயகப் பெருமானும் உள்ளார்.

மதுரை

மதுரை மீனாட்சியம்மன் திருக்கோவிலில் எழுந்தருளியுள்ள விநாயகப் பெருமான் முக்குருணி விநாயகர் என்னும் பெயருடன் எட்டு அடி உயரம் கொண்ட பெரிய திருவுருவுடன் காட்சி தருகின்றார்.

திருமலை நாயக்க மன்னர் வண்டியூர் தெப்பக்குளம் வெட்டும்போது இப்பெருமானைக் கண்டெடுத்து இங்கு பிரதிஷ்டை செய்தார். இவருக்கு முக்குருணி (18 படி) அரிசி கொண்டு ஒரே கொழுக்கட்டை செய்து வழிபடுவது வழக்கம். எனவே இவர் முக்குருணி விநாயகர் எனப் பெயர் பெற்றார்.

இங்கு அழகிய திருவடிவுடன் நிருத்த விநாயகரும் காட்சி தருகின்றார். சித்தி விநாயகர், ஐராவத விநாயகர், வல்லப விநாயகர் ஆகியோரும் உள்ளனர்.

வியாக்கிர (புலி) சக்தி விநாயகர் திருவுரு அற்புதமானது. புலியின் கால்களையும் யானைத் தலையையும் பெண்ணின் உடலையும் கொண்டு அழகும் அச்சமும் கலந்தபடி விளங்குகின்றது.

திருச்செங்காட்டங்குடி

இவரை வாதாபி கணபதி என்பர். சாளுக்கிய மன்னர் இரண்டாம் புலிகேசியைப் போரில் வென்ற பரஞ்சோதி வாதாபியிலிருந்து இவரை எடுத்து வந்து பிரதிஷ்டை செய்ததாக வரலாறு. இதனைக் கணபதீச்சுரம் என்பர். இங்கு பெருமான் யானை முகத்துடன் இல்லாமல் மனித உருவுடன் எழுந்தருளியுள்ளார்.

கஜமுகாசுரனை வதைத்தபோது இரத்தம் பெருகி செங்காடாகியது. இத்தலம் செங்காட்டங்குடி எனப் பெயர் பெற்றது. சிறுத்தொண்ட நாயனார் தன் மகனைக் கறியாக்கி பைரவ வடிவில் வந்த சிவபிரானுக்குப் படைக்க பின் மீண்டும் இறைவன் சிறுவனை உயிர்ப்பித்த சிறப்பினையுடைய தலம்.

விநாயகப் பெருமான் கட்டியதே கணபதீச்சுரர் திருக்கோயில். இங்கு பெருமான் சிவனை வழிபட்டதாக புராணம். எனவே இந்த இறைவன் கணபதீச்சுரர் என்று பெயர் பெற்றார். இந்தக் கணபதியே மிகவும் தொன்மையானவர். பரஞ்சோதி விநாயகர் திருவுருவைக் கொண்டு வருவதற்கு முன்பே இங்கு கோவிலும் விநாயகரும் இருந்ததாக வரலாற்று ஆசிரியர்கள் கூறுகின்றனர்.

இங்கு மங்களவிநாயகர், சம்பந்த விநாயகர், சித்தி விநாயகர், சூரியகணபதி, ஸ்தம்ப முகூர்த்த கணபதி, வாதாபி கணபதி என 22 விநாயகர்கள் உள்ளனர். இதில் தந்தைக்குக் கோயில் கட்டி வழிபட்ட விநாயகர் யார் என்பது தெரியவில்லை.

காஞ்சிபுரம்

சப்த மோக்ஷத் தலங்களில் ஒன்று. இங்கு விகட சக்ர விநாயகர் 1000 கால் மண்டபத்தின் அருகே உள்ளார். தட்சனின் யாகத்தில் வீரபத்திரக் கடவுளின் வீராவேஷத்தைக் கண்டு திருமால் ஓடியபோது தம் சக்கரத்தை விட்டுச் சென்று விட்டார். அச்சக்கரத்தைத் திரும்பப் பெற காஞ்சியில் சிவலிங்கத்தை ஸ்தாபித்து வணங்கினார். அப்போது தோன்றிய வீரபத்திரரிடம் சக்கரத்தைக் கேட்க வீரபத்திர் என் தலை மாலையில் உள்ள ஒரு தலை எடுத்து விழுங்கிவிட்டது. அதனை எப்படியாவது நீ எடுத்துக்கொள் என்று கூறிவிட்டார். விஷ்வக்சேனர் கோணங்கிக் கூத்தாட அது கண்டு சக்கரத்தை விழுங்கிய தலை சிரிக்க அப்போது சக்கரம் வெளியே வந்து விழுந்தது. அச்சக்கரத்தை விநாயகப் பெருமான் எடுத்து விழுங்கிவிட்டார். மீண்டும் விஷ்வக்சேனர் விநாயகப்

பெருமான் முன்பு கூத்தாட பெருமானும் சக்கரத்தைத் திரும்பக் கொடுத்தார். அந்த விநாயகப் பெருமானுக்கு விகட சக்ர விநாயகர் என்ற பெயர் ஏற்பட்டது.

திருவோண காந்தன் தளிக்கோயில் கருவறை மண்டப வாயிலின் ஒரு புறம் உள்ள சுவரில் விநாயகர் திருவுரு ஒன்று செதுக்கப்பட்டுள்ளது. அதன் அருகில் சென்று காதை வைத்தால் அதிலிருந்து ஓங்கார ஒலி வெளிவருவதைக் காணலாம்.

திருநாட்டியத்தான்குடி

தஞ்சை மாவட்டம் திருவாய்மூருக்குத் தெற்கே 9 கி.மீ. தொலைவில் உள்ளது. சுந்தரமூர்த்தி நாயனார் இத்தலம் வந்தபோது இறைவனும் இறைவியும் நீச வடிவுடன் நடவு செய்யச் சென்றனர். இறைவனைக் கோயிலில் காணாது சுந்தரமூர்த்தி நாயனார் சித்தி விநாயகரைத் துதிக்க விநாயகப் பெருமானும் இறைவனும் இறைவியும் சென்ற இடத்தை கையினை நீட்டி சுட்டிக்காட்டினார். இப்பெருமான் விரலைச் சுட்டிக்காட்டிய குறிப்போடு விளங்குகின்றார். எனவே இப்பெருமானுக்கு கைகாட்டி விநாயகர் என்ற பெயர் வந்தது.

திருவலஞ்சுழி

கும்பகோணத்திலிருந்து 6 கி.மீ. தொலைவில் உள்ளது. இங்கு எழுந்தருளியுள்ள விநாயகருக்கு வெள்ளைப் பிள்ளையார் என்று பெயர். பாற்கடலைக் கடைவதற்கு ஆரம்பிக்கு முன் வழிபடப் பிள்ளையார் இல்லாததால் இந்திரன் கடல் நுரையில் விநாயகரை உருவாக்கி வழிபட்ட பின்னரே பாற்கடலில் அமுதம் திரண்டது. எனவே வெள்ளைப் பிள்ளையார் எனப் பெயர் பெற்றார்.

இவர் சுமார் 9 அங்குல உயரம் கொண்டவர். இவர் தீண்டாத் திருமேனி உடையவர். இவரைத் தொடுவதில்லை. இவருக்குப் பச்சைக் கற்பூரம் மட்டுமே சாத்துவர். தண்ணீரால் அபிஷேகம் செய்வதில்லை. இவரது துதிக்கை வலப்பக்கம் சுழித்து வலஞ்சுழி விநாயகராகக் காட்சி தருகிறார்.

திருச்சி

திருச்சி மலைக்கோட்டையில் எழுந்தருளியுள்ள பெருமானை உச்சிப்பிள்ளையார் என்பர். இங்கு மலைமீது விநாயகப் பெருமான் அமர்ந்ததற்கு ஒரு வரலாறு உண்டு. விபீஷ்ணாழ்வார் அயோத்தியிலிருந்து ரங்கநாதப் பெருமான் திருவுருவினை எடுத்து வரும் வழியில் ஜலஉபாதை கழிக்க (வழிபாடு செய்ய என்றும் கூறுவர்) எண்ணினார். கையில் உள்ள ரங்கநாதப் பெருமான் திருவுருவினைக் கீழே வைக்கக்கூடாது என்பதனால் அங்கு வந்த சிறுவன் ஒருவனிடம் கொடுத்து கீழே வைக்காமல் வைத்திருக்கும்படிக் கூறி திருவுருவினைக் கொடுத்துச் சென்றார். திரும்பி வந்தபோது சிறுவன் திருவுருவினைக் கீழே வைத்திருக்கக் கண்டார். மீண்டும் திருவுருவினை எடுக்க முயல எடுக்க முடியாது போனது. கோபம் கொண்டு சிறுவனைத் தண்டிக்க எண்ணி சிறுவனைப் பிடிக்க முயல சிறுவன் அவர் கையில் அகப்படாது ஓடினான்.

விபீஷ்ணாழ்வார் சிறுவனைத் துரத்த சிறுவன் அருகில் உள்ள மலை உச்சியில் ஏறிக் கொண்டான். சிறுவனைப் பிடித்து தலையில் குட்ட தலையில் பிளவு ஏற்பட்டது. பின்னரே சிறுவனாக வந்தது விநாயகப் பெருமான் என்று அறிந்தார். ஆற்றங்கரையில் ஸ்தாபிதம் பெற்ற பெருமானே ஸ்ரீரங்கம் பெருமான். இன்றும் இங்குள்ள விநாயகப் பெருமான் தலையில் குட்டியதன் அடையாளமாகச் சிறு பிளவு உள்ளது.

மலை உச்சியில் அமர்ந்ததனால் இவர் உச்சிப்பிள்ளையார் எனப்பெயர் பெற்றார். மலையின்கீழ் உள்ள விநாயகர்,

மாணிக்க விநாயகர். ஒரே தலத்தில் இரு விநாயகர்கள் சிறப்புப் பெற்று விளங்குவது சிறப்பாகும்.

மலைக்கோட்டையின் கிழக்குப் பகுதியில் உள்ள நன்றுடையாள் கோவிலில் ஆதிவிநாயகர் என்னும் திருப்பெயர் பூண்டு மனிதத்தலையுடன் விநாயகர் காட்சி தருகின்றார்.

பொதுவாக குன்றின்மீது குமரப்பெருமானே கோயில் கொண்டிருப்பது வழக்கம்.

ஆயினும் இங்கு விநாயகப் பெருமான் அமர்ந்து காட்சி தருவது மிகுந்த சிறப்பு.

திருபேரன்பில் ஆலந்தூர்

லால்குடிக்குக் கிழக்கே 2 கி.மீ. இல் உள்ளது. கொள்ளிடத்தில் பெருவெள்ளம் வந்ததால் ஆற்றைக் கடந்து செல்ல முடியாமல் தென் கரையிலிருந்து பாடிய ஞானசம்பந்தர், அப்பர் இருவரின் பாடல்களையும் செவியேற்ற 'செவிசாய்த்த விநாயகர்' திருவுரு பிரகாரத்தின் தென்மேற்கே உள்ளது. ஆற்றின் அக்கரையில் இருந்து பாடுவதைக் கேட்க மறுகரையில் இருந்த விநாயகர் செவியைச் சாய்த்து பாட்டை ஊன்றிக் கேட்டார். இதனால் 'செவிசாய்ந்த விநாயகர்' என்ற பெயர் வந்தது. இவர் ஒருகாலை மடித்து, ஒரு காலை ஊன்றி முடிசாய்த்து செவியின்வழி சம்பந்தப் பெருமானின் பாடலின் இனிமையை அனுபவிக்கும் திருக்கோலத்தில் காட்சி தருகின்றார்.

ஆறுமுக மங்கலம்

திருச்செந்தூர் அருகே உள்ள தலம். இவ்வூர் வள்ளல் ஒருவர் விநாயகப் பெருமானுக்குக் கோயில் கட்டி மாகேசுவர பூசை செய்தார். அதற்காகச் சிவனடியார்கள் 1008 பேருக்கு உணவு அளிக்க ஏற்பாடு செய்தார். அந்தச் சிற்றூரில் 1008 சிவனடியார் கிடைப்பது அரிது. அப்படியிருந்தும் 1007 பேர் கிடைக்க ஒருவர் மட்டும் குறைந்தார். அதைக்கண்டு வள்ளல் வருத்தம் கொண்ட வேளையில் கோயிலின் உள்ளே இளைஞர்

ஒருவர் இருக்கக் கண்டு அவரை வரவேற்று அழைத்து உபசரித்து உணவருந்தச் செய்தார். பின்னர் அந்த இளைஞர் கோயிலின் உள்ளே சென்று மறைந்துவிட்டார்.

தம் கவலையைப் போக்க விநாயகப் பெருமானே வந்தார் என்பதை உணர்ந்து அவருக்கு ஆயிரத்தெட்டு விநாயகர் எனப்பெயரிட்டார். இப்பெருமானுக்கு விழாக்காலங்களில் 1008 தேங்காய்கள் படைக்கப்படுகின்றன.

திருக்கோகர்ணம்

இத்தலம் கொல்லூர் மூகாம்பிகை கோவிலிருந்து 15 கி.மீ. தொலைவில் உள்ளது. இங்குள்ள சிவலிங்கம் கோ (பசு) கர்ணம் (காது) போல நீண்டுள்ளதனால் இத்தலம் கோகர்ணம் எனப் பெயர் பெற்றது. இதற்கு ஒரு புராணக் கதை உண்டு.

இராவணனின் தாயார் கடல் மணலால் சிவலிங்கம் அமைத்து வழிபட்டு வந்தார். ஒருநாள் அலை ஒன்று சிவலிங்கத்தை அடித்துச்சென்றது கண்டு மனம் வருந்தினார். அதைக் கண்ட இராவணன் தாயாரின் வழிபாட்டிற்காக மகாசக்தி வாய்ந்த ஆத்மலிங்கம் கொண்டு வருவதாகக் கூறி இமயம் சென்று தவம் இருந்து ஆத்ம லிங்கம் பெற்றார். அதனைத் தடுக்க விரும்பிய தேவர்கள் மகாகணபதியை வேண்டினர்.

மகாவிஷ்ணு கூறியபடி விநாயகப் பெருமான் சிறுவனாக வடிவம் கொண்டு இராவணன் இருக்குமிடம் சென்றார். அப்போது மகாவிஷ்ணு தன் சக்கரத்தால் சூரியனை மறைத்தார். இருள் சூழவே மாலையாகிவிட்டதாக எண்ணிய இராவணன் அருகில் வந்த சிறுவனிடம் ஆத்மலிங்கத்தைக் கொடுத்து கீழே வைக்காமல் கையிலேயே வைத்திருக்குமாறும் தான் சந்தியாவந்தனம் செய்துவிட்டு வந்து பெற்றுக் கொள்வதாகவும் கூறிச் சென்றார்.

மகாவிஷ்ணு தன் சக்கரத்தைத் திரும்பப் பெற சூரிய ஒளி மீண்டும் வந்தது. அதைக் கண்ட இராவணன் ஏதோ சூது நடக்கிறதென உணர்ந்து சிறுவனை நோக்கி திரும்பி

வரலானார். அதற்குள் விநாயகர் ‘இராவனேஸ்வரா’ என மூன்று முறை கூறிவிட்டு ஆத்மலிங்கத்தைப் பூமியில் வைத்துவிட்டார். இராவணனிடம் என் கை வலித்தது, மூன்று முறை கூப்பிட்டேன். நீர் வரவில்லை. எனவே கீழே வைத்துவிட்டேன் எனக் கூறினார். இராவணன் கீழே வைத்த லிங்கத்தைப் பலவாறாக எடுக்க முயன்றும் எடுக்க முடியாது. போய்விட்டது. எனவே அந்த லிங்கத்திற்கு மகாபலீஸ்வரர் எனப் பெயர் வந்தது.

கருவறையில் ஆத்மலிங்கத்திற்குப் பதில் செவ்வக வடிவமான ஒரு கருங்கல் உள்ளது. அதன் நடுவில் ஒரு துளையும், துளையைச் சுற்றி பழுப்பு நிறக்கல்லும் உள்ளது. இதனையே சாளக்கிராம பீடம் என்பர். இதற்கே அபிஷேக ஆராதனை உண்டு. பீடத்தின் மத்தியில் உள்ள துளையில் விரல் வைத்துப் பார்த்தால் வழுவழுப்பான ஆத்மலிங்கத்தின் சிரசு தட்டுப்படும். இந்த லிங்கம் 4 அடி உயரம் உடையது. 40 ஆண்டுகளுக்கு ஒரு முறை பீடத்தை அகற்றும்போது மட்டும் கண்டு தரிசிக்கலாம்.

இதையே வேறு வகையாகவும் கூறுவர். ஆத்மலிங்கத்தை இரு கூறாக்கி காவடி கட்டி எடுத்து வந்தபோது தண்ணீர் குடிக்க எண்ணி அருகில் சிறுவன் வடிவில் இருந்த விநாயகரிடம் கொடுக்க விநாயகர் அதனைக் கீழே வைத்துவிட்டார். பின் அந்த லிங்கம் அங்கேயே தங்கிவிட்டது என்பர்.

இங்கு சிறுவனாக வந்த விநாயகப் பெருமான் நின்ற கோலத்தில் காட்சி தருகின்றார். இவர் சிறந்த வரப்பிரசாதி.

தாரமங்கலம்

சேலத்திலிருந்து 24 கி.மீ. இல் உள்ளது. இங்கு மும்முடி விநாயகர் உள்ளார். இங்குள்ள சித்தி விநாயகர் சந்நிதி அடித்தளம் முதல் கோவில் கோபுரம் வரை ஒன்பது கற்களால் காரைக் கலப்பின்றி கட்டப்பட்டுள்ளது. கலைஞர்களின் போட்டியினால் உருவான அரிய கலைக்கருவூலம்.

கும்பாசி

குந்தாப்பூரிலிருந்து 8 கி.மீ. இல் கடற்கரையில் சிறு குன்றின்மீது அமைந்த திருக்கோயில். கும்பா என்னும் அசுரன் கௌதம மகரிஷிக்குத் தொல்லைகள் கொடுத்து வந்தான். ரிஷி அங்கு வந்த பாண்டவர்களிடம் முறையிட்டார். பீமசேனன் கணபதியை வேண்ட பெருமானும் வாள் ஒன்றினை அளித்தார். பீமசேனன் அவ்வாளினைக் கொண்டு அசுரனைக் கொன்றார். அக்கணபதியே இந்த ஆலயத்தில் நின்ற திருக்கோலத்தில் எழுந்தருளியுள்ளார். கல் தூணில் சுயம்புவாகத் தோன்றிய கணபதிக்கு வெள்ளிக்கவசம் அணிவித்துள்ளனர்.

திருப்பாசூர்

சென்னையிலிருந்து 42 கி.மீ. தொலைவிலும் திருவள்ளூரி லிருந்து 7 கி.மீ. இலும் அமைந்த தலம். இங்கு விநாயகப் பெருமானின் 11 அற்புதத் திருவுருவங்கள் ஒரே வரிசையில் அமைந்துள்ளன.

சென்னை

அரசினர் தோட்டத்தில் சட்டசபை உறுப்பினர் விடுதிக்குப் பின்புறம் உள்ள ஆலமரத்தடியில் சுயம்பு விநாயகர் தோற்றமளிக்கிறார்.

இதேபோல் எட்டயபுரம் கோவில்பட்டி சாலையில் ஒரு புளிய மரத்தடியில் சுயம்பு விநாயகர் தோற்றமளிக்கின்றார்.

திருமணிக்கூடம்

சீர்காழிக்கு அருகே உள்ள தலம். இங்குள்ள விநாயகர் நாலாயிரத்தொரு விநாயகர். இவருக்குச் செய்யும் அபிஷேக நீர் இவரது சிகைக்குள் சென்றுவிடுகின்றது.

திருக்காறாயில்

திருவாரூருக்குத் தெற்கே 6 கி.மீ. இல் திருக்காறாயில் என்னும் தலம் உள்ளது. இங்கு கடுக்காய்ப்பிள்ளையார் என்னும் பெயருடன் எழுந்தருளியுள்ளார். இப்பெயருக்கு ஒரு கதையும் உள்ளது. வணிகன் ஒருவன் ஜாதிக்காய் மூட்டைகளை கடுக்காய் மூட்டை எனப் பொய் சொல்லி வரியைக் குறைத்துக் கட்டினான். பிள்ளையார் ஜாதிக்காய்களைக் கடுக்காய்களாக மாறிடச் செய்தார். வணிகன் பின்னர் தன் தவறினை உணர்ந்து பெருமானை வேண்ட மீண்டும் கடுக்காய்களை ஜாதிக் காய்களாக மாறச்செய்ததாகப் புராணக்கதை உள்ளது. எனவே இப்பெருமானுக்குக் கடுக்காய் விநாயகர் என்ற பெயர் வந்தது.

திருக்கடிக்குளம்

தஞ்சை மாவட்டம் தில்லை வளாகத்திலிருந்து 6 கி.மீ. தொலைவில் உள்ளது. இங்கு கற்பக விநாயகர் சிவபிரானைப் பூசித்து மாம்பழம் பெற்ற தலம். சிவன் கோயிலுக்கு மேற்கே தென்மேற்குக் கோடியில் கற்பக விநாயகர் கோயில் உள்ளது. கிழக்கே பிள்ளையார் தீர்த்தம் உள்ளது. இத்தலத்தை கற்பகநாதர் குளம் என்பர். விநாயகர் சிறப்பு.

திருப்புறம்புயம்

குடந்தைக்கு வடமேற்கே 10 கி.மீ. தொலைவில் உள்ளது. இங்குள்ள விநாயகருக்குப் பிரளயம் காத்த விநாயகர் என்று பெயர். இவர் கடல்படு பொருள்களால் ஆனவர். அபிஷேகம் செய்யும்போது அபிஷேகப் பொருள் முழுவதும் உடம்பில் சுவரிவிடுகின்றது. இவருக்கு வழக்கமாக அபிஷேகம் செய்வது

கிடையாது. விநாயகர் சதுர்த்தி அன்று மட்டும் 100 சேர் தேனால் அபிஷேகம் செய்வர்.

ஏழு கடல்களும் பிரளயமாகத் திரண்டு வந்தபோது இவர் அவைகளை அடக்கி, இங்குள்ள சப்த சாகரத் தீர்த்தத்தினுள் அடக்கியதாக ஐதீகம். கடல் வெள்ளத்திலிருந்து நத்தக்கூடு முதலியனவற்றால் விநாயகரைப் பிடித்து காலவெள்ளம் நகரை அழிக்காதபடி சிவபிரான் நியமித்தார். இவரே பிரளயம் காத்த விநாயகர். இவர் திருவுரு நத்தங்கூடு, கிளிஞ்சல், மணல் இவற்றால் ஆக்கப்பெற்றது போலக் காணப்படுகிறது. இவர் மஹாமண்டபத்தின் வடபுறம் கிழக்கு நோக்கிக் காட்சி தருகிறார்.

திருவாரூர்

இத்தல விநாயகப் பெருமானுக்கு மாற்றுரைத்த விநாயகர் எனப்பெயர். திருமுதுகுன்றம் என்னும் விருத்தாசலத்தில் சுந்தரர் இறைவனை வேண்டி பன்னீராயிரம் பொன் பெற்றார். அதனைத் தாம் மணிமுத்தாற்றில் விடுவதாகவும் மீண்டும் அப்பொன்னை திருவாரூர் கமலாலயக் குளத்தில் தந்து அருளும்படியும் வேண்டி ஆற்றில் பொன்னை இட்டார். பின் திருவாரூரை அடைந்து பரவையாருடன் வந்து கமலாயக் குளக்கரையை அடைந்தார். அங்கு பொன்னைக் காணவில்லை. மீண்டும் ஒரு பதிகம் பாடி இறைவனை வேண்ட பொன் கிடைத்தது. சுந்தரருக்கு ஒரு ஐயம் ஏற்படுகின்றது. பொன் சரியான மாற்று உடையதுதானா என எண்ணினார். அப்போது அங்கு வணிகர் வடிவில் வந்த விநாயகப் பெருமான் பொன்னை ஆராய்ந்து பார்த்து பொன் நல்ல மாற்றுடையது என உரைக்கிறார். எனவே, இவ்விநாயகர் மாற்றுரைத்த விநாயகர் எனப்பெயர் பெற்றார்.

கமலாலயம் கோவிலில் தியாகராசர் சன்னிதியில் சுந்தரர் சிலைக்கு எதிராக உள்ள விநாயகர் திருவுரு அழகிய வடிவாக உடையது. கண்ணனின் காளிங்க நடனம்போல் இங்கு விநாயகர் ஒரு பாம்பின் தலைமீது காலை ஊன்றி அதன்வாலை

தன் கையால் பற்றிக்கொண்டு நடனமாடும் கோலத்தில் காட்சி தருகின்றார். இதுபோன்ற அரிய வடிவாக வேறு எங்கும் காணமுடியாது.

இதே பெயர் விருத்தாசலத்தில் உள்ள விநாயகப் பெருமானுக்கும் உண்டு. இவ்வரலாற்றின்படி அத்தல விநாயகப் பெருமான் மணிமுத்தா நதியில் பொன்னை இடு முன்பு மாற்றுப் பார்த்து உரைத்தார் என்பது புராணம்.

வேதாரண்யம்

இத்தலத்தை திருமறைக்காடு, நாகப்பட்டினம் என்பர். இங்கு நீலாயதாக்ஷி அம்மன் கோவிலில் விநாயகரும், வீரஹத்தி விநாயகரும் உள்ளனர். இராவணாதியர்களைக் கொன்ற பாபம் (வீர ஹத்தி) நீங்க வேண்டி ராமர் வணங்கிய விநாயகர் வீரஹத்தி விநாயகர். வீரஹத்தி ஏற்பட்டதனால் உடலில் ஏற்பட்ட நடுக்கத்தைத் தீர்த்து வைத்த விநாயகர் நடுக்கம் தீர்த்த விநாயகர் என அழைக்கப்படுகின்றார். வேத விநாயகரும் இங்கு உள்ளார். பஞ்சமுக உற்சவ விநாயகரும் உள்ளார். இங்கு பீங்கானத்தால் செய்யப்பட்ட தாமரை வடிவில் அமைந்த மக்கள் இழுத்துச்செல்லும் பெரிய தேரும் உள்ளது. இந்தியாவிலேயே வேறு எங்கும் இவ்வளவு பெரிய பீங்கான் தேர் இல்லை.

சேண்பாக்கம்

வேலூரிலிருந்து 2 கி.மீ. தொலைவில் உள்ளது. துக்கோஜிராவ் என்னும் மராட்டிய மன்னனின் அமைச்சர் வேலூர் கோட்டையைச் செப்பனிட வண்டியில் கற்களை ஏற்றிச் சென்றார். அப்போது அங்கு வாழ்ந்த மக்களிடம் அந்தணச் சிறுவன் ஒருவன் தோன்றி தன் முதுகில் வண்டி ஏறியதாகக் கூறி முதுகைக் காட்டினான். முதுகில் காயம் ஏற்பட்டு இரத்தம் வடிந்தது. சிறுவனும் மறைந்துவிட்டான். மக்கள் அமைச்சரிடம் விவரம் கூறி சுற்றிலும் தேடினர். அப்போது கல் ஏற்றிய வண்டிகள் சென்ற இடத்தில் ஒரு புதர்

அருகில் ஆறு கல் உருவங்கள் இருந்தன. அதில் ஒன்றின் பின்பக்கம் இரத்தம் பெருக்கெடுத்து ஓடிக் கொண்டிருந்தது. விவரம் தெரிந்ததும் அமைச்சர் இது விநாயகப் பெருமானின் விருப்பப்படி ஒரு திருவிளையாடலே என உணர்ந்தார். இங்கு பெருமானின் விருப்பப்படி திறந்த வெளியாகவே கோயில் அமைக்கப்பட்டது. அவ்வழியே வரும் தேவர்களும் முனிவர் களும் விண்ணிலிருந்தபடியே விநாயகரை வழிபடுவதாக ஐதீகம். இவருக்கு செப்புவிநாயகர் என்று திருப்பெயர். இவர் சுயம்புமூர்த்தி. இங்கு பாலவிநாயகம், நடன விநாயகம், கற்பக விநாயகர், ஓம்கார விநாயகர், சிந்தாமணி விநாயகர். சித்திபுத்தி விநாயகர், பஞ்சமுக விநாயகர் ஆகியோர் திருவுருவங்கள் உள்ளது. சித்தி புத்தி ஆகிய இரு தேவியுடன் கூடிய உற்சவ விநாயகரும் உள்ளார். இங்கு 11 சுயம்பு விநாயகர்கள் உள்ளனர். செண்பக மரங்கள் நிறைந்து இருந்ததால் இத்தலம் சேண்பாக்கம் எனப் பெயர் பெற்றது.

உப்பூர்

தொண்டியிலிருந்து இராமநாதபுரம் செல்லும் வழியில் உள்ளது. சிறிய கோவில். இங்கு மூலவராக விநாயகப் பெருமான் 4 கால் மண்டபத்தில் உள்ளார். சூரிய ஒளி சந்நிதியில் விழும் வகையில் நான்கு புறமும் கம்பி பொருத்தி உள்ளனர். உள்பிரகாரத்திற்கும் கருவரைக்கும் இடையே மேல்தளம் இல்லாத திறந்தவெளி உள்ளது. இவருக்கு எப்போது விமானம் கட்ட ஆரம்பித்தாலும் பலவித இடையூறுகள் ஏற்பட்டு பணி நின்றிவிடும். ஆகவே வெயிலுக்கு உகந்த விநாயகர் என்ற பெயர் (இதுவே வெயிலுகந்த விநாயகர் ஆயிற்று) வந்தது.

தக்ஷனின் யாகத்தில் சிவபிரான் அனுமதியின்றி சூரிய பெருமான் கலந்தது கண்டு சிவபிரான் தண்டிக்க, அத்தண்ட னையிலிருந்து தம்மைக் காத்தருள சூரியன் வேண்டினான். விநாயகப் பெருமானை வழிபட்டு பாபவிமோசனம் பெறும்படிக் கூறினார். சிவபிரான் கூறியபடி இத்தல

விநாயகரை முறைப்படி வழிபட்டார். விநாயகப் பெருமானும் காட்சிதந்து அருள்பாலித்தார். சூரிய பகவான் வேண்டு கோளின்படி தமக்குக் காட்சித்தந்த அதே கோலத்தில் மக்களுக்கும் காட்சி கொடுத்து அருள வேண்டினார். விநாயகப் பெருமானும் இசைந்தார். அதுமுதல் இவ்வாறு காட்சி தருகின்றார்.

உடையார் பாளையம்

இத்தல விநாயகப் பெருமானின் திருப்பெயர் ஆபத்துக் காத்த விநாயகர். இப்பெயர் வரக்காரணம் என ஒரு கதை உண்டு. இவ்வூர் மன்னனின் மகன் மிக்க அன்புடன் கன்று ஒன்றினை வளர்த்து வந்தான். தினமும் அதற்கு உணவு அளித்து அது உண்ட பிறகே அவன் உண்பது வழக்கம். ஒருநாள் அவன் வெளியூர் செல்ல நேர்ந்தது. அன்று அந்தக் கன்று அருகில் உள்ள வீட்டில் காய வைத்திருந்த நெல்லைத் தின்றுவிட்டது. வீட்டுக்காரப் பெண் கோபம் கொண்டு கன்றினை அடிக்க கன்று இறந்துவிட்டது.

கன்றினைக் காணாது மன்னன் மகன் கன்றினைத் தேடி வீடுவீடாக வர, பயம் கொண்ட பெண், கன்றினை வெட்டித் துண்டுகளாக்கி பானையில் மறைத்தாள். காவலர்களுடன் மன்னன் மகன் தன் வீடு நோக்கி வருவதைக் கண்ட அப்பெண் தனக்கு ஏற்பட்ட ஆபத்திலிருந்து தன்னைக் காக்கும்படி விநாயகப் பெருமானை வேண்டியதும் பானையில் இருந்த மாட்டு மாமிசம் பூக்களாக மாறியது. மனம் வருந்தி மீண்டும் வேண்ட கன்று உயிர் பெற்றது. காவலர்களிடமிருந்து ஆபத்து சமயத்தில் காத்ததால் இப்பெருமான் ஆபத்துக்காத்த விநாயகர் எனப் பெயர் பெற்றார்.

திருவலம்

வேலூர் மாவட்டம் குடியாத்தம் அருகில் பொன்னி நதிக்கரையில் அமைந்த தலம். இத்தல விநாயகர் வலம் வந்த விநாயகர் என அழைக்கப் பெறுகின்றார்.

முதன் முதலில் உலகைச் சுற்றி வருபவருக்கே மாங்கனி என அம்மையப்பர் கூற விநாயகப் பெருமான் தாய் தந்தையரே உலகம் என்பதனை உணர்த்தும் வகையில் அம்மையப்பரை வலம் வந்து மாங்கனி பெற்ற விநாயகர் என்பர். இதனை நினைவுறுத்தும் வகையில் இவருக்கு வலம் வந்த விநாயகர் எனவும், இத்தலம் திருவலம் எனவும் பெயர் பெற்றது. இங்கு விநாயகப் பெருமான் வடக்கு நோக்கிக் காட்சி தருவது உலகம் காக்க வந்தவர் என்பதைக் குறிக்கின்றது.

பாகனேரி

சிவகங்கைக்குத் தென்மேற்கே 10 கி.மீ. இல் உள்ளது. இங்குள்ள புலவாய் நாயகியம்மன் கோவிலில் அருள்மிகு காய்ந்தவ கால கணபதியின் திருவுருவம் உள்ளது. மழை இல்லாதபோது இத்திருவுருவத்தின் மூக்கு வரை தண்ணீரை நிரப்பிவிடுவார்கள். இவ்வாறு நீரில் முழுக்காட்டினால் மழை நன்கு பொழியும் என்பது ஐதீகம். மழை பெய்த பின்னரே பெருமானைச் சுற்றியுள்ள தண்ணீரை அகற்றுவர். இங்குள்ள மற்றொரு விநாயகப் பெருமானின் திருப்பெயர் முத்து விநாயகர்.

தேவனூர்

தென்னார்காடு மாவட்டத்தில் உள்ள தலம். இத்தல விநாயகர் பெயர் பொய்யா விநாயகர் என்பதாகும். இப்பெயர் வந்ததற்கு ஒரு கதை உண்டு. ஒரு வணிகன் மிளகு கொள்முதல் செய்துவரும் வழியில் இரவு இக்கோவிலில் தங்கினான். கோவில் குருக்கள் இறைவனின் நைவேத்தியத்திற்கு மிளகு தேவைப்படுவதால் கொஞ்சம் மிளகு தரும்படிக் கேட்டார். வணிகர் மிளகு கொடுக்க விருப்பம் இல்லாததால் இவை எல்லாம் மிளகு மூட்டைகள் அல்ல, உளுந்து மூட்டைகள். வியாபாரம் செய்ய உளுந்து கொள்முதல் செய்து எடுத்துப் போவதாகக் கூறி இரவு படுத்திருக்கிறான். காலையில் எழுந்ததும் மூட்டைகளை எடுக்கும்போது மிளகு மூட்டைகள் உளுந்து மூட்டைகளாக மாறிவிட்டதைக் கண்டான். மனம்

வருந்தி, தன் தவறை மன்னிக்கும்படியும் பாதி மிளகு மூட்டைகளை இறைவனுக்கு நைவேத்தியத்திற்காகத் தருவதாகவும் வேண்டினான். இறைவனும் அவனை மன்னித்து மீண்டும் மிளகு மூட்டைகளாக மாற்றி அருளினார். எனவே இத்தல விநாயகருக்குப் பொய்யா விநாயகர் எனப் பெயர் வந்தது.

திருநாரையூர்

இத்தல விநாயகர் பொல்லாப் பிள்ளையார் என வழங்கப் பெறுகின்றார். துர்வாச முனிவர் சாபத்தால் கந்தர்வன் ஒருவன் நாரையாக மாறி, இத்தல இறைவனை வணங்கி சாப விமோசனம் பெற்றதனால் இத்தலம் திருநாரையூர் எனப் பெயர் பெற்றது. நம்பியாண்டார் நம்பி வணங்கி அருள் பெற்ற விநாயகர் இவரே. தந்தையார் வெளியூர் சென்றிருந்தால் தன் தந்தையாருக்குப் பதிலாக நம்பியாண்டார் நம்பி இத்தல விநாயகரை நீராட்டி அமுது படைத்தார். விநாயகர் அமுதினை உண்ணாதது கண்டு தான் ஏதோ குற்றம் செய்துவிட்டதாக எண்ணி, கல்லில் தன் தலையை மோதச் செய்ய, விநாயகர் பெருமான் அவரைத் தடுத்து பின் அமுதினை உண்டார். அன்று தன் வழிபாட்டுக்கு வந்ததால் படிக்க முடியாத பாடத்தையும் நம்பிக்குக் கற்றுக்கொடுத்தார். இவரே சிதம்பரத்தில் சேமித்து வைக்கப்பட்டிருந்த தேவாரப் பதிகங்களை நம்பியாண்டார் நம்பி மூலமாக வெளிப்படுத்தினார். பொல்லா-உளியினால் செதுக்கப்படாத எனப் பொருள். பிற கோயில்கள் போல இல்லாமல் இங்கு விமானத்தின் மேல் இரு கலசங்கள் இருப்பது தனிச்சிறப்பு.

பாண்டிச்சேரி

இத்தல விநாயகர் மணக்குள விநாயகர் ஆவர். மணல் மிகுந்த குளத்தின் கரையில் எழுந்தருளியுள்ளதனால் இப்பெயர் பெற்றார். சமய வேறுபாடு இன்றி அனைத்து மதத்தினரும் இவரை வணங்குகின்றனர்.

சுமார் 300 ஆண்டுகளுக்கு முன் மொம்மரே என்னும் ஆங்கிலேயருக்கு பூங்காவில் இருந்த இந்த விநாயகரைத் தரிசிக்கப் பெரும் மக்கள் கூட்டம் வருவது தொந்தரவாக இருந்தது. அதனால் இந்த விநாயகரைக் கடலில் தூக்கிப் போடும்படி தன் ஆட்களிடம் கூறினார். அதுபோல ஆட்கள் கடலில் தூக்கிப் போட்ட மறுநாள் காலை மீண்டும் முன்பு இருந்த இடத்தில் அதே விநாயகர் இருக்கக் கண்டனர். ஒருவேளை தன் ஆட்கள் தூக்கிப் போடவில்லையோ என ஐயம் கொண்ட மொம்மரே தன் கண் எதிரிலேயே மீண்டும் தூக்கிப் போடும்படிக் கூறினார். உடனே அவர் கண் பார்வையை இழந்தார். பின் தன் தவறினை உணர்ந்து பெருமானிடம் வேண்ட கண்பார்வை மீண்டது. பெருமானுக்குக் கோயிலும் அமைத்தார். இன்றும் வெளிநாட்டினர் பலரும் இவரை வணங்கக் காணலாம்.

மருத்துவக்குடி

மருத்துவாசூரன் வசித்ததால் இத்தலம் மருத்துவக்குடி எனப்பெயர் பெற்றது. இங்குள்ள விநாயகர் கோவிலில் நடுநாயகமாக ஸ்ரீமகாகணபதியும் அவருக்கு வலப்புறம் இரு கணபதிகளும் உள்ளனர். எனவே இதனை மும்மூர்த்திப் பிள்ளையார் கோயில் என்பர்.

திருவீழிமிழலை

அடியவர்களுக்கு உணவிட பணமின்றித் துன்புறும் சம்பந்தரின் துயர் நீங்க தினமும் ஒருபடிக்காசு வழங்குவதாக வீழிநாதர் வாக்களித்தார். அடுத்தநாள் அதிகாலையில் அப்பரும் சம்பந்தரும் ஆலய தரிசனம் செல்ல கிழக்கேயுள்ள

பீடத்தில் ஒரு பொற்காசு இருக்கக் கண்டு சம்பந்தர் அதனை எடுத்தார். பின்னர் வலம் வரும்போது மேற்கேயுள்ள பீடத்தில் ஒரு பொற்காசு இருக்கக் கண்டு அப்பரடிகள் எடுத்தார். இதில் சம்பந்தருக்கு அளித்த காசு வாசி (மாற்றுக்குறைவு. வாசி-கமிஷன்) உள்ள காசு. அப்பருக்குரியது வாசி இல்லாத காசு. இவ்வாறு தினமும் இரு அடியவர்களுக்கும் படிக்காசு அளித்தவர் விநாயகப் பெருமான். இவர் மேற்குப் பீடத்தின் அருகில் எழுந்தருளியுள்ளார். எனவே இவருக்குப் படிக்காசுப் பிள்ளையார் என்ற பெயர் வந்தது.

மருதவம்சேரி

மனுயாகம் செய்ய 100 அந்தணர்களுக்கு நிலமும் வீடும் அளிக்க முடிவு செய்ய 98 அந்தணர்களே வந்தனர். மேலும் இருவர் வராதது கண்டு மனம் வருந்தும்போது இரு வயோதிக அந்தணர்களைக் கையைப் பிடித்து சிறுவன் ஒருவன் அழைத்து வருவதைக் கண்டார். அவர்களை வரவேற்று தானம் வழங்க அவ்விருவரும் தானம் பெற மறுத்து, தன் சுய உருவினைக் காட்டினர். அவ்விருவரும் சிவபிரானும் ஸ்ரீவரதராசப் பெருமானும் ஆவர். அவர்களை அழைத்து வந்தவர் விநாயகப் பெருமான். சிறுவன் வடிவில் தந்தை மாமனுடன் நடந்து வந்ததால் விநாயகப் பெருமான் நின்ற கோலத்தில் மேற்கு நோக்கிய சந்நிதியில் உள்ளார்.

தெற்குப் பிரகாரத்தில் சுயம்புமூர்த்தியாக விநாயகப் பெருமான் உள்ளார். இவர் நாகநாத கணபதி, சண்பக விநாயகர், சான்று விநாயகர் என்றும் கூறுவர்.

பட்டீஸ்வரம்

இத்தலம் கும்பகோணத்திற்குத் தென்கிழக்கே 6 கி.மீ. தொலைவில் உள்ளது. இத்தல விநாயகர் மதவாரணப் பிள்ளையார், அனுக்கைப் பிள்ளையார் என்ற திருப்பெயரை உடையவர்.

இங்கு நிற்கும் திருக் கோலத்தில் திருவாசியுடன் கூடிய விநாயகப் பெருமானின் செப்புத் திருமேனி உள்ளது. தொந்தி யுடனும் மேலிரண்டு கைகளில் அங்குசம் பாசத்துடனும் கீழ் வலக்கையில் ஒடிந்த கொம்பும் கீழ் இடக்கையில் விளாங்கனியும், தலையில் கிரீடமும் விளங்கக் காட்சி தருகின்றார்.

திருவதிகை

பண்ருட்டியின் அருகே உள்ள திருவதிகை ஊரில் திருவகதீஸ்வரம் (திருவதிகை வீரட்டானேஸ்வரர்) கோயிலின் அருகில் உள்ள அங்காளம்மன் கோவிலில் 9ம் நூற்றாண்டைச் சேர்ந்த விநாயகர் சிலை கல்வெட்டு ஆய்வாளர்கள் உதவியால் வெளிப்பட்டது.

இவ்விநாயகர் சுமார் 2½ அடி உயரம் கொண்டவர். இவரது தும்பிக்கை இடப்புறம் வளைந் துள்ளது. நான்கு திருக்கரங் களுடன் காட்சி தருகின்றார். வலப்புறம் எல்லா விநாயகருக்கும் காணப்பெறுவது போன்று உடைந்த அரைக்கொம்பு (தந்தம்) காணப் பெறவில்லை.

ஒடிந்த கொம்பின் நுனிப்பகுதி வலக்கரத்தில் இல்லாமல் வெறும் கையை மூடிய நிலையில் காட்சி தருகின்றார்.

இதுபோன்ற அரிய திருவுருவம் தமிழகத்தில் வேறு எங்கும் இல்லை.

கங்கை கொண்ட சோழபுரம்

வடநாடு சென்று வெற்றி வாகை சூடிய இராஜராஜ சோழனின் மகன் இராஜேந்திர சோழன் கி.பி. 1014-42ம் ஆண்டில் கட்டிய கோவில். தம் தந்தை கட்டிய தஞ்சைப் பெரியகோயிலை ஒத்த கலைப்படைப்பாக இதனைக் கட்டினார். இதனால் இதனை கங்கை கொண்ட சோழீச்சரம் என்பர். கலைப் படைப்புகளின் சிறப்புமிகுந்த கோவில். இங்கு தெற்குப் பிரகாரத்தின் மேல்தளத்தில் அழகிய நிருத்த விநாயகர் திருவுருவம் உள்ளது. இதன் அருகிலேயே மேற்குப் பக்கம் சிவபிரானின் திருநடனத் திருவுருவமும் உள்ளது. தந்தையும் மகனும் அற்புதத் திருநடனம் புரியும் காட்சியை வேறெங்கும் காணமுடியாது. இங்குள்ள விநாயகப் பெருமானின் கை, கால், தும்பிக்கை முதலிய பகுதிகளில் தட்டினால் விதம் விதமான இசை ஒலி எழும்பும். அரிய அற்புதமானது இந்தத் திருவுருவம்.

கணபதி அக்ரஹாரம்

கும்பகோணத்திலிருந்து 15 கி.மீ. தொலைவில் உள்ளது. இங்குள்ள பெருமான் சிறந்த வரப்பிரசாதி. இங்குள்ளவர்களும் இந்த ஊரைச் சொந்த ஊராக கொண்டவர்களும் சதுர்த்தியன்று மண் பிள்ளையார் வைத்து பூஜை செய்வது இல்லை. கோயிலில் இருக்கும் பெருமானுக்கே வழிபாடு செய்கின்றனர்.

கோவை ஈச்சனாரி

இங்குள்ள விநாயகப் பெருமானுக்கு அந்தந்த நாளின் நட்சத்திரப்படி தங்கக் கவசம், வெள்ளிக் கவசம், சந்தனக்காப்பு, திருநீறு அலங்காரம் என விதவிதமான அலங்காரங்களும் பூஜைகளும் செய்கின்றனர். எனவே இவரை அலங்காரப் பிள்ளையார் என்பர்.

காரமடை

கோவையிலிருந்து 40 கி.மீ. இல் உள்ள இத்தலத்தில் நஞ்சுண்டேஸ்வரர் கோவில் சுவரில் உள்ள விநாயகர் ஒரு காலைத் தொங்கவிட்டவாறும், மற்றொன்றை மடக்கியவாறும் காட்சி தருகின்றார். கம்பு ஒன்றினை இவர் தனது துதிக்கையாலும் கையாலும் ஏந்தியுள்ளார். இது ஒரு அற்புதக் கலைப்படைப்பு.

31. விநாயகப் பெருமான் திருப்பெயர்க் காரணங்கள்

விநாயகப் பெருமான் உருவத்தைப் போலவே பல திருப்பெயர்களைப் பெற்றவர். அவர் பெயர்க்காரணம் வந்த சில தகவல்கள் பற்றிப் பார்ப்போம்.

அச்சிறுத்த பிள்ளையார்

திரிபுர சம்ஹாரத்திற்காகச் சென்ற சிவபிரான் விநாயகர் வழிபாடு செய்யாததனால் அவர் சென்ற தேரின் அச்சினை முறித்த விநாயகர். இவர் அச்சிறுப்பாக்கம் என்னும் தலத்தில் உள்ளார்.

உச்சிப்பிள்ளையார்

விபீஷணன் கொண்டுவந்த ஸ்ரீரெங்கநாதனைக் காவிரிக்கரையில் வைத்துவிட்டு விபீஷணனிடமிருந்து தப்ப மலைமீது ஓடிவந்து அமர்ந்தவர். திருச்சியில் உள்ள மலைக்கோட்டை உச்சியில் காட்சி தருகின்றார்.

கடலைப்பிள்ளையார்

கடலையின் அளவில் (சிறிய அளவில்) உள்ள இப்பெருமானை ஹம்பியில் காணலாம்.

கங்கை கொண்ட விநாயகர்

முதலாம் ராஜேந்திரன் வடநாட்டின் மீது படை எடுத்துச் சென்று வெற்றியுடன் திரும்பும்போது கங்கை நீரும்,

விநாயகரும் கொண்டு வந்து ஸ்தாபித்ததால் இப்பெயர் பெற்றார்.

நர்த்தன விநாயகர்

கூத்த பெருமானோடு சேர்ந்து நடனமாடிய இப்பெருமான் பேரூர், மதுரை, செய்யாறு, சிதம்பரம் ஆகிய கோயில்களில் எழுந்தருளியுள்ளார். தாராசுரம் கோவிலில் ஓர் அங்குலம் முதல் ஓரடி உயரம் கொண்ட விநாயகர் வரை உள்ளனர்.

பொள்ளாப் பிள்ளையார்

திருவெண்ணெய் நல்லூரில் சுயம்புவாக (உளியால் பொள்ளப்படாத) உருவானவர்.

பொல்லாப் பிள்ளையார்

திருநாரையூர் சிவபக்தரின் மகனான நம்பி அளித்த நிவேதனத்தை உண்டு அவருக்கு உபதேசித்தவர்.

பிள்ளையார்பட்டி

பிள்ளையாருக்கென ஏற்பட்ட கோயிலில் மிகப் பெரிய உருவில் இரு திருக்கரங்களுடன் காட்சி தருகின்றார். இவரது திருவுருவம் தனிச்சிறப்பினை உடையது.

வாதாபி கணபதி

பல்லவ சேனாதிபதியான பரஞ்சோதி முனிவர் வாதாபி மீது படை எடுத்துச்சென்று அங்கிருந்து கொண்டு வந்த பிள்ளையாரைத் தன் சொந்த ஊரான திருச்செங்காட்டங் குடியில் பிரதிஷ்டை செய்தார். எனவே வாதாபி கணபதி எனப்பெயர் பெற்றார்.

வலம்புரி விநாயகர்

பொதுவாக இடப்புறம் சுழித்திருக்கும் பெருமானது துதிக்கை வழக்கத்திற்கு மாறாக வலப்புறம் சுழித்திருக்கும் விநாயகர் வலம்புரி விநாயகர்.

வலம் வந்த விநாயகர்

மாங்கனிக்காக, தாய் தந்தையரே உலகம் என்பதை உலகுக்கு உணர்த்த தாய் தந்தையரை வலம் வந்ததனால் இப்பெயர் பெற்றார். (திருவலம்)

வெள்ளைப் பிள்ளையார்

பாற்கடலைக் கடைய வந்த இந்திரன் அதற்கு முன் விநாயகப் பெருமானை வழிபட எண்ணி கடல்நுரையைத் திரட்டி விநாயகர் திருவுருவை அமைத்து வழிபட்டார். எனவே இவர் வெள்ளைப்பிள்ளையார் எனப் பெயர் பெற்றார். (திருவலஞ்சுழி)

மாற்றுரைத்த விநாயகர்

விருத்தாசலத்தில் சுந்தரர் இறைவனிடம் பெற்ற பொன்னை ஆற்றில்விட்டு பின் திருவாரூரில் குளத்தில் அப்பொன்னை எடுத்ததாக ஐதீகம். அவ்வாறு பொன்னை ஆற்றில் விடும் முன்பும் குளத்தில் இருந்து எடுத்தபோதும் பொன்னின் மாற்று சரியாக உள்ளதா எனச் சரிபார்த்த விநாயகர் மாற்றுரைத்த விநாயகர்.

வீரஹத்தி விநாயகர்

வீரஹத்தி என்னும் பாவத்தை நீக்கியதனால் வீரஹத்தி விநாயகர் எனப் பெயர் பெற்றார். (வேதாரண்யம்)

படிக்காசுப் பிள்ளையார்

திருவீழிமிழலைத் தலத்தில் அடியவர்களுக்கு உணவிட சம்பந்தருக்குத் தினமும் படிக்காசு வீதம் அளித்து வந்ததால் இவ்விநாயகருக்குப் படிக்காசுப் பிள்ளையார் எனப் பெயர் வந்தது.

விகடசக்ர விநாயகர்

திருமாலின் சக்கரத்தை விழுங்கிய வீரபத்திரரிடமிருந்து சக்கரத்தை மீட்க திருமால் விகடம் செய்து கூத்தாடிய போது

சிரிக்கும்போது வாயிலிருந்து சக்கரம் வெளியே விழுந்தது. அதனை எடுத்து விநாயகப் பெருமான் முழுங்கிவிட பின் விஷ்வக்சேனர் கூத்தாடி பெருமானை மகிழ்விக்க, பெருமானும் சக்கரத்தைத் திரும்பக் கொடுத்தார். எனவே விகடசக்ர விநாயகர் எனப் பெயர் பெற்றார். (காஞ்சிபுரம்)

கடுக்காய்ப் பிள்ளையார்

ஜாதிக்காயை கடுக்காய் எனப் பொய் சொன்ன வணிகருக்குப் பாடம் கற்பிக்க ஜாதிக்காயை கடுக்காயாக மாற்றியதால் இப்பெயர் பெற்றார். தலம்-திருக்காறாயில்.

பிரளயம் காத்த பிள்ளையார்

பிரளய காலத்தில் ஏழுகடல்களையும் தடுத்து நிறுத்தி பிரளயத்தில் இருந்து காத்ததால் இவருக்குப் பிரளயம் காத்த பிள்ளையார் எனப் பெயர். தலம்-திருப்புறம்பியம்.

செவிசாய்த்த விநாயகர்

சம்பந்தர், அப்பர் பெருமானின் பாடலைக் கேட்க ஒரு காலை மடித்து ஒரு காலை ஊன்றி முடிசாய்த்து செவியில் பாடலைக் கேட்டு இன்புறுவதால் இப்பெயர் பெற்றார். தலம்-திருப்பேரன்பில் ஆலந்துரை.

ஓங்காரக் கணபதி

காஞ்சிபுரம், திருவோண காந்தன் தளி கோவிலில் உள்ள விநாயகர் சிலையின் அருகில் காதை வைத்துக் கேட்டால் ஓங்கார ஒலி கேட்கின்றது.

சர்ப்ப விநாயகர்

ஐந்து தலை நாகம் குடைபிடிக்க அமர்ந்திருக்கும் விநாயகர் திருவுருவம் அபூர்வமானது. நாகப்பட்டினம், பாபநாசம் திருகோவிலில் இத்தகைய அபூர்வத் திருவுருவைக் காணலாம்.

108 விநாயகர்

மதுரை, காரைக்குடி கோவில்களில் நூற்றெட்டு விநாயகர் சிலைகள் இருவரிசைகளாகப் பிரதிஷ்டை செய்யப்பட்டுள்ளன.

உக்கிரம் தணித்த விநாயகர்

திருவானைக்காவில் எழுந்தருளியுள்ள அகிலாண்டேஸ்வரி தேவி மிகவும் உக்கிரமாக விளங்கினார். தேவியின் உக்கிரத்தைத் தணித்து மக்களுக்கு அருள்பாலிக்க ஆதிசங்கரர் தேவியின் நேர் எதிரே ஒரு விநாயகப் பெருமானைப் பிரதிஷ்டை செய்தார். இவரை உக்கிரம் தணித்த விநாயகர் என்பர்.

திருமண் விநாயகர்

சைவச் சின்னமான திருநீற்றை அணிந்தே பொதுவாக விநாயகப் பெருமான் காட்சி தருவார். திருவரங்கத் திருக்கோவிலில் உள்ள விநாயகரின் நெற்றியில் திருமண்ணும் திருநீறும் ஒருங்கே அணிவிக்கின்றனர்.

ஆழ்வார் திருநகரியில் விநாயகப் பெருமானுக்குத் திருமண் அணிவிக்கின்றனர்.

ஆயிரத்தெட்டு விநாயகர்

1008 அடியவர்களில் ஒருவர் குறைய விநாயகப் பெருமானே 1008-வது அடியவராக வந்ததால் இப்பெயர் பெற்றார். தலம்-ஆறுமுக மங்கலம்.

சிலம்பணி விநாயகர்

தேவகோட்டைக் கோயிலில் உள்ள கோவிலில் விநாயகப் பெருமான் காலில் சிலம்புடன் காட்சி தருகின்றார். எனவே இவருக்குச் சிலம்பணி விநாயகர் எனப் பெயர் வந்தது.

தசபுஜ பிள்ளையார்

பத்து புஜங்களோடும் மேல் இரு புஜங்களில் சங்கு சக்கரத்தோடும் சித்திசக்தியை மடிமேல் அமர்த்திக்கொண்டு

வலஞ்சுழி விநாயகராகக் கம்பீரமாகக் காட்சி தரும் இந்த விநாயகர் சென்னை, தி.நகர், ஆக்ஸ்போர்டு பள்ளி வளாகத்தில் அருளாட்சி புரிகிறார்.

இதுபோன்ற சக்தி அமர்ந்த கோலத்தோடு தசபுஜ வலஞ்சுழி விநாயகர் ஓவியமாக மதுரை மீனாட்சி கோயிலில் காட்சி தருகிறார். குன்றக்குடி கோயிலிலும் தரிசனம் செய்யலாம். வேண்டுவார்க்கு வேண்டுவனவற்றை அருள் பாலிக்கும் பெருமாள் இவர்.

ஆதியந்தப் பிரபு

ஸ்ரீ ஆத்யந்தப்ரபு

ஆதிக்கு (ஆரம்பத்திற்கு) பிள்ளையார். அந்தத்திற்கு (முடிவிற்கு) அனுமன். இவர்களது இரு திருவுருவமும் இணைந்த திருவடிவமே ஆதியந்தப்பிரபு ஆகும். அர்த்த நாரீசுரர் போன்ற கலப்புத் திருவுருவம். சென்னை அடையாறு மத்திய கைலாஷ் கோவிலில் ஒருபாதி விநாயகர் திருவடிவும், மறுபாதி அனுமன் திருவடிவும் இணைந்த ஆதியந்தப் பிரபு திருவடிவம் உள்ளது. இது போன்ற திருவுருவம் வேறெங்கும் இல்லை.

டிரான்ஸ்பர் விநாயகர்

திருப்பூரிலிருந்து கோவை வஞ்சிப்பாளையம் செல்லும் வழியில் சிறுமேடையில் ஒரு விநாயகர் எழுந்தருளியுள்ளார். இவரை வேண்டினால் விரும்பிய இடத்திற்கு பணிமாற்றம் கிடைக்குமாம். எனவே பணிமாற்றம் வேண்டும் (டிரான்ஸ்பர்) பலர் இவரை வணங்கி வேண்டுகின்றனர். எனவே இவருக்கு டிரான்ஸ்பர் விநாயகர் என்ற பெயர் ஏற்பட்டது.

கூப்பிடு விநாயகர்

திருமுருகன் பூண்டிக்கு வடக்கில் உள்ள கோவிலில் எழுந்தருளியுள்ளார். சேரமான் பெருமானிடம் சுந்தரர் பெற்று வந்த பொருளை இறைவன் திருவுளப்படி பூதகணங்கள் வேடுவராக வந்து பறித்த சமயத்தில் அங்கு வந்து சேர்ந்த சுந்தரருக்கு இவ்விநாயகர் 'கூகூ' என்று கூவி இறைவன் இருக்கு மிடத்தைக் காட்டியருளியபடியால் இவ்விநாயகருக்கு இப்பெயர் வந்தது.

ஐங்கலக்காசு விநாயகர்

திருவாரூர் கோவிலில் உள்ள ஒரு விநாயகப் பெருமானின் திருப்பெயர். சோழமன்னன் ஒருவன் ஐந்து கலம் பொற் காசுகளைக் கொண்டு இவ்விநாயகரைச் செய்வித்தபடியால் இப்பெயர் விநாயகப் பெருமானுக்கு வந்தது.

பாலச்சந்திர விநாயகர்

இவர் சிறிய பிள்ளை வடிவாகச் சென்று அனலாசுரனை விழுங்கி அவன் வெப்பத்தைத் தாங்கி, திங்களைப் போல குளிர்ந்திருந்தபடியாலும், மாதவ மன்னனும் அவன் மனைவி கமுதையும் காட்டில் துன்புற்றபோது குழந்தை வடிவினனாகக் காட்சி தந்து துன்பம் நீக்கியதாலும் இப்பெயர் பெற்றார்.

ஓலமிட்ட விநாயகர்

திருவையாறு கோவிலில் எழுந்தருளியுள்ளார். சுந்தரர் திருவையாற்றை அடைய விரும்பி ஆற்றின் தென் கரையில் நின்று "ஐயாறுடைய அடிகளே" என்று ஓலமிட்டுப் பாடினார். பெருமான் சுந்தரர் ஓலமிடுவதைக் கேட்டு சிவபிரானுக்கு அறிவிக்க ஓலமிட்டாராம். இதனால் இவர் ஓலமிட்ட விநாயகர் எனப் பெயர் பெற்றார்.

கைகாட்டி பிள்ளையார்

திருநாட்டியத்தான்குடியில் உள்ள விநாயகர். சுந்தரமூர்த்தி இத்தலம் வந்தபோது சுவாமியைக் காணாமல் விநாயகரைக்

கேட்க அவர் கையால் இறைவன் இருக்குமிடத்தைச் சுட்டிக் காட்டினாராம். அதனால் இப்பெயர் பெற்றார்.

பரிதாபந்தீர்த்த பிள்ளையார்

திருப்பத்தூர் தனிக்கோயிலில் உள்ளார். ஒரு பெண்ணுக்கு அடுத்தடுத்து பெண் குழந்தைகளே பிறக்க, அதனால் கோபம் கொண்ட அவள் கணவன் பெண் குழந்தைகளைப் பெறும் நீ, வீட்டை விட்டு ஓடிப்போ எனக்கூறி அடித்து விரட்டினான். திக்கற்ற அப்பெண் குழந்தையுடன் இக்கோவிலுக்கு வந்து பெருமானே என்னுடைய தொல்லைகளை நீதான் தீர்த்திட வேண்டும் என வேண்டி இரவு கோவிலிலேயே தங்கினார். காலையில் எழுந்து பார்த்தபோது அவளது பெண் குழந்தை ஆண் குழந்தையாகக் காட்சி தந்தது. அப்பெண்ணின் பரிதாபத்தைத் தீர்த்ததால் பெருமானுக்கு இப்பெயர் வந்தது.

பாதாள விக்னேஷ்வரர்

திருவண்ணாமலைத் திருக்கோயிலில் நிலமட்டத்திற்குக் கீழே அமைந்துள்ள திருக்கோயிலில் அமைந்துள்ளதால் இப்பெருமானுக்கு இப்பெயர் வந்தது.

தோரண கணபதி

சிருங்கேரியில் உள்ள பாடசாலையில் தியானம் செய்யும் ஒரு அறையின் வாசல் நிலையின் மேலே மரத்தால் செதுக்கப் பட்ட தோரண வாயில் விநாயகர் உள்ளார். இதனால் இவருக்கு தோரண கணபதி எனப்பெயர்.

மலைவழி விநாயகர்

சென்னிமலை அடிவாரத்தில் மலைப்படி தொடங்கும் இடத்தில் எழுந்தருளியுள்ள பெருமான் மலைவழியில் அமைந்துள்ளபடியால் இப்பெயர் பெற்றார்.

இரட்டைப் பிள்ளையார்

இரட்டைப் பிள்ளையார் என்று ஒன்றுக்குப் பக்கத்தில் ஒன்றாக இரண்டு விநாயகர் திருவுருவங்களைப் பிரதிஷ்டை

செய்வது வழக்கம். வேறு எந்த இறைவனுக்கும் இப்படி இரண்டு முகூர்த்தங்களை அடுத்தடுத்து பக்கத்தில் பிரதிஷ்டை செய்யும் பழக்கம் கிடையாது.

இதன் தத்துவம் என்ன வென்றால் இவரே எதிரெதிரான இரண்டு காரியங்களைச் செய்யக் கூடியவர் என்பதுதான். அதாவது தம்மை வணங்காதவர்களுக்கு விக்னங்களை உண்டாக்குவது ஒன்று. தம்மையே நம்பி வணங்கி வேண்டும் பக்தர்களுக்கு ஏற்பட்ட விக்னங்களை நீக்குவது ஒன்று என வேறுபட்ட இரு செயல்களையும் புரிபவர் இவரே. இதனால் இவரில் ஒருவரை விக்னராஜர் என்றும், விநாயகர் என்றும் கூறுவர். விநாயகர் அஷ்டோத்திரத்திலும் இவ்வாறு அடுத்தடுத்து "ஓம் விக்னராஜாய நம" என்றும் அடுத்து "ஓம் விநாயகாய நம" என்றும் போற்றப்படுகின்றார்.

வீட்டுப்பூஜை அறைகளில் இரு விநாயகர்களை அமைத்து பூஜை செய்வது நன்மை தரும்.

திருநெல்வேலி, சீவலப்பேரி, திருவண்ணாமலை, மதுரை, திருப்பரங்குன்றம், தஞ்சை ஆகிய இடங்களில் இரட்டைப் பிள்ளையார்கள் உள்ளனர்.

திருவண்ணாமலை அண்ணாமலையார் கோயில் அருகே இரட்டை பிள்ளையார்

32. விரதங்களும் பண்டிகைகளும்

ஒரு சமயம் முருகப்பெருமான் சிவபெருமானைப் பார்த்து விரதங்களுள் அளவற்ற பயனைக் கொடுக்கும் விரதம் எதுவெனக் கேட்டார். சிவபிரானும் விநாயகப் பெருமானின் சதுர்த்தி விரதமே அளவற்ற பயன்தரும் விரதம் ஆகும் எனக்கூறி அதன் காரணத்தையும் விளக்கினார்.

உலகத்தில் உள்ள எல்லாப் பொருளுமாக விளங்குபவர் விநாயகப் பெருமான். ஒன்று பலவாகிய உருவ வேறுபாடு கொண்டு உலகுக்கு நன்மை அருளுபவரும் அவரே ஆவர்.

விநாயகர் சதுர்த்தி வரலாறு

தேவர்கள் கண்டுகளிக்கும்படி கயிலையில் விநாயகப் பெருமான் தன் சரிந்த தொந்தியுடனும், மோதகம் தாங்கிய துதிக்கையுடனும் திரு நடனம் ஆடினார். அப்போது அங்கு இருந்த சந்திரன் விநாயகப் பெருமானின் திருநடனக் கோலத்தைக் கண்டு சிரித்துவிட்டார். சந்திரனின் சிரிப்பைக் கண்டு கோபம் கொண்ட விநாயகப் பெருமான் அன்று முதல் யாரும் பார்க்க முடியாதபடி நிந்தைக்குரியவனாகும்படி சந்திரனைச் சபித்தார். அன்று முதல் சந்திரன் மெலியத் தொடங்கினார்.

தன் தவறினை உணர்ந்த சந்திரன் பிரம்மன் கூறியபடி விநாயகப் பெருமானை அணுகி, வணங்கி வேண்டி, தன் தவறினை மன்னித்துப் பொறுத்தருளும்படி வேண்டினான். பெருமானும் சந்திரனுக்கு சாபவிமோசனம் அருளினார். ‘சுக்ல பட்ச நான்காம் பிறையன்று உன்னைக் காண்பவர் வீண்

அபவாதம் அடையட்டும். ஆவணி மாத சுக்ல பட்ச சதுர்த்தி அன்று என்னை வழிபட்டால் அபவாதம் நீங்கி நல்வாழ்வு பெறுவர் என அருளினார்.

ஏனைய மாத சதுர்த்தியில் சந்திரனைக் கண்டு அபவாதம் பெற்றவர்கள் ஆவணி மாத சுக்ல பட்ச சதுர்த்தியில் விரதம் இருந்து விநாயகப் பெருமானின் அருளைப் பெற்று வருகின்றனர்.

இதுபற்றி வேறு ஒரு கதையும் உண்டு. ஒரு சமயம் பார்வதி தேவி கணபதி மந்திரத்தை உபதேசியாய்க் கேட்டு விநாயகரை உபாசித்து வந்தார். விநாயகப் பெருமான் ஆறு திருக்கரங்களோடு யானை முகத்தினராய் பால் வண்ண நிறத்தினராய் பாலச்சந்திர விநாயகர் என்னும் திருப்பெயருடன் ஆவணி மாதம், வளர்பிறை சதுர்த்தி திதி விசாக நட்சத்திரம், சோமவாரம், சிம்ம லக்னம்கூடிய நாளில் அவதரித்தார். அந்த நாளே சதுர்த்தி நாளாகும் என்பர்.

விநாயகர் சதுர்த்தி

கிழமைகளில் எப்படி வெள்ளிக் கிழமை முக்கியமானதோ அப்படியே திதிகளுள் சதுர்த்தி திதி விநாயகருக்கு மிகவும் பிடித்தமான நாளாகும். மாதந்தோறும் வளர்பிறை நாளில் சதுர்த்தி நோன்பு இருக்கலாம். இதில் முக்கியமானது ஆவணி மாத வளர்பிறை நாளில் வரும் சதுர்த்திதான். இதனை விநாயகர் சதுர்த்தி என்பர்.

இவ்விரதத்தை ஆவணி மாதம் வளர்பிறை சதுர்த்தியில் தொடங்கி புரட்டாசி மாத வளர்பிறை சதுர்த்தி வரை மேற் கொள்ள வேண்டும் என விநாயகப் புராணம் குறிப்பிடுகின்றது.

அதிகாலையில் எழுந்து நீராடி தூய ஆடை அணிந்து கோயிலுக்குச் சென்று பெருமானை வணங்கி பின் களிமண்ணால் செய்த விநாயகரை வாங்கிவந்து, அல்லது கலசங்களில் ஸ்தாபனம் செய்து அதன் முன் ஏதாவதொரு வகையில் விநாயகரை அமைத்து விதிப்படி எருக்கம்பூ,

அறுகம்புல், காகிதக்குடை கொண்டு அலங்கரித்து வணங்குவர். அவருக்கு விருப்பமான பொருட்களை நிவேதனம் செய்வர். பகல் முழுவதும் எதுவும் உண்ணாமல் மாலையில் நீராடி வழிபாடு செய்தபின் பால், பழம் சாப்பிடலாம். இவ்விரதம் முடியும் 30 நாட்களும் உணவு, உறக்கம், இன்ப சுகங்களை நீக்கி விரதம் இருக்க வேண்டும்.

இவ்விரதத்தின்போது விநாயகருக்கு உகந்த கீழ்க்காணும் பத்திரங்களால் பெருமானைப் பூசித்து வருதல் வேண்டும். மாசிப்பிச்சை, கயாந்தகரை, வில்வம், ஊமத்தை, நொச்சி, நாயுருவி, கத்தரி, வன்னி, அவரி, காட்டாத்தி, எருக்கு, மருகு, விஷ்ணுகரந்தை, மாதுளை, மரு, நெல்லி, சிறுசண்பகம், செந்தாளி, பாதிரி, அருகு கொண்டு தினமும் பூசிக்க வேண்டும். விநாயகருக்குரிய மந்திரங்களாகிய 1, 2, 4, 5, 6, 8, 10, 12, 28 என்னும் எழுத்துகளுள்ள ஏதாவது ஒரு மந்திரத்தைச் செபிக்க வேண்டும்.

இவ்வாறு கடும் விரதம் இருக்க முடியாதவர்கள் விரத ஆரம்பத்திலாவது இவ்வாறு இருந்து மற்ற நாட்களில் உப்பில்லாத பொங்கல், பழம், பால் முதலிய உணவுகளை உட்கொள்ள வேண்டும். அதுவும் முடியாதவர்கள் சதுர்த்தி அன்று மட்டுமாவது முறைப்படி விரதம் இருக்க வேண்டும்.

இவ்விரதம் இருந்து முருகப் பெருமான் இடையூறு இன்றி சூரனை வென்றார். நளன் சிவஞானப் பேறு பெற்றார். சந்திராங்கதன், மன்மதன், ஆதிசேஷன் சிறப்புகளைப் பெற்றனர். விநாயகரை வணங்குபவர்கட்கு இடையூறுகளைப் போக்குவார் என்றும் வணங்காதவர்கட்கு இடையூறுகளை உண்டாக்குவார் என்றும் சாத்திரங்கள் கூறுகின்றன.

அன்று முழுவதும் விநாயக புராணம், விநாயகர் துதிகள் படிக்க வேண்டும். சதுர்த்தியின் மறுநாள் காலை வழிபாடு செய்து தயிர்சாதம் நிவேத்தியம் செய்து முன்தினம் வழிபாடு செய்த விநாயகரை எடுத்துச் சென்று ஆறு, குளம், கிணறு ஆகியவற்றில் சேர்த்துவிட வேண்டும்.

வட இந்தியர்கள் இதனை 'கணேஷ் பூசை' என்பர். இதனை 10 நாட்கள் சிறப்பாகக் கொண்டாடி கடைசி நாளன்று ஊர்வலமாகப் பெருமானை எடுத்துச் சென்று தண்ணீரில் கரைப்பார்கள்.

விநாயகர் சதுர்த்தி பூஜை

விநாயகர் சதுர்த்தி அன்று அல்லது அதற்கு முதல்நாள் சதுர்த்தி திதி இருக்கும்போதே, குடும்பத்துடன் கோவிலுக்குச் சென்று விநாயகப் பெருமானை வணங்கிய பின்னரே சதுர்த்தி பூஜைக்கான மண் பிள்ளையார் திருவுருவினை வாங்க வேண்டும்.

பூஜை செய்யும் இடத்தை நன்கு சுத்தம் செய்து மரப்பலகை போன்ற ஆசனத்தில் பச்சரிசி மாவைக் கொண்டு கோலம் இட வேண்டும். நுனி வாழை இலையின் நுனிப்பகுதியானது வலது பக்கம் வரும் வகையில் ஆசனத்தில் கோலத்தின் மேல் வைக்க வேண்டும். அந்த இலையின் மீது மூன்று கை அளவு முனை முறியாத முழுப்பச்சரிசியை இலையின்மீது பரப்பவேண்டும். அரிசியின் மீது வலது கை மோதிர விரலைக்கொண்டு பிள்ளையார் சுழியினை வரைந்து அதன்கீழ் 'ஓம்' என எழுதி அதன்மீது மண் விநாயகர் திருவுருவினை வைக்க வேண்டும்.

பூ, அருகம்புல், எருக்கம்பூ, ஆடை அணிகலன்கள், விபூதி, குங்குமம், சந்தனம் போன்றவற்றால் அலங்கரித்து குடையினையும் விநாயகருக்கு வைக்க வேண்டும். 6 புரிகள் கொண்ட நூலினைக் கொண்டு விநாயகருக்குப் பூணூல் அணிவிக்க வேண்டும் பெருமானின் திருநாடியின் (தொப்புள்) மீது பொற்காசினை வைப்பது விசேஷம். அவ்வாறு பொற்காசினை வைக்க வசதி இல்லாதவர்கள் வெள்ளிக்காசு அல்லது ஒரு ரூபாய் நாணயத்தை வைக்கலாம்.

விநாயகர் பூஜைக்குப் பின் ஆண்களே மண் விநாயகரை ஆறு, குளம், கடலில் சதுர்த்தி பூஜை நாளையும் சேர்த்து

ஒற்றைப்படையாக 1, 3, 5, 7, 9 என்று வரும் நாளில் அந்நாளானது ஞாயிறு அல்லது திங்கள் கிழமையாக அமையும்படி திட்டமிட்டுக் கரைக்க வேண்டும். அந்நாள் வரை தினமும் பெருமானுக்கு பூஜை செய்து நைவேத்தியமும் சமர்ப்பிக்க வேண்டும்.

விநாயகப் பெருமானை கரைக்கப் புறப்பட்ட பின் வழியில் எங்கும் தங்கக்கூடாது. கரைக்கு முன் ஆபரணங்கள், பூணூல், தொப்புள்காசு ஆகியவற்றை எடுத்த பின்னர் "மங்கள மூர்த்தி மகராஜா, அடுத்த வருஷம் வா ராஜா" எனத் துதித்துத் தண்ணீரில் மெதுவாக இறக்கிவிட வேண்டும். இதனையே கரைத்தல் என்பர்.

விநாயகப் பெருமானின் நாபியில் வைத்த காசு புனிதமானது. இதனை வீட்டில் வைத்து பூஜித்தால் லெட்சுமி கடாட்சம் பெருகும். பெருமானுக்கு அணிவித்த பூணூலை நாம் அணிந்து கொள்ளலாம்.

பிள்ளையார் பூஜை செய்வது எப்படி?

ஸ்ரீ விநாயகர் பூஜை

களிமண்ணைப் பிசைந்து, அன்று செய்த பிள்ளையாரின் பிம்பம் மிகவும் உகந்தது.

பூஜை முறை

சுக்லாம் பரதரம் விஷ்ணும் சசிவர்ணம் சதுர்புஜம்
ப்ரஸன்ன வதனம் த்யாயேத் ஸர்வ விக்னோப சாந்தயே

என்று கூறி தலையில் நெற்றிப்பொட்டு அருகில் இரு கைகளாலும் குட்டிக் கொள்ளவும்.

(தலையில் குட்டிக்கொள்வதும், தோப்புக்கரணம் போடுதலும், பிள்ளையார் வழிபாட்டில் முக்கியமானது)

(மூக்கை கட்டை விரலாலும் மோதிர விரலாலும் பிடித்துக் கொண்டு)

ஓம் பூ: ஓம்புவ: ஓகும்ஸுவ: ஓம்மஹ: ஓம் ஜந: ஓம் தப: ஓகும் ஸத்யம் ஓம்தத் ஸவிதுர்வரேண்யம் பர்கோ தேவஸ்ய தீமஹி தியோ யோந: ப்ரசோதயாத் ஓம் ஆபோஜோதிர ஸோம்ருதம் பிரும்ப பூர் புவஸ்ஸுவரோம்.

ஸங்கல்பம்: (இடது உள்ளங்கைமேல் வலது உள்ளங்கை பொருந்துமாறு விரல்களை மூடி, வலது தொடையின் கீழ்ப்பாகத்தில்-முழங்காலுக்குமேலே வைத்து)

மமோபாத்த ஸமஸ்ததுரித க்ஷயத்வாரா ஸ்ரீ பரமேசுவர ப்ரீத்யர்த்தம் சுபேசோபனே முகூர்த்தே ஆத்ய பிரும்மண:

த்விதீயே பரார்த்தே ச்வேத வராஹ கல்பே வைஸ்வஸ்த மன்வந்தரே அஷ்டாவிம்சதி தமே கலியுகே ப்ரதமே பாதே ஜம்பூத்வீபே பாரதவர்ஷே பரதகண்டே மேரோ: தக்ஷிணே பார்ச்வே சகாப்தே அஸ்மின் வர்த்தமானே வ்யாவஹாரிகே ப்ரபவாதி ஷஷ்டி ஸம்வத்ஸராணம் மத்யே... (தமிழ் வருஷப் பெயரைச் சொல்லவும்) நாம ஸம்வத்ஸரே தக்ஷியாணனே வர்ஷ ருதௌச் ராவணமாஸே சுக்லபக்ஷே சதுர்த்யாம் சுபதிதௌ... வாஸர (நாளின் பெயரைச் சொல்லவும்) யுக்தாயாம்... நக்ஷத்ர (அன்றைய நக்ஷத்திரத்தின் பெயர் சொல்லவும்) யுக்தாயாம் சுபயோக சுபகரண ஏவங்குண விசேஷண விசிஷ்டாயாம் அஸ்யாம் சதுர்த்யாம் தர்மார்த்த காமமோக்ஷ சதுர்வித பல புருஷார்த்த ஸித்யார்த்தம் விநாயகப்ரஸாதேன ஸர்வாபீஷ்ட ஸித்யர்த்தம் ஸ்ரீ மஹாகணபதி பூஜாம் கரிஷ்யே-எனக்கூறி கைகளை அலம்பி தீர்த்த பாத்திரத்திற்கு நான்கு புறமும் சந்தனப் பொட்டு வைத்து குங்குமம் வைத்து ஒரு புஷ்பத்தைப் பஞ்ச பாத்திரத்திற்குள் (செம்பு அல்லது வெள்ளயாலானது உகந்தது) இட்டு, பஞ்ச பாத்திரத்தை வலது உள்ளங்கையால் மூடிக்கொண்டு,

கங்கேச யமுனேசைவ கோதாவரி ஸரஸ்வதி
நர்மதே ஸிந்து காவேரி ஜலேஸ்மின் ஸன்னிதிம் குரு

என்று கூறி நீரினால் பூஜைக்கான பொருள்களையும் தன்னையும் புரோக்ஷித்துக் கொண்டு, மணி அடித்தவாறு,

ஆகமார்த்தம் து தேவானாம் கமனார்த்தம் து ரக்ஷஸாம்
குர்வே கண்டாரவம் தத்ர தேவதாஹ்வான லாஞ்சனம்

என்று உச்சரிக்கவும்.

அடியிற் கண்டவாறு தியானம் செய்யவும்:

ஏகதந்தம் சூர்ப்ப காணம் கஜவக்த்ரம் சதுர்புஜம்
பாசாங்குசதரம் தேவம் த்யாயேத் ஸித்தி விநாயகம்
உத்தமம் கணநாதஸ்ய விரதம் ஸம்பத்கரம் சுபம்
பக்தானாம் இஷ்ட தாதாரம் ஸர்வ மங்கள காரகம்
த்யாயேத் கஜானனம் தேவம் தப்த காஞ்சன ஸன்னிபம்

சதுர்புஜம் மஹாகாயம் ஸர்வாபரண பூஷிதம்
அஸ்மின் பிம்பே ஸ்ரீ மஹாகணபதிம் த்யாயாமி

என்று கூறி கரம் கூப்பி வணங்க வேண்டும்.

அத்ராகச்ச ஜகத்வந்த்ய ஸுரராஜார்ச்சிதேஸ்வர
அநாததாத ஸர்வக்ஞ
சீர்வாண ஸுரபூஜித

காணானாம் த்வா கணபதிம் ஹவாமஹே

கவிம் கவீனாம் உபமச்ரவஸ்தமம்
ஜ்யேஷ்டராஜம் ப்ரஹ்மணாம் ப்ரமணஸ்பதே
ஆன: ச்ருண்வன் ஊதிபி ஸீதஸாதனம்-
அஸ்மின் பிம்பே ஸ்ரீ மகா கண்பதிம் ஆவாஹயாமி

-(என்று கூறி மஞ்சள் கலந்த அக்ஷதையைப் பிள்ளையார் திருவுருவின் மீது போடவும்)

அநேகரத்ன கசிதம் முக்தாமணிக்ய விபூஷிதம்
ரத்ன ஸிம்ஹாஸனம் தேவ கணேச ப்ரதிக்ருஹ்யதாம்
ஸ்ரீ கணேசாய நம: ஆஸனம் ஸமர்ப்பயாமி-

(மீண்டும் அக்ஷதை போடவும்)

கௌரீபுத்ர நமஸ்தேஸ்து தூர்வா பத்மாதி ஸம்யுதம்
பக்த்யா தத்தம் மயா பாத்யம் க்ருஹாண த்விரதானன
ஸ்ரீ மஹா கணபதயே நம: பாத்யம் ஸமர்ப்பயாமி-

(என்று சொல்லி ஒரு பாத்திரத்தில் ஓர் உத்தரணியால் ஜலம் விடவும்)

வரதமுக்திச்ச விக்னேச கந்த புஷ்பாக்ஷதைர் யுதம்
க்ருஹாணார்க்யம் மயாதத்தம் கஜானன நமோஸ்து
அர்க்யம்
ஸமர்ப்பயாமி-

(உத்தரிணியால் அர்க்யம் விடவும்)

கர்ப்பூராகரு புஷ்பை: ச வாஸிதம் நிர்மலம் ஜலம்
குருஷ்வாசமனம் தேவ மயா பக்த்யா ஸமர்ப்பிதம்-
ஸ்ரீ கணநாதாய நம:

(உத்தரிணியால் ஜலம் விடவும்)

ததிக்ஷீர ஸமாயுக்தம் மத்வாஜ்யேன ஸமன்விதம்
மதுபர்க்கம் க்ருஹாணேதம் கஜவக்த்ர நமோஸ்துதே-
மதுபர்க்கம் ஸமர்ப்பயாமி-

(புஷ்பம் போடவும்)

மத்வாஜ்ய சர்க்கராயுக்தம் பலக்ஷீர ஸமன்விதம்
க்ருஹாண ஸர்வவரத பக்தானாம் இஷ்டதாயாக
லம்போதராய நம: பஞ்சாம்ருதஸ்நானம் ஸமர்ப்பயாமி-

(பஞ்சாமிருதத்தினை உத்தரணியால் எடுத்து பாத்திரத்தில் விடவும்)

கங்காதி ஸர்வ தீர்த்தேப்ய: ஆஹ்ருதை: விமலைர்ஜலை:
ஸ்நானம் குருஷ்வ பாவான் பக்தவிக்ன வினாசன
விக்னராஜாய நம: -சுத்தோதக ஸ்நானம் ஸமர்ப்பயாமி-

(சுத்த நீரினால் புரோக்ஷிக்கவும்)

ஸ்நானானந்தரம் ஆசமனீயம் ஸமர்ப்பயாமி

(நீர் விடவும்)

ரக்த வஸ்த்ரத்வயம் தேவ தேவராஜ ஸுபூஜித
பக்த்யா தத்யம் க்ருஹாணேதம் லம்போதர ஹராத்மஜ
ஹரநந்தனாய நம: வஸ்த்ரமக்மம் ஸமர்ப்பயாமி-

(பருத்தியினால் நெய்த துணியை அணிவிக்கவும்)

ராஜதம் ப்ரமஹ்ம ஸூத்ரஞ்சகாஞ்சனஞ்ச உத்தரீயகம்
க்ருஹாண ஸர்வ தர்மக்ஞ பக்தானாம் இஷ்ட தாயக நாக
யக்ஞோப
வீதினே நம-

(பூணூல் சார்த்தவும்)

சந்தனா கரு கற்பூர கஸ்தூரி குங்குமான் விதம்
விலேபனம்
ஸுரச்ரேஷ்ட ப்ரீத்யர்த்தம் ப்ரதிக்ருஹ்யதாம்
கணாத்யக்ஷாய நம: கந்தான் தாரயாமி-

(சந்தனம் இடவும்)

அக்ஷதான் தவளான் திவ்யான் சாலீயான் தண்டுலான் சுபான்
ஹரித்ராசூர்ண ஸம்யுக்தான் ஸம்க்ருஹாண கணாதிப
கணாதிபாய நம: அக்ஷதான் ஸமர்ப்பயாமி-

(அக்ஷதை போடவும்)

ஸுகந்தினீ ஸுபுஷ்பாணி தூர்வாதள முகானி ச
ஏகவிம்சதி ஸங்க்யானி க்ருஹாண கணநாயக
கணநாயகாய நம: புஷ்பாணி ஸமர்ப்பயாமி-

(மலர்களைப் போடவும்)

விநாயகர் சஷ்டி விரதம்

இதனைக் குமார சஷ்டி விரதம், பிள்ளையார் நோன்பு என்பர். கார்த்திகை மாதம் தேய்பிறை பிரதமை முதல் மார்கழி மாத வளர்பிறை சஷ்டி வரை 21 நாட்கள் இவ் விரதத்தை அனுஷ்டிப்பார்கள். 'சஷ்டி தொட்டு சதயம் விட்டு' என்பது பழமொழி. இது இவ்விரதம் தொடங்கும் நாளையும் முடிக்கும் நாளையும் குறிக்கின்றது.

இந்த 21 நாட்களிலும் விநாயகப் பெருமானுக்கு திருமஞ்சனம் முதலியனவற்றைச் செய்து நாளொன்றுக்கு ஒரு வகைப் பணியாரங்களை நிவேதிக்க வேண்டும். முதல் 20 நாட்கள் ஒருபொழுது உண்டு, நியதியுடன் செய்யக் கூடாதவற்றைச் செய்யாமல் இருந்து விநாயகர் புராணத்தைப் பெரியவர்கள் சொல்லக் கேட்டு எப்போதும் தியான நினைவாகவே இருத்தல் வேண்டும். இறுதிநாள் உணவைத் தவிர்த்து மறுநாள் காலையில் பாரணை செய்து விரதத்தினை முடிக்க வேண்டும்.

தூர்வா கணபதி விரதம்

கார்த்திகை மாத சுக்லபக்ஷ சதுர்த்தியில் விநாயகர் திருவுருவை அருகின்மீது எழுந்தருளுவித்துப் பூசித்து, விரதம் அனுஷ்டிக்க வேண்டும்.

சித்தி விநாயகர் விரதம்

புரட்டாசி மாதம் சுக்ல பக்ஷ சதுர்த்தியில் விநாயக விரதம் அனுஷ்டிப்பது. இது பிரகஸ்பதியால் கூறப்பட்டது. தர்ம புத்திரர் அனுஷ்டிப்பது.

செவ்வாய் பிள்ளையார் வழிபாடு

தை, ஆடி மாதச் செவ்வாய்க் கிழமைகளில் தொடங்கி பிரார்த்தனை செய்து இத்தனை செவ்வாய்க்கிழமை எனத் தீர்மானித்து நோன்பு இருப்பர். இந்நோன்பு வழிபாட்டு நிவேதனத்தையும் ஆண்கள் உண்ணக் கூடாது.

எல்லாப் பெண்களும் ஒரே வீட்டில் கூடி அவரவர் பங்குக்கு நெல் கொண்டுவந்து நீராடி சுத்தமாக இருந்து நெல்குத்தி அரிசியாக்கி மாவு இடிப்பர். உப்புப் போடாமல் மாவு பிசைந்து தேங்காயை சிறு சிறு துண்டாக்கி இளநீர் விட்டுப் பிசைந்து அடையும், உருண்டையும் செய்து நீராவியில் வைக்கோல் பரப்பி அதன்மேல் ஆவி போகாதபடி மூடி வைத்து வேக வைப்பர். அனைவருக்கும் ஏற்ப ஓர் அடையாகத் தட்டுவர்.

கன்று போடாத பசுவின் சாணத்தைக் கொண்டு பிள்ளையார் பிடித்து புளிய இலை, புங்க இலைகளைக் கொண்டு குடில் அமைத்து நடுவே பிள்ளையாரை எழுந்தருளும்படிச் செய்வர். தேங்காய், பழம், பாக்கு, வெற்றிலை, கொழுக்கட்டை வைத்துத் தூபம் போட்டு விநாயகர் கதை சொல்வர். கதை முடிந்ததும் தீபாராதனை காட்டி நைவேத்தியம் செய்து அவரவர் தங்கள் அடைகளை உண்பர். விடிவதற்கு நான்கு நாழிகைக்கு முன் எழுந்து இரவில் வேக வைத்த வைக்கோல், புளிய இலை, புங்க இலை, பூசை செய்த பூ, இலை, பிள்ளையார் அனைத்தையும் ஆற்றில் போட்டு அனுப்பி மௌனமாக நிறைகுடத்துடன் மஞ்சள் குங்குமம் இட்டு வெற்றிலை போட்டுத் திரும்புவர். அன்று எவருக்கும் பணம், தான்யம் முதலியவை கொடுக்கக்கூடாது.

சங்கட ஹர சதுர்த்தி விரதம்

மாசி மாதம் தேய்பிறையில் (அமர பட்சத்தில்) செவ்வாய்க்கிழமை அன்று வரும் சதுர்த்தியில் இந்த விரதத்தை ஆரம்பிக்க வேண்டும். அன்று அதிகாலையில் எழுந்து நீராடி விபூதி பூசி, உத்திராட்ச மாலை அணிந்து சிரசு முதல் பாதம் வரை நியாசம் செய்து காதாக்கினி முதலானவற்றை அணிவித்து விநாயகப் பெருமானின் திருவடிகளை உள்ளத்தில் நிறுத்தித் தியானித்து ஏகாக்ஷரம் (ஓரேழுத்து) சடாக்ஷரம் (ஆறெழுத்து) திருநாமம் என்னும் இம் மூன்று மந்திரங்களைச் செபித்து அனுபானம் அருந்தாமல் உபவாசம் இருக்க வேண்டும்.

அன்று சந்திரரோதயத்தில் கணேசப் பெருமானை எழுந்தருளச் செய்து பூஜைப் பொருட்கள் அனைத்தையும் ஆராதனை செய்து முடித்து சந்திர பகவானை அர்ச்சனை செய்து வேதம் ஓதும் அந்தணருக்கு அறுசுவை உணவு அளித்து மனமுவந்து படைக்க வேண்டும். அன்று இரவு முழுவதும் தூங்காமல் கண் விழித்து கணேசரின் அற்புதக் கதைகளைக் கேட்க வேண்டும்.

இவ்வாறு இவ்விரதத்தினை ஓர் ஆண்டு முழுவதும் சதுர்த்தி தோறும் இருந்து வந்தால் எல்லா நற்காரியங்களும் கிட்டும். வன்னிமரத்தடியில் இருந்து இவ்விரதம் இருந்தால் நோய்கள் நீங்கும்.

அங்காரகன் தவம் இருந்தபோது எழுந்தருளிய விநாயகப் பெருமானிடம் தாங்கள் தரிசனம் தந்த இந்த செவ்வாய்க்கிழமை சதுர்த்தி தினமாததால் சதுர்த்தி திதியில் எனது வாரமாகிய அங்காரக (செவ்வாய்) வாரம் சேர்ந்து வரும் நாட்களில் தங்களை வணங்கி வழிபடும் மக்களுக்கு எல்லா வினைகளை நீக்க வேண்டுமென வரம் வேண்டினான். பெருமானும் அங்காரகனுக்கு வரம் அளித்து நான் சகலமங்களத்தோடு தரிசனம் தந்ததால் உனக்கு மங்களன் என்ற பெயர் உண்டாகட்டும் என்றார். அதனால்தான் செவ்வாய்க்கிழமையை மங்கள வாரம் என்பர்.

எனவேதான் செவ்வாய்க்கிழமை வரும் சதுர்த்தி மற்ற சதுர்த்திகளைவிட விநாயகப் பெருமானுக்கு மகிழ்ச்சி தருவதாகும். அன்று வழிபடுபவர்களின் சங்கடங்களை யெல்லாம் விலக்கி விடுவார் என்பதனால் இந்த சதுர்த்தி சங்கடஹர சதுர்த்தி என வழங்கப்படுகின்றது.

பிள்ளையார் நோன்பு

கார்த்திகை மாதம் பிரதமை முதல் மார்கழி மாதம் சுக்கிலபக்ஷம் சஷ்டி திதி வரை 21 நாட்கள் அனுஷ்டிப்பர். இவ்விரதம் அனுஷ்டிக்கும் காலத்தையே 'சஷ்டி தொட்டு சதயம் விட்டு' என்ற பழமொழியாகக் கூறுவர். 21 இழையால் ஆகிய காப்பினை ஆண்கள் வலது மணிக்கட்டிலும் பெண்கள் இடது மணிக்கட்டிலும் அணிந்து 21 நாட்களும் பெருமானுக்கு திருமஞ்சனம் முதலியன செய்து ஒவ்வொரு நாளும் ஒவ்வொரு வகையான நிவேதனம் செய்விக்க வேண்டும். முதல் 20 நாட்கள் ஒரு வேளை உணவு உண்டும், இறுதிநாள் உணவு உண்ணாமல் இருந்து பூசை செய்து மறுநாள் பாரணை செய்து விரதம் முடிக்க வேண்டும். இந்நாட்களில் விநாயக புராணம் படித்து எப்போதும் பெருமானின் நினைவுடன் இருக்க வேண்டும்.

வெள்ளிக்கிழமை விரதம்

வைகாசி மாதம் வளர்பிறையில் வரும் முதல் வெள்ளிக் கிழமை தொடங்கி ஒவ்வொரு வெள்ளிக்கிழமையும் தவறாமல் விரதம் மேற்கொள்ள வேண்டும். இதனையே சித்திரை மாத வளர்பிறை முதல் இருக்க வேண்டுமென உபதேச காண்டம் குறிப்பிடுகின்றது.

அதிகாலையில் ஐந்து மணிக்கு முன் எழுந்து புண்ணிய நதிகளில் நீராடி பட்டு உடுத்தி, ரத்ன கலச ஸ்தாபனம் செய்து கும்பத்தில் விநாயகரை ஆவாகனம் செய்து பூசித்து அவருக்கு கரும்பு, விளாம்பழம், சர்க்கரை, பலாப்பழம் முதலியனவற்றை நிவேதிக்க வேண்டும். அன்று பகல் முழுவதும் உணவு உண்ணாமல் இருக்க வேண்டும். மாலையில் திரும்பவும் நீராடி,

விநாயகரை வணங்கி ஏதாவது பழம் சாப்பிடலாம். விரத முடிவில் மகேஸ்வர பூசை செய்து அடியார்களை அழைத்து அவர்களுடன் இருந்து உண்ண வேண்டும்.

இவ்விரதம் இருந்து அத்திரி மகிரிஷி சந்திரனையும், துர்வாசரையும் பிள்ளைகளாகப் பெற்றார். குபேரன் சங்கநிதி, பதும நிதிகளைப் பெற்றார். பிரம்மா சிருஷ்டித் தொழிலில் திறம் பெற்றார்.

வெள்ளிப் பிள்ளையார் வழிபாடு

ஆடி, தை மாதங்களில் வரும் வெள்ளிக்கிழமை அன்று அதிகாலை 4 மணிக்கு எழுந்து எண்ணெய் தேய்த்துக் குளித்து தூய ஆடை அணிந்து சாணத்தைப் பிள்ளையார் பிடித்து செவ்வலரி, செம்பரத்தி, அருகு கொண்டு பூசிப்பர். சூரிய உதயத்திற்கு முன்பு பூஜையை முடிக்க வேண்டும். தாழை இலை, நெற்கதிர் பரப்பி அதன்மீது கொழுக்கட்டை வைத்து விநாயகரை வழிபடுபவர். இதனால் செல்வம் பெருகும்.

விநாயகர் தியான ஸ்லோகங்கள்

சுக்லாம் பரதரம் விஷ்ணும் சசி வர்ணம் சதுர்புஜம்
ப்ரசன்ன வதனம் த்யாயேத் சர்வ விக்னோப சாந்தயே

வெண்மையான பட்டாடை தரித்தவரும், விஷ்ணுவை போன்ற வரும் கார்மேக நிறத்தவரும், நான்கு கரங்கள் உள்ளவரும், மலர்ந்த திருமுகம் உடையவருமான கணபதியை தியானம் செய்கிறேன். அவர் எனது வினைகளை உபசாந்தி செய்யட்டும்.

மூஷிக வாகன மோதக அஸ்த
சாமர கர்ண விளம்பித சூத்ர
வாமன ரூப மகேஸ்வர புத்ர
விக்ன விநாயக பாத நமஸ்தே

மூஷிகம் என்னும் எலியை வாகனமாக உடையவரே, மோதகத்தை ஏந்தியவரே, முறம் போன்ற காதுகளை

உடையவரே, நாகத்தை அரைஞானாக கட்டியுள்ளவரே, வாமனரூபம் உடையவரே மகேசனின் மகனே, வினைகளைத் தீர்ப்பவரே, உங்கள் பாதங்களை வணங்குகிறேன்.

கஜானனம் பூத கணாதி சேவிதம்
கபித்த ஜம்பூபல சார பக்ஷிதம்
உமாசுதம் சோக விநாஸ காரணம்
நமாமி விக்னேஷ்வர பாத பங்கஜம்

ஆனைமுகத்தவனே, சிவபூத கணங்களின் தலைவனே, விளாம்பழம் நாகப்பழம் முதலிய கனிகளை விரும்பி ஏற்பவரே, உமாதேவியாரின் மகனே, எமது துக்கத்தை நிவர்த்தி செய்பவரே, விக்னேஷ்வரனான உம்முடைய தாமரை போன்ற மலர் பாதங்களை வணங்குகிறேன்.

ஸ்ரீகாந்தோ மாதுலோ
யஸ்ய ஜனனீ பார்வதி
ஜனக சங்கரோ தேவோ
தம் வந்தே குஞ்சரானனம்

ஸ்ரீகாந்தன் என்று அழைக்கப்படும் விஷ்ணுவை தாய் மாமனாக அடைந்தவரே, பார்வதியைத் தாயாகவும் சங்கரனைத் தந்தையாகவும் அடைந்துள்ள தேவரே, யானை முகம் உடையவரான உம்மை வணங்குகிறேன்.

விநாயக வரம் தேஹி
மகாத்மந் மோதக ப்ரிய
அவிக்னம் குரு மே தேவ
ஸர்வ கார்யேஷு ஸர்வதா

விநாயகரே உங்கள் கருணையோடு கூடிய வரத்தை வேண்டுகிறேன். மகாத்மாவே, மோதகப்பிரியனே, என் தீவினைகளை வேரறுத்து எம்முடைய நற்கர்மங்களை எப்போதும் வெற்றி பெறச் செய்து அருள வேண்டுகிறேன்.

வக்ரதுண்ட மகா காயா
சூர்ய கோடி சம ப்ரபா
நிர்விக்னம் குரு மே தேவா
சர்வ கார்யேஷு சர்வதா

யானை போன்ற பெருத்த உடலை உடையவரே எண்ணற்ற சூரியகதிர்கள் ஒளி வீசுவது போல் பிரகாசிப்பவரே எனது வினைகளை வேரறுத்து எனது எல்லா சத் கர்மங்களையும் எப்போதும் தேவரீர் நடத்தியருள வேண்டுகிறேன்.

அகஜானன பத்மார்க்கம் கஜானன மஹர்நிசம்
அனேக தம்தம் பக்தானாம் ஏகதந்தம் உபாஸ்மஹே

யானை முகத்தவரே, யானைமுக அரக்கனை அழித்தவரே, தங்கள் பக்தர்களைக் காப்பதை எப்போதும் ஆனந்தமாய் செய்பவரே. ஏக தந்தத்தால் மூஷிகனை அடக்கி மகாபாரதம் எழுதியவரே. ஏகதந்தன் எனப் பெயர் பெற்றவரே, உம்மை பக்தியுடன் உபாசிக்கிற எமக்கு அருள வேண்டுகிறேன்.

நமோ நமோ கணேசாய
நமஸ்தே விஸ்வரூபிணே
நிர்விக்னம் குரு மே கார்யம்
நமாமி த்வாம் கஜானன

கணேசரே, மீண்டும், மீண்டும் உங்களை பக்தியுடன் வணங்குகிறேன். விஸ்வம்பர மூர்த்தி எனப்படும் பேருருவம் கொண்டவரே, எனது நற்செயல்கள் யாவும் நிர்விக்னமாக நடக்க யானை முகப்பெருமானாகிய உம்மை வணங்குகிறேன்.

ஏகதந்தம் மகா காயம்
தப்த காஞ்சன சன்னிபம்
லம்போதரம் விரூபாக்ஷம்
வந்தேஹம் கணநாயகம்

ஒரு தந்தத்தை ஒடித்து பாரதம் எழுதி ஒரு தந்ததால் உலகைக் காத்து ஏகதந்தன் என்ற பெயரால் புகழப்படுபவரே, ஞானத்தால் பெருத்த சரீரம் உடையவரே, பெருத்த வயிற்றை உடையவராதலால் லம்போதரன் என்று பெயர் பெற்றவரே விசாலமான கண்களை உடையவரே கணநாதரே உம்மை அடியேன் வணங்குகிறேன்.

கணபதி மூலமந்திரம்

ஓம் கம் கணபதயே நம:
ஓம் ஸ்ரீம் ஹ்ரீம் க்லீம் க்லௌம்
கம் கணபதயே வரவரத
சர்வஜனம்மே வசமானய ஸ்வாஹா ஓம்.

கணபதி வேத மந்திரம்

கணானாம் த்வா கணபதிகும் ஹவாமஹே
கவிம் கவீனாம் உபமச்ர வஸ்தமம்
ஜ்யேஷ்ட ராஜம் ப்ரஹ்மணாம் ப்ரஹ்மணஸ்பத
ஆ ந: ஸ்ருண்வன் னூதிபி: ஸீத ஸாதனம்
ஓம் மஹாகணபதயே நம:

ஓம் நமோ வ்ராதபதயே நமோ கணபதயே
நம: ப்ரமத பதயே நமஸ்தே அஸ்து
லம்போதராய ஏகதந்தாய விக்னவிநாசினே
சிவகதாய வரதமூர்த்தயே நமோ நம:

வல்லப கணபதி புராண ஸ்லோகம்

பீஜாபூர கதேக்ஷு கார்முக ருஜா
சக்ராப்ஜ பாசோத் பல
வ்ரீஹயக்ர ஸ்வ விஷான ரத்னகலச
ப்ரோத்யத் கராம் போருஹ
த்யேயோ வல்லபயா ஸ பத்ம கரயா
ச்லிஷ்டோஜ்வலத் பூஷயா
விஸ்வோத்பத்தி விபத்தி ஸம்ஸ்திதிகரோ
விக்னேஸ இஷ்டார்த்தத

மகா கணபதி காயத்ரி மந்த்ரம்

தத்புருஷாய வித்மஹே
வக்ர துண்டாய தீமஹி
தன்னோ தந்தி ப்ரசோதயாத்

கணபதி ஷோடஸ மந்திரங்கள்

1. ஓம் சுமுகாய நம:
2. ஓம் ஏகதந்தாய நம:
3. ஓம் கபிலாய நம:
4. ஓம் கஜகர்ணகாய நம:
5. ஓம் லம்போதராய நம:
6. ஓம் விகடாய நம:
7. ஓம் விக்னராஜாய நம:
8. ஓம் விநாயகாய நம:
9. ஓம் தூமகேதவே நம:
10. ஓம் கணாத்யக்ஷாய நம:
11. ஓம் பாலசந்த்ராய நம:
12. ஓம் வக்ரதுண்டாய நம:
13. ஓம் சூர்ப்பகர்ணாய நம:
14. ஓம் ஹேரம்பாய நம:
15. ஓம் ஸ்கந்தபூர்வஜாய நம:
16. ஓம் ஸித்தி விநாயகாய நம:

ஓம் ஓம் ஸ்ரீமகாகணபதயே நம: ஓம்

தினசரி அதிகாலையில் எழுந்து இந்தப் பதினாறு மந்திரங்களையும் ஜபம் செய்தால் எந்தத் தீவினையும் நம்மை அணுகாது. தினசரி அருகம்புல்லால் கணபதியை வழிபட்டு வந்தால் கவலை அனைத்தும் நீங்கிவிடும்.

சங்கட நாசன ஸ்ரீ கணேச ஸ்தோத்திரம்

(நாரதபுராணத்தில் உள்ளது-நாரதமகரிஷியால் இயற்றப்பட்டது)

பிரணம்ய சிரஸா தேவம் கௌரீ புத்ரம் விநாயகம்
பக்தானாம் ஸ்மரேன் நித்யம் ஆயுஷ் காமார்த்த சித்தயே 1

கௌரீ புத்திரனான விநாயகரைத் தலைவணங்கி பிரார்த்தனை செய்யுங்கள். தினமும் கணபதியை வணங்கி வந்தால் அவர் பக்தனாகிய உங்களுக்கு நீண்ட ஆயுளையும் பொருளையும் தந்து நல்விருப்பங்களை நிறைவேற்றுவார்.

பிரதமம் வக்ரதுண்டம் ச ஏகதந்தம் த்வீதீயகம்
த்ருதீயம் கிருஷ்ணபிங்காக்ஷம் கஜவக்த்ரம் சர்த்தகம் 2

முதல் பெயராக வக்ரதுண்டன் என்ற நாமத்தைக் கூறுங்கள். இரண்டாவதாக ஏகதந்தன் என்ற நாமத்தைக் கூறுங்கள். மூன்றாவதாக கிருஷ்ணபிங்காக்ஷன் என்ற நாமத்தைக் கூறுங்கள். நான்காவதாக கஜவக்த்ரன் என்ற நாமத்தைக் கூறுங்கள்.

லம்போதரம் பஞ்சமம் ச ஷஷ்ட்டம் விகடமேவ ச
சப்தமம் விக்னராஜம் ச தூம்ரவர்ணம் ததாஷ்டமம் 3

ஐந்தாவதாக லம்போதரன் என்ற நாமத்தைக் கூறுங்கள். ஆறாவதாக விகடன் என்ற நாமத்தைக் கூறுங்கள். மேலும் ஏழாவதாக விக்னராஜன் என்ற நாமத்தைக் கூறுங்கள். எட்டாவதாக தூம்ரவர்ணன் என்ற நாமத்தைக் கூறுங்கள்.

நவமம் பாலசந்த்ரம்ச தசமம் து விநாயகம்
ஏகாதசம் கணபதிம் த்வாதசம் து கஜானனம் 4

ஒன்பதாவதாக பாலசந்திரன் என்ற நாமத்தைக் கூறுங்கள். பத்தாவதாக விநாயகன் என்ற நாமத்தைக் கூறுங்கள். பதினொன்றாவதாக கணபதி என்ற நாமத்தைக் கூறுங்கள். பனிரெண்டாவதாக கஜானன் என்ற நாமத்தைக் கூறுங்கள்.

த்வாதசைதானி நாமானி த்ரிசந்த்யம் ய: படேன் நர:
ந ச விக்ன பயம் தஸ்ய சர்வஸித்திகரம் பரம் 5

இப்படி பனிரெண்டு நாமங்களை யார் தினமும் காலை மதியம் இரவு என்று மூன்று வேளைகளிலும் கூறுகின்றாரோ அந்தக் கணபதி பக்தனுக்கு எப்போதுமே விக்னங்கள் ஏற்படாது. எந்தப் பயமும் ஏற்படாது. மேலும் எல்லா வேண்டுதல்களும் நிறைவேறும். உயர்ந்த பதவி கிட்டும்.

பலசுருதி

வித்யார்த்தி லபதே வித்யாம் தனார்த்தி லபதே தனம்
புத்ரார்த்தி லபதே புத்ரான் மோக்ஷார்த்தீ லபதே கதிம்
ஜபேத் கணபதி ஸ்தோத்ரம் ஷட்பிர்மாலை: பலம் பவத்
ஸம்வத்ஸரேண ஸித்திம் ச லபதே நாத்ர சம்ஸய:
அஷ்டப்யோ பிராஹ்மணேப்யச்ச விகித்வாய:
சமர்ப்பயேத்
தஸ்ய வித்யா பவேத் சர்வ கணேசஸ்ய ப்ரஸாதத:

கல்வியை வேண்டுபவனுக்கு நற்கல்வியையும், ஐஸ்வர்யத்தை வேண்டுபவனுக்கு நற்பொருளையும், குழந்தைப் பேற்றை வேண்டுபவனுக்கு நல்ல பிள்ளைகளையும் மோக்ஷத்தை விரும்பி வேண்டுபவனுக்கு விடுதலையும் தருவார்.

ஆறு மாதம் முதல் ஒரு வருடம் வரை தினமும் மூன்று வேளை ஜபம் செய்யும் பக்தன் அவன் வேண்டியதைப் பெறுவான் என்பதில் சந்தேகமில்லை. இந்த விரதத்தினை செய்து அந்தணர்களுக்கு உரிய நல்ல தானங்கள் செய்தால் கணேசரின் பிரசாதத்தை அனைவரும் அடைவர்.

மகாகணபதி நாமாவளி

ஓம் விநாயகனே போற்றி
ஓம் வினைகள் தீர்ப்பவனே போற்றி
ஓம் அரசமரத்தடி அமர்ந்தவனே போற்றி
ஓம் அகந்தை அழிப்பவனே போற்றி
ஓம் அறுகினில் மகிழ்பவனே போற்றி
ஓம் அச்சம் தவிர்ப்பவனே போற்றி
ஓம் ஆனை முகத்தோனே போற்றி
ஓம் ஆறுமுகன் சோதரனே போற்றி
ஓம் ஆதி மூலமே போற்றி
ஓம் ஆனந்த உருவே போற்றி
ஓம் இமவான் சந்ததியே போற்றி
ஓம் ஈசன் மகனே போற்றி
ஓம் உண்மை வடிவே போற்றி

ஓம் உலக நாயகனே போற்றி
ஓம் ஊறும் களிப்பே போற்றி
ஓம் ஊழ்வினை அறுப்பவனே போற்றி
ஓம் எளியவனே போற்றி
ஓம் எந்தையே போற்றி
ஓம் எங்குமிருப்பவனே போற்றி
ஓம் எருக்கு அணிந்தவனே போற்றி
ஓம் ஏழை பங்காளனே போற்றி
ஓம் ஏற்றம் அளிப்பவனே போற்றி
ஓம் ஐயனே போற்றி
ஓம் ஐங்கரனே போற்றி
ஓம் ஒப்பிலாதவனே போற்றி
ஓம் ஒதுக்க முடியாதவனே போற்றி
ஓம் ஒளிமய உருவே போற்றி
ஓம் ஔவைக் கருளியவனே போற்றி
ஓம் கருணாகரனே போற்றி
ஓம் கரணத்தில் மகிழ்பவனே போற்றி
ஓம் கணேசனே போற்றி
ஓம் கணநாயகனே போற்றி
ஓம் கண்ணிற்படுபவனே போற்றி
ஓம் கலியுக நாதனே போற்றி
ஓம் கற்பகத்தருவே போற்றி
ஓம் கந்தனுக்கு உதவியவனே போற்றி
ஓம் கிருபாநிதியே போற்றி
ஓம் கீர்த்தி அளிப்பவனே போற்றி
ஓம் குட்டில் மகிழ்பவனே போற்றி
ஓம் குறைகள் தீர்ப்பவனே போற்றி
ஓம் குணநிதியே போற்றி
ஓம் குற்றம் பொறுப்போனே போற்றி
ஓம் கூவிட வருவோய் போற்றி
ஓம் கூத்தன் மகனே போற்றி
ஓம் கொள்ளை கொள்வோனே போற்றி
ஓம் கொழுக்கட்டைப் பிரியனே போற்றி
ஓம் கோனே போற்றி
ஓம் கோவிந்தன் மருமகனே போற்றி
ஓம் சடுதியில் வருபவனே போற்றி
ஓம் சங்கரன் புதல்வனே போற்றி

ஓம் சங்கட ஹரனே போற்றி
ஓம் சதுர்த்தி நாயகனே போற்றி
ஓம் சிறிய கண்ணோனே போற்றி
ஓம் சித்தம் கவர்ந்தோனே போற்றி
ஓம் சுருதிப் பொருளே போற்றி
ஓம் சுந்தரவடிவே போற்றி
ஓம் ஞாலம் காப்பவனே போற்றி
ஓம் ஞான முதல்வனே போற்றி
ஓம் தந்தம் உடைந்தவனே போற்றி
ஓம் தந்தத்தாற் எழுதியவனே போற்றி
ஓம் தும்பிக்கை உடையாய் போற்றி
ஓம் துயர் துடைப்பவனே போற்றி
ஓம் தெருவெலாம் காப்பவனே போற்றி
ஓம் தேவாதி தேவனே போற்றி
ஓம் தொந்தி விநாயகனே போற்றி
ஓம் தொழுவோ;ா நாயகனே போற்றி
ஓம் தோணியே போற்றி
ஓம் தோன்றலே போற்றி
ஓம் நம்பியே போற்றி
ஓம் நாதனே போற்றி
ஓம் நீறணிந்தவனே போற்றி
ஓம் நீர்க்கரையமர்ந்தவனே போற்றி
ஓம் பழத்தை வென்றவனே போற்றி
ஓம் பாரதம் எழுதியவனே போற்றி
ஓம் பரம்பொருளே போற்றி
ஓம் பரிபூரணனே போற்றி
ஓம் பிரணவமே போற்றி
ஓம் பிரம்மசாரியே போற்றி
ஓம் பிள்ளையாரே போற்றி
ஓம் பிள்ளையார்பட்டியானே போற்றி
ஓம் பிறவிப்பிணி தீர்ப்பவனே போற்றி
ஓம் பிள்ளைகளை ஈர்ப்பவனே போற்றி
ஓம் புதுமை வடிவே போற்றி
ஓம் புண்ணியனே போற்றி
ஓம் பெரியவனே போற்றி
ஓம் பெரிய உடலோனே போற்றி

ஓம் பேருளாளனே போற்றி
ஓம் பேதம் அறுப்போனே போற்றி
ஓம் மஞ்சளில் இருப்பவனே போற்றி
ஓம் மகிமையளிப்பவனே போற்றி
ஓம் மகாகணபதியே போற்றி
ஓம் மகேசுவரனே போற்றி
ஓம் முக்குறுணி விநாயகனே போற்றி
ஓம் முதலில் வணங்கப்படுவோனே போற்றி
ஓம் முறக்காதோனே போற்றி
ஓம் முழுமுதற்கடவுளே போற்றி
ஓம் முக்கணன் மகனே போற்றி
ஓம் முக்காலம் அறிந்தோனே போற்றி
ஓம் மூத்தோனே போற்றி
ஓம் மூஞ்சுறு வாகனனே போற்றி
ஓம் வல்லப கணபதியே போற்றி
ஓம் வரம்தரு நாயகனே போற்றி
ஓம் விக்னேஸ்வரனே போற்றி
ஓம் வியாஸன் சேவகனே போற்றி
ஓம் விடலைக்காய் ஏற்பவனே போற்றி
ஓம் வெற்றியளிப்பவனே போற்றி

சங்கரபகவத் பாதர் அருளிய கணேச ஸ்துதி

முதா கராத்த மோதகம் ஸதா விமுக்தி ஸாதகம் |
களாதராவதம்ஸகம் விலாஸிலோக ரக்ஷகம் |
அனாயகைக னாயகம் வினாசிதேப தைத்யகம் |
னதாஸுபாஸு னாஸகம் னமாமி தம் வினாயகம் || 1

னதேதராதி பீகரம் னவோதிதார்க பாஸ்வரம் |
னமத்ஸுராரி னிர்ஜரம் னதாதிகாபதுத்டரம் |
ஸுரேஸ்வரம் னிதீஸ்வரம் கஜேஸ்வரம் கணேஸ்வரம் |
மஹேஸ்வரம் தமாஸ்ரயே பராத்பரம் னிரன்தரம் || 2

ஸமஸ்த லோக சங்கரம் னிரஸ்த தைத்ய குஞ்ஜரம் |
தரேதரோதரம் வரம் வரேப வக்த்ரமக்ஷரம் |
க்றுபாகரம் க்ஷமாகரம் முதாகரம் யசஸ்கரம் |
மனஸ்கரம் னமஸ்க்றுதாம் னமஸ்கரோமி பாஸ்வரம் || 3

அகிஞ்சனார்தி மார்ஜனம் சிரந்தனோக்தி பாஜனம் |
புராரி பூர்வ னன்தனம் ஸுராரி கர்வ சர்வணம் |
ப்ரபஞ்ச னாச பீஷணம் தனஞ்ஜயாதி பூஷணம் |
கபோல தானவாரணம் பஜே புராண வாரணம் || 4

னிதான்த கான்தி தன்த கான்தி மன்த கான்தி காத்மஜம் |
அசின்த்ய ரூபமன்த ஹீன மன்தராய க்றுன்தனம் |
ஹ்றுதன்தரே னிரன்தரம் வஸன்தமேவ யோகினாம் |
தமேகதன்தமேவ தம் விசின்தயாமி ஸன்ததம் || 5

மஹாகணேச பஞ்சரத்னமாதரேண யோ?? உன்வஹம் |
ப்ரஜல்பதி ப்ரபாதகே ஹ்றுதி ஸ்மரன் கணேஸ்வரம் |
அரோகதாமதோஷதாம் ஸுஸாஹிதீம் ஸுபுத்ரதாம் |
ஸமாஹிதாயு ரஷ்டபூதி மப்யுபைதி ஸோ?? உசிராத் || 6

விநாயகப் பெருமானின் 16 திருநாமாவளிகள்

(முதலில் 'ஓம்' எனவும் இறுதியில் 'நம' எனவும் சேர்த்துக் கொள்ள வேண்டும்).

ஓம் சுமுகாய நம
ஏகதந்தாய
கபிலாய
கஜகர்னாகாய
லம்போதராய
விநாயகாய
விக்கினராஜாய
கணபதியே
தூமகேதுவே
கனாத்யக்ஷாய
பாலசந்திராய
குஜானனாய
வக்கிரதுண்டாய
சூர்ப்பகன்னாய
ஏரம்பாய
ஸ்காந்த பூர்வஜாய
ஓம் மகா கனாதிபதயே நம:

இவைகளை வாயினால் உரைத்தாலும், காதால் கேட்டாலும் திருமணம், வித்தை, கல்வி, சுபம், சுகம், யாகம், போராட்ட வெற்றி முதலிய அனைத்துமே நினைக்கு முன்பே நிறைவேறும்.

க்ஷிப்ர கணபதி

தந்த கல்பலதா பாச ரத்னகும்பாங்குசோஜ்ஜ்வலம் |
பந்தூககமனீயாங்கம் த்யா யேத் க்ஷிப்ரவிநாயகம் ||

ஹேரம்ப கணபதி

அபயவ ரதஹஸ்த: பாசதந்ததாக்ஷமாலா
பரசுஸ்ருணி த்ரிசீர்ஷம் முத்கரம் மோதகம் ச |
தததிகதஸிம்ஹ: பஞ்ச மாதங்கவக்த்ரோ
கணபதிரத உகளர: பாது ஹேரம்ப நாமா ||

லக்ஷ்மீ கணபதி

பிப்ராண: சுகபீஜபூரகமல மாணிக்ய கும்பாங்குசான்
பாசம் கல்பவதாம் ச பாணிகலசம் ஸ்ரோத: ஸுதாநிர்ஜரம் |
ச்யாமேநாத்தஸரோருஹேண ஸஹிதோ தேவீத்வ யேநாந்திகே
கௌராங்கோ வரதானஹஸ்தகமலோ லக்ஷ்மீகணேசோ வதாத் ||

ஸ்வர்ண கணபதி

சங்கேக்ஷூசாபகுஸுமேஷுகுடாரபாச
சக்ராங்குசை: கலபமஞ்ஜரிகா ஸநாதை: |
பாணிஸ்திதை: பரிஸமாஹித பூஷணஸ்ரீ
விக்னேச்வரோ விஜயதே தபநீயகௌர: ||

ந்ருத்த கணபதி

பாசாங்கு சாபூபகுடாரதந்த
சஞ்சத்கரம் க்லுப்தவ ராங்குவீயகம் |
பீதம்ரபம் கல்பதரோரதஸ்தம்
பஜாமி ந்ருத்தைகபதம் கணேசம் ||

மஹாகணபதி

கல்ஹாராம்புஜ பீஜபூரக கதாதந்தேக்ஷுபாணெ: ஸமம்
பிப்ராணோ மணிகும்பசாலிகணிசௌ பாசம் சக்ரா ந்விதம் |
கௌராங்க்யா ருசிராரவிந்த யுதயா தேவ்யா ஸமாலிங்கித:
சோணாங்க: கபமாதநோது பவதாம் நித்யம் கணேசோ மஹான் ||

ஊர்த்துவ கணபதி

கல்ஹாரசாலிகணிசேஷு பரச்வதாஸ்த்ர
தந்தப்ரரோஹப லப்ருத்கன கோஜ்ஜ்ன லாங்க: |
ஆலிங்க நோத்யதகரோ ஹரிதாங்க யஷ்ட்யா
தேவ்யா திசத்ல பயமூர்த்வ கணேச்வரஸ்தே ||

ஹரித்ரகணபதி

பாசாங்குசேக்ஷுசஷ கேஷு ஸரோஜதந்த
சால்யக்ரரத்ன கலசாபரணா பிராமம் |
பார்ச்வே ஸதாரயுகளம் கனகாபமீடே
ஹாரித்ரகுஞ்சர நிபம் கருணா நிவாஸம் ||
இதி விரசிதமிமம் கணாதி ஜஸ்தவமனுத்தம
மாதரரேண நித்யம் |
ஸ்மரதி படதி ய: ச்ருணோதி வாபிஜகதி தஸ்ய ந கிஞ்சிதப்
யவச்யம் |

ஷோடச கணபதி ஸ்தோத்திரம்

சைவாகமங்கள் 28னுள் ஒன்றாகிய அஜிதாகமம் என்னும் ஆகமத்தின் 55ஆம் படலத்தில் விநாயகப் பெருமானின் 16 வகையான வடிவங்களைக் கொண்ட ஸ்தோத்திரமும் அதன் பலன்களும் காணப்படுகின்றன.

பால கணபதி

கரஸ்தகதளீசூதப நளேக்ஷுகபித்தகம் |
பாலஸூர்யிப்ரபம் வந்தே தேவம் பாலகணாதிடம் ||

பக்த கணபதி

நாளிகேராம்ரக தளீகுளபா யஸதாரிணம் |
பஜே சசாங்க ஸம்காசம் தேவம் பக்த கணாதிபம் ||

வீர கணபதி

வேதாள சக்திசரகார்முக சங்கசக்ர கட்வாங்கமுத்கரக
தாங்குச நாகபாசை: |
சூலம் சகுந்தபரசுத் வஜமுத்வஹந்தம் வீரம்
கணேசமருணம் ஸத்தம் ஸ்மராமி ணா ||

சக்தி கணபதி

ஆலிங்க்ய தேவீம் ஹரிதாம் நிஷண்ணாம் பரஸ்பராஸ்
ப்ருஷ்டகடீ நிவேசாம் |
ஸந்த்யாருணம் பாசஸ்ருணீ வஹந்தம் பயாபஹம்
சக்திகணேசமீடே ||

விதி கணபதி

ய: புஸ்தகாக்ஷ குணதண்ட கமண்டலு
ஸ்ரீவித்யோதமாகைரபூஷ மிந்துவர்ணம் |
ஸ்தம்பேரமானனசதுஷ்ட யசோபமானமங்கம் ஸ்பரேத்
விதிகணாதிபதே: ஸ தன்ய: ||

பிங்கள கணபதி

பக்வ சூதபலகல்பமஞ்ஜரீமிக்ஷு தண்டதில மோதகம் வஹன் |
ராஜதே பரசுஹஸ்த தே நம: ஸ்ரீ ஸம்ருத்திஸஹிதச பிங்கள: ||

உச்சிஷ்ட கணபதி

நிலாப்ஜம் தாடிமம் வீணா சாலிபுஞ்ஜா க்ஷஸூத்ரகம் |
தத்துச்சிஷ்டநாமா து கணேச: பாது ஸம்நத: ||

ரக்த கணபதி

பாசாங்குச ஸ்வதந்தாம்பரப லவாநாகுவாஹந: |
விக்னம் நிஹந்து ந: ஸர்வம் ரக்தவர்ணோ விநாயக: ||

அங்க பூஜா

(விநாயகரின் பல்வேறு அங்கங்களுக்கு மலரால் அர்ச்சனை செய்க)

கணேசாய நம:	*- பாதௌ பூஜயாமி*
ஏகதந்தாய நம:	*- தந்தௌ பூஜயாமி*
கௌரீ புத்ராய நம:	*- ஜங்க்கே பூஜயாமி*
விக்னராஜாய நம:	*- ஜானுனீ பூஜயாமி*
ப்ரஹ்மசாரீணே நம:	*- ஊரு பூஜயாமி*
ஹேரம்பாய நம:	*- கடிம் பூஜயாமி*
பார்வதீ ப்ரிய நந்தனாய நம:	*- குஹ்யம் பூஜயாமி*
ஈசபுத்ராய நம:	*- மேட்ரம் பூஜயாமி*
கணநாதாய நம:	*- நாபிம் பூஜயாமி*

லம்போதராய நம:	- உதரம் பூஜயாமி
விநாயகாய நம:	- வக்ஷஸ்தம் பூஜயாமி
விகடாய நம:	- ஹ்ருதயம் பூஜயாமி
ஸ்தூல கண்ட்டாய நம:	- கண்ட்டம் பூஜயாமி
ஸ்கந்தாக்ரஜாய நம:	- ஸ்கந்தெள பூஜயாமி
பாசஹஸ்தாய நம:	- ஹஸ்தான் பூஜயாமி
சதுர்புஜாய நம:	- பாஹூன் பூஜயாமி
கஜமுகாய நம:	- முகம் பூஜயாமி
விக்ன நேத்ரே நம:	- நேத்ரே பூஜயாமி
சூர்ப்பகர்ணாய நம:	- கர்ணெள பூஜயாமி
பாலசந்த்ராய நம:	- லலாடம் பூஜயாமி
உமாபுத்ராய நம:	- நாஸிகாம் பூஜயாமி
விக்னஹந்த்ரே நம:	- சுபுகம் பூஜயாமி
ஸ்தூலோஷ்டாய நம:	- ஓஷ்டெள பூஜயாமி
ஹரஸூனவே நம:	- கண்டஸ்தலம் பூஜயாமி
குஹாக்ரஜாய நம:	- கசான்
ஸர்வேசுவராய நம:	- சிர: பூஜயாமி
விக்னராஜாய நம:	- ஸர்வாண்யங்காணி பூஜயாமி

ஸ்ரீகணேச அஷ்டோத்ர சதநாமாவாளி

(ஒவ்வொரு நாமாவிற்கு முதலில் "ஓம்" என்றும் முடிவில் "நம:" என்றும் சேர்த்துச் சொல்ல வேண்டும்.)

மலர்களால் இந்த 108 பெயர்களையும் கூறி அர்ச்சனை செய்யவும்.

1. விநாயகாய	2. விக்நராஜாய
3. கௌரீபுத்ராய	4. கணேசுவராய
5. ஸ்கந்தாக்ரஜாய	6. அவ்யயாய
7. பூதாய	8. தக்ஷாய
9. அத்யக்ஷாய	10. த்விஜப்ரியாய
11. அக்நிகர்ப்பச்சிதே	12. இந்த்ரசுரீப்ரதாய
13. வாணீப்ரதாய	14. அவ்யயாய
15. ஸர்வஸித்திப்ரதாய	16. ஸவர்தநயாய

17. சர்வரீப்ப்ரியாய
18. ஸர்வாத்மகாய
19. ஸ்ருஷ்டிகர்த்ரே
20. தேவாய
21. அநேகார்சிதாய
22. சிவாய
23. சுத்தாய
24. புத்திப்ரியாய
25. சாந்தாய
26. ப்ரஹம சாரிணே
27. கஜாநநாய
28. த்வைமாத்ரேயாய
29. முநிஸ்துத்யாய
30. பக்த நிக்ந நாசகாய
31. ஏகதந்தாய
32. சதுர்பாகவே
33. சதுராய
34. சக்திஸம்யுதாய
35. லம்போதராய
36. சூர்பகர்ணாய
37. ஹரயே
38. ப்ரஹ்மவிதுத்தமாய
39. காலாய
40. க்ரஹபதயே
41. காமிநே
42. ஸோமஸூர்யாக்நிலோசநாய
43. பாசாங்குசதராய
44. சண்டாய
45. குணாதீதாய
46. நிரஞ்ஜநாய
47. அகல்மஷாய
48. ஸ்வயம்ஸித்தாய
49. ஸித்தார்ச்சிபதாம்புஜாய
50. பிஜபூரபலாஸக்தாய
51. வரதாய
52. சாச்வதாய
53. க்ருதிநே
54. த்விஜப்ப்ரியாய
55. வீதபயாய
56. கதிநே
57. சக்ரிணே
58. இக்ஷுசாபத்ருதே
59. ஸ்ரீதாய
60. அஜாய
61. ஸ்ரீபதயே
62. ஸ்துதிஹர்ஷிதாய
63. குலாத்ரிபேத்ரே
64. ஜடிலாய
65. கலிகல்மஷநாசநாய
66. சந்த்ரசூடாமணயே
67. காந்தாய
68. பாபஹாரிணே
69. ஸமாஹிதாய
70. ஆஸ்ரிதாய ஸ்ரீகராய
71. ஸௌம்யாய
72. பக்தவாஞ்சிததாயகாய
73. சாந்தாய
74. கைவல்ய ஸுகதாய
75. ஸச்சிதாநந்த விக்ரஹாய
76. ஜ்ஞாநிநே
77. தயாயுதாய
78. தாத்தாய
79. ப்ரஹம த்வேஷவிவர்ஜிதாய
80. ப்ரமத்த தைத்ய
81. பயதாய

82.	ஶ்ரீகண்டாய	83.	விபுதேச்வராய
84.	ரமார்ச்சிதாய	85.	விதயே
86.	யஜ்ஞோபவீதவதே	87.	ஸ்த்தூலகண்டா
88.	கர்த்ரே	89.	ஸாமகோஷப்ரியாய
90.	பரஸ்மை	91.	ஸ்தூல கண்டாய
92.	அக்ரண்யே	93.	தீராய
94.	வாகீசாய	95.	ஸிததிதாயகாய
96.	துர்வாயில் வப்ரியாய	97.	அவ்யக்த மூர்த்தியே
98.	அத்புத மூர்த்திமதே		
99.	சைலேந்த்ர தநுஜோத்ஸங்க கைலநோத்ஸுக மாநஸாய		
100.	ஸ்வலா வண்யஸுதாஸ்ராய		
101.	ஜிதமந்மத விக்ரஹாய	102.	ஸமஸ்தஜகதாதாராய
103.	மாயிநே	104.	மூஷிகனாஹநாய
105.	ஹ்ருஷ்டாய	106.	துஷ்டாய
107.	ப்ரஸந்நாத்மநே	108.	ஸர்வஸித்திப்ர தாயகா.

நானாவித பத்ர புஷ்பாணி ஸமர்ப்பயாமி

(நிறைய மலர்கள் போடவும்)

நைவேத்தியம்

பிள்ளையார் சதுர்த்தி: கடலைப்பருப்பு கொழுக் கட்டை, உளுத்தம் பருப்பு கொழுக்கட்டை, தேங்காய் கொழுக்கட்டை, எள்ளுக் கொழுக்கட்டை, அப்பம், வடை, சுண்டல், இட்லி, பொறி உருண்டை, பாயாசம், அவல்.

நைவேத்யம் செய்வதற்கான பொருட்களை வைக்கு மிடத்தில் நீர் தெளித்து சுத்தம் செய்யவும். பிறகு கீழ்க்கண்ட மந்திரம் சொல்லி சாம்பிராணி (தூபம்) காண்பிக்கவும்.

தசாங்கம் குக்குலோ பேதம் ஸுகந்தம்ச மனோஹரம்
தூபம் தாஸ்யாமி தேவேச க்ருஹாணத்வம் கஜானன
கஜானனாய நம: தூபம் ஆக்ராபயாமி
தூபானந்தரம் ஆசமனீயம் ஸமர்ப்பயாமி-

ஓர் உத்தரணி தீர்த்தம் விடவும். பிறகு மணி அடித்தவாறு,

ஸாஜ்யம் த்ரிவர்த்தி ஸம்யுக்தம் வஹ்னினா யோஜிதம் மயா
க்ருஹாண மங்களம் தீபம் த்ரைலோக்ய திமிராபஹம்
உமாபுத்ராய நம: தீபம் தர்சயாமி-

(தீபம் காண்பிக்கவும்)

தீபானந்தரம் ஆசமனீயம் ஸமர்ப்பயாமி-

(உத்தரணி தீர்த்தம் விடவும்)

நைவேத்யம் செய்ய மந்தரம்

ஓம் பூர்வஸ்ஸுவ: தத் ஸவிதுர்வரேண்யம் பர்கோ தேவஸ்ய தீமஹி; தியோயோன: பிரசோதயாத்; தேவஸவித; ப்ரஸுவ ஸத்யம் த்வர்த்தேன பரிஷிஞ்சாமி: அம்ருதோபஸ்த்ரணமஸி (என்று தீர்த்தத்தை நிவேதனத்தின் மீது புரோக்ஷணம் செய்து உத்தரணியால் வலமாக நீர் விடவும். கையில் சில புஷ்பங்களும் அக்ஷதையும் எடுத்துக் கொண்டு பிள்ளையார் பிம்பத்திற்குக் காட்டியவாறே, மணி ஒலிக்க) ப்ராணாயஸ்வாஹா, அபானாய ஸ்வாஹா, வ்வாஹா, ப்ரஹ்மணே ஸ்வாஹா; சால்யன்னம் ஷட்ரஸோ பேதம் பல லட்டுக மோதகான், பாயஸா பூபஸம்புக்தான் பக்ஷ்ய போஜ்யான க்ருஹாண போ. ஸ்ரீ மஹாகணபதயே நம: மோதகானி, லட்டுகானி, மாஷாபூபம், குளாபூபம், சால்யன்னம், க்ருதகுள பாயஸம், நாளிகேர கண்ட த்வயம், ஜம்பூபலானி, கபித்த பலானி, கதளீ பலானி, ஏதத் ஸர்வம் மஹாநைவேத்யம் நிவேதயாமி (என்று மணி அடிப்பதை நிறுத்தி) 'விவேதனாந்தரம் ஆசமனீயம் ஸமர்ப்பயாமி' என்று ஓர் உத்தரணி தீர்த்தம் விடவும்.

பாநீயம் பாவனம் ச்ரேஷ்டம் கங்காதி ஸரிதாஸ்ருதம்
ஹஸ்தப்ப க்ஷாளனார்த்தம் த்வம் க்ருஹாண கணாதிப
ஹஸ்தப்ரக்ஷாளனார்த்தம் பானீயம் ஸமர்ப்பயாமி

(என்று உத்தரிணியால் தீர்த்தம் விடவும்)

பூகீபல ஸமாயுக்தம் நாகவல்லீ தளைர்யுதம்
கர்ப்பூர சூர்ண ஸம்யுக்தம் தாம்பூலம் ப்ரதிக்ருஹ்யதாம்
தாம்பூலம் ஸமர்ப்பயாமி

(பாக்கு, வெற்றிலை சமர்ப்பிக்கவும்)

நீராஜனம் ஸுமாங்கல்யம் ஸர்வ மங்கள காரணம் க்ருஹாண கருணாமூர்த்தே கஜானன நமோஸ்துதே கஜானனாய நம: நீராஜனம் ஸமர்ப்பயாமி

(மணி அடித்தவாறு கற்பூர ஹாரத்தி காண்பிக்கவும். மணியை கீழே வைத்து)

நீராஜனாந்தரம் ஆசமனீயம் ஸமர்ப்பயாமி

-உத்தரணி தீர்த்தம் விடவும்.

ஜாதீசம்பக புன்னாக மல்லிகா வகுளாதிபி:
புஷ்பாஞ்சலிம் ப்ரதாஸ்யாமி க்ருஹாண த்விரதானை
த்விரதானனாய நம: புஷ்பாஞ்சலிம் ஸமர்ப்பயாமி.
யோபாம் புஷ்பம் வேத, புஷ்பவான் ப்ரஜாவான் பசுமான் பவதி
சந்த்ரமாவா அபாம் புஷ்பம், புஷ்பவான் ப்ரஜாவான் பசுமான்
பவதி-மந்த்ர புஷ்பம் ஸமர்ப்பயாமி

(கணேசரின் பிம்பத்துக்கு புஷ்பாஞ்சலி செய்யவும்)

யணானிகானிச பாபானி ஜன்மாந்தர க்ருதானிச
தானிதானி வினச்யந்தி ப்ரதக்ஷிண பதே பதே
ப்ரதக்ஷிணம் கரிஷ்யாமி ஸததம் மோதகப்ரிய
மத்விக்னம் ஹரமே சீக்ரம் மம பாபம் வ்யபோஹய
ஆகுவாஹன தேவேச விச்வ வ்யாபின்விநாயக
ப்ரதக்ஷிணம் கரிஷ்யாமித்வாம் ப்ரஸீத கணநாயக-

(தன்னைத்தானே பிரதக்ஷிணம் செய்துகொண்டு பிள்ளையாரை நமஸ்கரிக்கவும்)

நமோ நமோ கணேசாய நமஸ்தே விச்வரூபிணே
நிர்ரவிக்னம் குருமே தேவ நமாமித்வாம் கஜாஜஜ
அகஜானன பத்மார்க்கம் கஜானனம் அஹர்நிசம்
அநேகதம் தம்பக்தானாம் ஏகதந்தம் உபாஸ்மஹே
நமஸ்தே பின்னதந்தாய நமஸ்தே ஹரஸூனவே
மமாபீஷ்ட ப்ரதோதேவ விநாயக நமோஸ்துதே

(நமஸ்காரம் செய்யவும்)

ப்ரஸீத தேவதேவேச ப்ரஸீத கணநாயக
ஈப்ஸிதம் மேவரம் தேஹி பரத்ரசபராம் கதிம்
விநாயக வரம்தேஹி ஸததம் மோதகப்ரிய
நிர்விக்னம் குருமே தேவ ஸர்வகார்யேஷு ஸ்ர்வதா

(வேண்டும் வரன்கள் கிட்டப் பிரார்த்திக்கவும்)

ஸ்வர்ணபுங்க ஸமாயுக்தம் முக்தாஜால ஸமன்விதம்
ச்வேத பட்டாத பத்ரம் வ: ப்ரததாமி கணாதிப

(குடை பிடிக்கவும்)

வஜ்ர வைடூர்ய கசிதம் சரச்சந்த்ர ஸமப்ரமம்
சமரீ ம்ருசு வாலவ்யம் சாமரம்த்வம் க்ருஹாணபோ

(சாமரம் ஸமர்ப்பிக்கவும்)

உசீர நிர்மிதம் தேவ வ்யஜனம் ஸ்வேத சாந்தயே
ப்ரததாமி கணாத்யக்ஷ ஸந்துஷ்டோ பவ ஸர்வதா

(விசிறியால் விசிறவும்)

ஆந்தோளிகாம் ஸமர்ப்பயாமி, ஸமஸ்த ராஜோபசாரான்
ஸமர்ப்பயாமி

(கையில் அக்ஷதை, பால் இவற்றுடன் மூன்று முறை அர்க்யம் விடவும்)

அர்க்யம் க்ருஹாண ஹேரம்ப ஸர்வப்ரத விநாயக
கந்த புஷ்பாக்ஷதைர் யுக்தம் பக்த்யா தத்தம் மயா ப்ரபோ
விக்நேச்வராய நம: இதம் அர்க்யம்

(மூன்று முறை அர்க்யம் விடவும்)

நம்ஸ்துப்யம் கணேசசாய நமஸ்தே விக்ன விநாயக
புனரர்க்யம் ப்ரதாஸ்யாமி க்ருஹாண கணநாயக
விக்னேச்வராய நம: இதமர்க்யம்

(மீண்டும் மூன்று தடவை அர்க்யம் விடவும்)

நமஸ்தே பின்ன தந்தாய நமஸ்தே ஹரஸூனவே

இதம் அர்க்யம் ப்ரதாஸ்யாமி ஸங்க்ருஹாண கணாதிப
விக்னேச்வராய நம: இதமர்க்யம்

(3 முறை அர்க்யம்)

கௌர்யாம் விமல ஸம்பூத ஜ்யேஷ்ட ஸ்வாமின் விநாயக
கணேச்வர க்ருஹாணாக்யம் கஜானன நமோஸ்துதே
விக்னேச்வராய நம: இதமர்க்யம்

(3 முறை அர்க்யம்)

அநேன அர்க்ய ப்ரதானேன பகவான் ஸர்வாத்மக:
ஸர்வம் ஸ்ரீ மஹா கணபதி: ப்ரியதாம்
அனயா பூஜயா ஸித்தி விநாயக: ப்ரீயதாம்
ஓம் தத்ஸத் ப்ரம்மார்ப்பணம் அஸ்து
(ஸ்ரீ விநாயகர் பூஜை சம்பூர்ணம்)

பூசையும் மறுநாள் புனர்பூசையும் (விநாயக சதுர்த்தி பூசை போலவே) முடிந்த பிறகு அடுத்த நாள் (வெள்ளி, சனி, செவ்வாய் தினங்களாக இருந்தால் அதற்கும் மறுநாள்), பூஜையில் வைக்கப்பட்ட பிள்ளையார் பிம்பத்தினை கடலிலோ, குளத்திலோ, அல்லது கிணற்றிலோ விட்டு விடுதல் மரபு. இப்படி விடுமுன், 'அடுத்து வரும் ஆண்டுகளிலும் இதே போன்று எங்கள் இல்லத்தில் விநாயக சதுர்த்தியன்று எழுந்தருளி எங்களை இரட்சிப்பிராக என்று பிரார்த்தனை செய்து கொள்ளவும்.

[நன்றி பொன்மலர்]

விநாயகர் அகவல்

சீதக் களபச் செந்தா மரைப்பூம்
பாதச் சிலம்பு பலஇசை பாடப்
பொன் அரை ஞானும் பூந்துகி லாடையும்
வன்ன மருங்கில் வளர்ந்தழ கெறிப்பப்
பேழை வயிறும் பெரும்பாரக் கோடும்
வேழ முகமும் விளங்குசிந் தூரமும்
அஞ்சு கரமும் அங்குச பாசமும்
நெஞ்சிற் குடிகொண்ட நீல மேனியும்

நான்ற வாயும் நாலிரு புயமும்
மூன்று கண்ணும் மும்மதச் சுவடும்
இரண்டு செவியும் இலங்குபொன் முடியும்
திரண்டமுப் புரிநூல் திகழொளி மார்பும்
சொற்பதங் கடந்த துரியமெய்ஞ் ஞான
அற்புதம் நின்ற கற்பகக் களிறே
முப்பழம் நுகரும் மூடிக வாகன
இப்பொழு தென்னை யாட்கொள வேண்டித்
தாயாய் எனக்குத் தானெழுந் தருளி
மாயாப் பிறவி மயக்க மறுத்தே
திருந்திய முதல்ஐந் தெழுத்துந் தெளிவாய்ப்
பொருந்தவே வந்தென் உளந்தனிற் புகுந்து
குருவடி வாகிக் குவலயந் தன்னில்
திருவடி வைத்துத் திறம்இது பொருள்என
வாடா வகைதான் மகிழ்ந்தெனக் கருளிக்
கோடா யுதத்தாற் கொடுவினை களைந்தே
உவட்டா உபதேசம் புகட்டியென் செவியில்
தெவிட்டாத ஞானத் தெளிவையுங் காட்டி
ஐம்புலன் தன்னை அடக்கு முபாயம்
இன்புறு கருணையின் இனிதெனக் கருளிக்
கருவிக ளொடுங்குங் கருத்தினை யறிவித்
திருவினை தன்னை அறுத்திருள் கடிந்து
தலமொரு நான்குந் தந்தெனக் கருளி
மலமொரு மூன்றின் மயக்கம் அறுத்தே
ஒன்பது வாயில் ஒருமந் திரத்தால்
ஐம்புலக் கதவை அடைப்பதுங் காட்டி
ஆறா தாரத் தங்கிசை நிலையும்
பேறா நிறுத்திப் பேச்சுரை யறுத்தே
இடையிங் கலையின் எழுத்தறி வித்துக்
கடையிற் சுழுமுனைக் கபாலமுங் காட்டி
மூன்றுமண்டலத்தின் முட்டிய தூணின்
நான்றெழு பாம்பின் நாவில் உணர்த்திக்
குண்டலி யதனிற் கூடிய அசபை
விண்டெழு மந்திரம் வெளிப்பட உரைத்து
மூலா தாரத்தின் மூண்டெழு கனலைக்

காலால் எழுப்பும் கருத்தறி வித்தே
அமுத நிலையும் ஆதித்தன் இயக்கமும்
குமுத சகாயன் குணத்தையுங் கூறி
இடைச்சக் கரத்தின் ஈரெட்டு நிலையும்
உடற்சக் கரத்தின் உறுப்பையும் காட்டிச்
சண்முக தூலமுஞ் சதுர்முக சூக்கமும்

எண்முக மாக இனிதெனக் கருளிப்
புரியட்ட காயம் புலப்பட எனக்குத்
தெரியெட்டு நிலையும் தெரிசனப் படுத்திக்
கருத்தினிற் கபால வாயில் காட்டி
இருத்தி முத்தி இனிதெனக் கருளி
என்னை அறிவித் தெனக்கருள் செய்து
முன்னை வினையின் முதலைக் களைந்தே
வாக்கும் மனமும் இல்லா மனோலயம்
தேக்கியே என்றன் சிந்தை தெளிவித்
திருள்வெளி யிரண்டிற் கொன்றிட மென்ன

அருள்தரும் ஆனந்தத் தழுத்திஎன் செவியில்
எல்லை இல்லா ஆனந் தமளித்
தல்லல் களைந்தே அருள்வழி காட்டிச்
சத்தத்தி னுள்ளே சதாசிவம் காட்டிச்
சித்தத்தி னுள்ளே சிவலிங்கக் காட்டி
அணுவிற் காணுவாய் அப்பாலுக் கப்பாலாய்க்
கணுமுற்றி நின்ற கரும்புள்ளே காட்டி
வேடமும் நீறும் விளங்க நிறுத்திக்
கூடுமெய்த் தொண்டர் குழாத்துடன் கூட்டி
அஞ்சக் கரத்தின் அரும்பொருள் தன்னை

நெஞ்சக் கருத்தின் அரும்பொருள் தன்னை
தத்துவ நிலையைத் தந்தெனை ஆண்ட
வித்தக விநாயக விரைகழல் சரணே.

விநாயகர் கவசம்

தினமும் தூய்மையான நிலையில் இருந்து ஓதுபவர்கள் நோயற்ற வாழ்வும் குறைவற்ற செல்வமும் பெற்றுப் பல்லாண்டு நல்வாழ்வு வாழ்வார்கள்.

வளர்கையைப் பராபரமாய் வயங்குவிநா யகர்காக்க வாய்ந்த சென்னி
அளவுபடா அதிகசவுந் தரதேக மகோற்கடர்தாம் அமர்ந்து காக்க
விளரறநெற் றியைஎன்றும் விளங்கியகா சிபர்காக்க புருவந் தம்மைத்
தளர்வில்மகோ தரர்களாக்க தடவிழிகள் பாலசந் திரனார் காக்க. (1)

கவின்வளரும் அதரம்கச முகர்காக்க தாலங்கணக் கிரீடம் காக்க
நவில்சிபுகம் கிரிசைசுதர் காக்கநனி வாக்கைவிநா யகர்தாம் காக்க
அவிர்நகைதுன் முகர்காக்க அள்எழிற்செஞ் செவிபாச பாணி காக்க
தவிர்தலுறா திளங்கொடிபோல் வளர்மணிநா சியைச் சிந்தி தார்த்தர் காக்க.(2)

காமருபூ முகந்தன்னைக் குணேசர்நனி காக்ககளம் கணேசர் காக்க
வாமமுறும் இருதோளும் வயங்குகந்த பூர்வசர்தாம் மகிழ்ந்து காக்க
ஏமமுறு மணிமுலைவிக் கினவிநா சன்காக்க இதயந் தன்னைத்
தோமகலுங் கணநாதர் காக்கஅகட் டினைத்துலங்கே ரம்பர் காக்க. (3)

பக்கம்இரண் டையுந்தரா தரர்காக்க பிருட்டத்தைப் பாவம் நீக்கும்
விக்கினக ரன்காக்க விளங்கிலிங்கம் வியாளபூ டணர்தாம் காக்க
தக்ககுய்யந் தன்னைவக் கிரதுண்டர் காக்கசக னத்தை அல்லல்
உக்ககண பன்காக்க ஊருவைமங் களமூர்த்தி உவந்து காக்க. (4)

தாழ்முழந்தாள் மகாபுத்தி காக்கஇரு பதம்ஏக தந்தர் காக்க
வாழ்கரம்கிப் பிரப்பிரசா தனர்காக்க முன்கையை வணங்கு வார்நோய்
ஆழ்தரச்செய் ஆசாபூ ரகர்காக்க விரல்பதும அத்தர் காக்க
கேழ்கிளரும் நகங்கள் விநா யகர்காக்க கிழக்கினிற்புத் தீசர் காக்க. (5)

அக்கினியிற் சித்தீசர் காக்கஉமா புத்திரர்தென் ஆசை காக்க
மிக்கநிரு தியிற்கணே சுரர்காக்க விக்கிவர்த் தனர்மேற் கென்னுந்
திக்கதனிற் பன்காக்க வடகிழக்கில் ஈசநந் தனரே காக்க. (6)

ஏகதந்தர் பகல் முழுதுங் காக்கஇர வினும்சந்தி இரண்டன் மாட்டும்
ஓகையின்விக் கினகிருது காக்கஇராக் கதர்பூதம் உறுவே தாளம்
மோகினிபேய் இவையாதி உயிர்த்திறத்தால் வருந்துயரும் முடிவி லாத
வேகமுறு பிணிபலவும் விலக்குபுபா சாங்குசர்தாம் விரைந்துகாக்க. (7)

மதிஞானம் தனம்தானம் மானம்ஒளி புகழ்குலம்வண் சரீரம் முற்றும்
பதிவான தினம்தானி யம்கிருதம் மனைவிமைந்தர் பயில்நட் பாதிக்
கதியாவும் கலந்துசர்வா யுதர்காக்க காமர்பவுத் திரர்முன் னான
விதியாரும் சுற்றமெலாம் மயூரேசர் எஞ்ஞான்றும் விரும்பிக் காக்க. (8)

வென்றிசீ விதம்பிலர் காக்ககரி யாதியெலாம் விகடர் காக்க
என்றிவ்வா றிதுதனைமுக் காலமும்ஓ திடினும்பால் இடையூ றென்றும்
ஒன்றுறா முனிவரர்காள் அறிமின்கள் யாரொருவர் ஓதி னாலும்
மன்றஆங் கவர்தேகம் பிணியறவச் சிரதேக மாகிமன்னும். (9)

(கவசம் முற்றிற்று)

விநாயகர் அஷ்டோத்திரம்

1. ஓம் கஜனனாய நம:
2. ஓம் கணாத்யட்சாய நம:
3. ஓம் விக்னராஜாய நம:
4. ஓம் விநாயகாய நம:
5. ஓம் த்வை மாதுராய நம:
6. ஓம் த்விமுகாய நம:
7. ஓம் பிரமுகாய நம:
8. ஓம் ஸுமுகாய நம:
9. ஓம் ஸன்முகாய நம:
10. ஓம் கிருத்தினே நம:
11. ஓம் ஞானதீபாய நம:
12. ஓம் ஸுக நிதயே நம:
13. ஓம் ஸுராயட்சாய நம:
14. ஓம் சுராரிபிதே நம:
15. ஓம் மஹா கணபததேயே நம:
16. ஓம் மான்யாய நம:
17. ஓம் மஹன் மான்யாய நம:
18. ஓம் புராணயாய நம:
19. ஓம் புருஷாய நம:
20. ஓம் பூஷ்ணே நம:
21. ஓம் புஷ்கரிணே நம:
22. ஓம் புண்யக்ருதே நம:
23. ஓம் அக்ரகண்யாய நம:
24. ஓம் அக்ரபூஜ்யாய நம:
25. ஓம் அக்கரகாமினே நம:
26. ஓம் மந்த்ர கிருதே நம:
27. ஓம் சாமீகரம் பிரபாய நம:
28. ஓம் ஸர்வஸ்மை நம:
29. ஓம் ஸர்வோபாஷ்யாய நம:
30. ஓம் ஸர்வ கர்த்ரே நம:
31. ஓம் ஸர்வ நேத்ரே நம:
32. ஓம் ஸர்வ ஸித்திப்ரதாய நம:

33. ஓம் ஸர்வ ஸித்தயாய நம:
34. ஓம் ஸர்வ வந்த்யாய நம:
35. ஓம் மஹாகாலாய நம:
36. ஓம் மகாபலாய நம:
37. ஓம் ஹேரம்பாய நம:
38. ஓம் லப்பஜடாராய நம:
39. ஓம் ஹ்ரஸ்வ க்ரீவாய நம:
40. ஓம் மகோதராய நம:
41. ஓம் மதோத்கடாய நம:
42. ஓம் மஹாவீராய நம:
43. ஓம் மந்த்ரிணே நம:
44. ஓம் மங்களதாய நம:
45. ஓம் பிரமதார்ச்சிதாய நம:
46. ஓம் ப்ராஜ்ஞாய நம:
47. ஓம் ப்ரமோதாய நம:
48. ஓம் மோதகப் ப்ரியாய நம:
49. ஓம் த்ருதிமதே நம:
50. ஓம் மதிமதே நம:
51. ஓம் காமிணே நம:
52. ஓம் கபித்தப் ப்ரியாய நம:
53. ஓம் பிரஹ்மசாரினே நம:
54. ஓம் ப்ரஹ்ம ரூபிணே நம:
55. ஓம் ப்ரஹ்ம விதே நம:
56. ஓம் ப்ரம்ஹ வந்திதாய நம:
57. ஓம் ஜிஷ்ணவே நம:
58. ஓம் விஷ்ணுப்ரியாய நம:
59. ஓம் பக்தஜீவிதாய நம:
60. ஓம் ஜிதன்மண் மதாய நம:
61. ஓம் ஐஸ்வர்யதாய நம:
62. ஓம் குஹஜ்யாயஸே நம:
63. ஓம் ஸித்த ஸேவிதாய நம:
64. ஓம் விக்னகர்த்ரே நம:
65. ஓம் விக்ன ஹர்த்ரே நம:
66. ஓம் விஸ்வநேத்ரே நம:

67. ஓம் விராஜே நம:
68. ஓம் ஸ்வராஜே நம:
69. ஓம் ஸ்ரீபதயே நம:
70. ஓம் வாக்பதயே நம:
71. ஓம் ஸ்ரீமதே நம:
72. ஓம் ஸ்ருங்காரிணே நம:
73. ஓம் ஆஸ்ரித வத்ஸலாய நம:
74. ஓம் சிவ பிரியாய நம:
75. ஓம் சீக்ர காரிணே நம:
76. ஓம் சாஸ்வதாய நம:
77. ஓம் சிவநந்தனாய நம:
78. ஓம் பலோத்ததாய நம:
79. ஓம் பக்தநிதயே நம:
80. ஓம் பாவகம்யாய நம:
81. ஓம் பவாத்மஜாய நம:
82. ஓம் மகதே நம:
83. ஓம் மங்களதாயினே நம:
84. ஓம் மஹாசாய நம:
85. ஓம் மஹிதாய நம:
86. ஓம் ஸத்ய தர்மிணே நம:
87. ஓம் ஸதாராய நம:
88. ஓம் சத்யாய நம:
89. ஓம் ஸத்ய பராக்ரமாய நம:
90. ஓம் சுபாங்காய நம:
91. ஓம் சுப்ர தந்தாய நம:
92. ஓம் சுபதாய நம:
93. ஓம் சுபவிக்ரஹாய நம:
94. ஓம் பஞ்சபாதக நாசினே நம:
95. ஓம் பார்வதி ப்ரிய நந்தனாய நம:
96. ஓம் விஸ்வேசாய நம:
97. ஓம் விபுதாராத்யாய நம:
98. ஓம் வீரவராக்ரகாய நம:
99. ஓம் குமாரகுரு வந்த்யாய நம:
100. ஓம் குஞ்ஜராசுர பஞ்சராய நம:

101. ஓம் வராபயகராம் புஜாய நம:
102. ஓம் வராபயகராம் புஜாய பஞ்சநாப நம:
103. ஓம் சுதாயகலச ஹஸ்தாய நம:
104. ஓம் பஞ்சஹஸ்தாய நம:
105. ஓம் சுதாகர கலாதராய நம:
106. ஓம் ப்ரதானேசாய நம:
107. ஓம் புராதனாய நம:
108. ஓம் சர்வசித்தி விநாயகாய நம:

நானாவித புஷ்பாணி சமர்ப்பயாமி.

அர்ச்சனைக்குரிய நாமம்

1. ஓம் கஜானனாய நம:
2. ஓம் விக்னராஜாய நம:
3. ஓம் ஸித்திப்ரதாய நம:
4. ஓம் கணாதிபாய நம:
5. ஓம் பார்வதி தனயாய நம:
6. ஓம் ஹேரம்பாய நம:
7. ஓம் ஏகதந்தாய நம:
8. ஓம் வரப்ரதாய நம:
9. ஓம் அக்ரபூஜ்யாய நம:
10. ஓம் பாலக ப்ரியாய நம:
11. ஓம் நித்ய ப்ரஹ்மசாரிணே நம:
12. ஓம் அச்வ்த்த மூலவாஸாய நம:
13. ஓம் யோகிஹ்ருந்திவாஸாய நம:
14. ஓம் மோதக பக்ஷகாய நம:
15. ஓம் தூர்வாங்குராராத்யாய நம:
16. ஓம் வித்யாராஜாய நம:
17. ஓம் மூஷகவாஹனாய நம:
18. ஓம் விநாயகாய நம:
19. ஓம் அக்ஞானநாசகராய நம:
20. ஓம் பித்ருபக்திமதே நம:
21. ஓம் வீர கணபதயே நம:
22. ஓம் ஞான கணபதயே நம:
23. ஓம் ஸித்தஸேவிதாய நம:
24. ஓம் க்ரந்த க்ருதே நம:
25. ஓம் லம்போதராய நம:
26, ஓம் மஹேச்வரா மோதகராய நம:
27. ஓம் ஓங்கார ரூபாய நம:

○○○

www.ingramcontent.com/pod-product-compliance
Lightning Source LLC
LaVergne TN
LVHW060608051026
849519LV00002B/523